ഡോ. വത്സലൻ വാതുശ്ശേരി

എറണാകുളം ജില്ലയിൽ 1963ൽ ജനനം. എറണാകുളം ജില്ലയിലെ കോളേജുകളിൽ നിന്ന് റാങ്കോടെ ബി.എ.യും എം.എ.യും വിജയിച്ചു. തുടർന്ന് കേരളസർവ്വകലാശാലയിൽ നിന്ന് എം.എഫിൽ, പിഎച്ച്.ഡി. ബിരുദങ്ങൾ. വിദ്യാർത്ഥിയായിരിക്കെ മലയാളമനോരമയും മാതൃഭൂമിയും നടത്തിയ കഥാമത്സരങ്ങളിൽ പുരസ്കാരം നേടി. ഗുഹാചിത്രങ്ങൾ, മറുപുറം, ഗ്യാസ്ചേംബർ, ചുവരെഴുത്ത് (കഥകൾ) വാർഷികരേഖ, വിഷമവൃത്തം (നോവൽ), കഥയും ഫാന്റസിയും, കഥയുടെ ന്യൂക്ലിയസ്, ഒറ്റയാന്മാരുടെ വഴി, പരീക്കുട്ടി എന്ന വാസ്കോ ഡ ഗാമ, മലയാള സാഹിത്യനിരൂപണം അടരുകൾ അടയാളങ്ങൾ (നിരൂപണകൃതികൾ), മലകൾ യാത്രകൾ (യാത്ര) തുടങ്ങിയ ഗ്രന്ഥങ്ങൾ പ്രസിദ്ധീകരിച്ചു. അഞ്ചു ഫീച്ചർ ഫിലിമുകൾക്കും നിരവധി ഷോർട്ട് ഫിലിമുകൾക്കും തിരക്കഥയെഴുതി. മികച്ച തിരക്കഥാകൃത്തിനുള്ള സംസ്ഥാന ടെലിവിഷൻ അവാർഡ് (ടൈപ്പ്റൈറ്റർ, 2007). തിരക്കഥയെഴുതിയ അങ്കുരം (2014), സ്വനം (2018) എന്നീ സിനിമകൾ മികച്ച കുട്ടികളുടെ ചിത്രങ്ങൾക്കുള്ള സംസ്ഥാന അവാർഡുകൾ നേടി. ഇടശ്ശേരി അവാർഡ്, എസ്.ബി.ടി. അവാർഡ്, മലയാറ്റൂർ അവാർഡ്, വി.ടി. കുമാരൻ അവാർഡ്, അപ്പൻ തമ്പുരാൻ അവാർഡ് തുടങ്ങി നിരവധി അവാർഡുകൾ.

അലിഗഢ് മുസ്ലീം സർവ്വകലാശാലയിലും മാഹി മഹാത്മാഗാന്ധി ഗവ. കോളേജിലും അദ്ധ്യാപകനായിരുന്നു. ഇപ്പോൾ കാലടി ശ്രീശങ്കരാചാര്യ സംസ്കൃതസർവ്വകലാശാലയിൽ മലയാളം പ്രൊഫസർ. മേൽവിലാസം: ചാലക്കുടി പി.ഒ, തൃശ്ശൂർ ജില്ല–680307

ഭാര്യ: ഡോ. ബി. പാർവതി, മകൾ: അഭിരാമി

email: valsalanva@yahoo.com
website: valsalanvathussery.com

Malayalam Language
Cinema: Kazhchakalkkappuram
(Film Criticism)
by
Dr. Valsalan Vathussery
♦
Published in December 2022
by Kairali Books Private Limited
Thalikkavu Road, Kannur.
Ph : 0497-2761200
E-Mail : kairalibooksknr@gmail.com
♦
Typesetting
Channel g kalady
♦
Cover Design
Prasanth Mangad
♦
Printed at
Printing Park, Tly.

96/22-23/Sl.No.1404/300/NS 18.6
ISBN 978-93-93397-40-9

സിനിമ:
കാഴ്ചകൾക്കപ്പുറം

ഡോ. വത്സലൻ വാതുശ്ശേരി

കൈരളി ബുക്സ്

ആമുഖം

സിനിമാസംബന്ധമായ 10 പഠനങ്ങളാണ് ഈ ഗ്രന്ഥത്തിൽ സമാഹരിക്കപ്പെടുന്നത്. സിനിമ പ്രാഥമികമായി ഒരു വിനോദോപാധിയാണെങ്കിലും കല, കൗശലം, സാങ്കേതികത, വാണിജ്യം, സാമൂഹികരാഷ്ട്രീയതാത്പര്യങ്ങൾ, സംസ്കാരം തുടങ്ങി ഒട്ടേറെ മേഖലകളുമായി അത് ചേർന്നുനിൽക്കുന്നുണ്ട്. ഈ ഘടകങ്ങൾ സിനിമയിൽ എങ്ങനെ പ്രത്യക്ഷപ്പെടുന്നു എന്നും എങ്ങനെ പ്രവർത്തിക്കുന്നു എന്നുമുള്ള വിശകലനങ്ങളാണ് ഈ പഠനങ്ങൾ.

സിനിമ കേവലം കാഴ്ച മാത്രമല്ല, കാഴ്ചകൾക്കപ്പുറം പലതുമാണ് എന്ന സമീപനമാണ് ഈ പഠനങ്ങൾക്കുള്ളത്. സിനിമയെ ഈ നിലയിൽ സമീപിക്കുന്ന വായനക്കാർക്കായി ഈ ഗ്രന്ഥം ഞാൻ ആദരവോടെ സമർപ്പിക്കുന്നു.

ഡോ. വത്സലൻ വാതുശ്ശേരി

ഉള്ളടക്കം

നാം നിർമ്മിച്ചെടുത്ത താരങ്ങൾ

നാടകത്തിലെ നായകകഥാപാത്രത്തെപ്പറ്റി വിശദീകരിക്കുന്ന സന്ദർഭത്തിൽ ഭാരതീയനാട്യശാസ്ത്രഗ്രന്ഥങ്ങൾ ഉദാത്തൻ, ഉദ്ധതൻ, ലളിതൻ, ശാന്തൻ എന്നിങ്ങനെ നാലുതരം നായകപ്രകൃതങ്ങളെ നിർദ്ദേശിച്ചിട്ടുണ്ട്. ധീരത എല്ലാത്തരം നായകന്മാരുടെയും യോഗ്യതയായി പരിഗണിച്ചുകൊണ്ട് ധീരോദാത്തൻ, ധീരോദ്ധതൻ, ധീരലളിതൻ, ധീരശാന്തൻ എന്നിങ്ങനെയും ഇതേ പട്ടികയെ പുതുക്കിപ്പറയാറുണ്ട്. ധീരോദാത്തനും ധീരശാന്തനും എട്ടുവിധത്തിലും ധീരോദ്ധതനും ധീരലളിതനും 44 വിധത്തിലും വരുമെന്നും നാട്യശാസ്ത്രഗ്രന്ഥങ്ങൾ പറയുന്നു. അങ്ങനെ മൊത്തം 104 തരം നായകന്മാരെ ഭാരതീയ നാട്യശാസ്ത്രം മുന്നിൽ നിർത്തുന്നുണ്ട്. ഇതിൽത്തന്നെ ഭാരതീയനാടകസങ്കല്പത്തിന്റെ അടിസ്ഥാനമായി നിൽക്കുന്ന നായകനാണ് ധീരോദാത്തൻ. ധീരോദാത്തനും അതിപ്രതാപഗുണവാനും വിഖ്യാതവംശനും ധരാപാലനുമായ നായകനെയാണ് ഇന്ത്യൻ നാട്യപദ്ധതികൾ അവതരിപ്പിച്ചത്. പിൽക്കാലത്ത് വിഖ്യാതവംശൻ, ധരാപാലൻ എന്നീ നിബന്ധനകൾക്ക് മാറ്റം സംഭവിച്ചുവെങ്കിലും ധീരോദാത്തൻ എന്ന സങ്കല്പം നായകപ്രകൃതത്തിൽനിന്ന് തീർത്തും ഒഴിഞ്ഞുപോവുകയുണ്ടായില്ല. നാടകത്തിന്റെ സ്ഥാനത്ത് സിനിമ വന്നപ്പോഴും ഈ നായകൻ മാറ്റമില്ലാതെ തുടർന്നുപോന്നു; ഇന്നും തുടർന്നുപോരികയും ചെയ്യുന്നു.

രാജഭരണം നിലനിന്ന ഒരുകാലത്ത് രാജാവിനെ കേന്ദ്രീകരിച്ച് നായകസങ്കല്പം രൂപീകരിക്കപ്പെടുന്നതിൽ അസ്വാഭാവികതയില്ല. ആ നായകൻ ധീരനായിരിക്കണമെന്ന് കല്പിക്കുന്നതിലും അസ്വാഭാവികതയില്ല. രാജാവിന്റെ ധീരത അധികാരപദവിയുടെ കൂടി ധീരതയാണ്. എന്നാൽ രാജാധികാരത്തിന് പുറത്തുള്ള ജീവിതം സർഗ്ഗവ്യവഹാരങ്ങൾക്ക് വിഷയമായ സന്ദർഭങ്ങളിൽ മേൽപ്പറഞ്ഞ നാലുതരം നായകന്മാർക്ക് പുറമേ മറ്റൊരു നായകനും നമ്മുടെ സാംസ്കാ

credit: hindustantimes.com

രികജീവിതത്തിൽ സ്ഥാനം നേടിയിട്ടുണ്ട്. അത് ദുർബ്ബലനും പരാജിതനും ദുഃഖിതനും ഭ്രഷ്ടനും അശാന്തനും മൊത്തത്തിൽ കാല്പനികനുമായ ഒരു നായകനാണ്. നമ്മുടെ പുരാണകൃതികളിലോ ഇതിഹാസങ്ങളിലോ ഇത്തരമൊരു നായകനെ കണ്ടുമുട്ടിയെന്നുവരില്ല. താരതമ്യേന പുതിയ കാലത്തിന്റെ നായകനാണ് അയാൾ. നമ്മുടെ ആധുനികസാംസ്കാരിക വ്യവഹാരങ്ങൾ പരിശോധിക്കുമ്പോൾ മേല്പറഞ്ഞ നാലു തരം ധീരനായകന്മാർക്കൊപ്പം ഈ നായകനും സ്ഥാനംകൊടുക്കേണ്ടതാണെന്നു കാണാം.

ഭാരതീയ നാട്യശാസ്ത്രങ്ങളിലെ നാലുതരം നായകന്മാർ യഥാർത്ഥ ജീവിതത്തിൽനിന്നുള്ള മനുഷ്യപ്രകൃതങ്ങളുടെ നാലു പ്രതിനിധികളാണ്. നാടകത്തിൽ മാത്രമല്ല, രാഷ്ട്രീയം, കായികമേഖല തുടങ്ങി പല പൊതുമേഖലകളിലും ഈ നായകന്മാരുടെ പ്രതിരൂപങ്ങളെ കണ്ടെത്താൻ കഴിയും. (ഇന്ത്യയുടെ സമീപകാലത്തെ നാലു ക്രിക്കറ്റ് നായകന്മാരെ എടുത്താൽ ധോണി ധീരോദാത്തൻ എന്ന ഗണത്തിലും ഗാംഗുലി ധീരോദ്ധതൻ എന്ന ഗണത്തിലും സച്ചിൻ ടെൻഡുൽക്കർ ധീരലളിതൻ എന്ന ഗണത്തിലും രാഹുൽ ദ്രാവിഡ് ധീരശാന്തൻ എന്ന ഗണത്തിലുമാണ് പെടുകയെന്നു കാണാം.) സിനിമയുടെ ആവിർഭാവത്തോടെ ഈ നാലു തരം നായകന്മാർ സിനിമയിലും പ്രത്യക്ഷപ്പെടുകയായിരുന്നു. എന്നാൽ ഇക്കൂട്ടത്തിൽ സിനിമയ്ക്ക് പൊതുവേ സ്വീകാര്യമായത് ധീരോദാത്തൻ, ധീരലളിതൻ എന്നിങ്ങനെയുള്ള രണ്ട് നായകരൂപങ്ങളാണ്. യഥാർത്ഥത്തിൽ ഇന്ത്യൻ മനസ്സുകളിൽത്തന്നെ സനാതനമായി പ്രവർത്തിക്കുന്ന, നിലനിൽക്കുന്ന രണ്ട് നായകമാതൃകകളാണ് ഇവർ. പുരാണങ്ങളിൽ ശിവൻ-വിഷ്ണു എന്നീ ദ്വന്ദ്വത്തിൽ നമ്മൾ കാണുന്നത് ധീരോദാത്തൻ-ധീരലളിതൻ എന്ന ദ്വന്ദ്വമാണ്.

ഇതിഹാസങ്ങളിൽ അത് രാമൻ-കൃഷ്ണൻ ദ്വന്ദ്വമായി പ്രത്യക്ഷപ്പെടുന്നു. ഈ ദ്വന്ദ്വത്വം ഇന്ത്യയിലെ നായകസങ്കല്പത്തിൽ രൂഢമായി നിലനിന്നുപോരുന്നതാണ്. ആധുനിക കലാരൂപമായ സിനിമയുടെ മേഖലയിൽ ഈ ഇരട്ടനായകന്മാർ ഒരു നിത്യസാന്നിദ്ധ്യമായി നിലനിൽക്കുകയോ പ്രവർത്തിക്കുകയോ ചെയ്തുപോരുന്നുണ്ട്. ഏതു ഭാഷയിലും ഏതു കാലത്തും സിനിമാരംഗത്ത് രണ്ട് സൂപ്പർതാരങ്ങൾ നിലനിൽക്കുന്നു എന്നതാണ് അതിന്റെ പ്രത്യക്ഷമായ തെളിവ്. ജനതയുടെ സമൂഹാബോധമനസ്സിൽനിന്ന് ഉണർന്നുവരുന്ന രണ്ടുതരം നായകസങ്കല്പങ്ങളുടെ മൂർത്തീകരണമാണ് ഓരോ താരനിർമ്മിതിയിലും സംഭവിക്കുന്നത് എന്നാണ് ഇതിൽനിന്നു മനസ്സിലാക്കേണ്ടത്.

ദ്വന്ദ്വാവസ്ഥ ഇന്ത്യൻ തത്ത്വചിന്തയുടെയും മതവിശ്വാസങ്ങളുടെയും മറ്റും ഒരു ആധാരതത്ത്വംതന്നെയായിരുന്നു. ജീവാത്മാപരമാത്മാക്കളിലൂടെ, ജഗത്പിതാക്കളിലൂടെ, ശൈവ-വൈഷ്ണവസങ്കല്പങ്ങളിലൂടെ, സൂര്യചന്ദ്രന്മാരിലൂടെ, രാമലക്ഷ്മണന്മാരിലൂടെ ഈ ദ്വൈതതത്ത്വം ഇന്ത്യൻ സംസ്കാരത്തിൽ ആവർത്തിക്കപ്പെടുന്നുണ്ട്. സംസ്കൃതഭാഷയിൽ ഏകവചനവും ബഹുവചനവും കൂടാതെ ഒരു ദ്വിവചനവും സാദ്ധ്യമായത് ഈ ദ്വൈതസങ്കല്പം ഇന്ത്യൻ ബോധത്തിൽ രൂഢമൂലമായി പ്രവർത്തിക്കുന്നതുകൊണ്ടാണ്. ഈ ദ്വന്ദ്വാത്മകത നമ്മുടെ നായകസങ്കല്പത്തിലും ശക്തമായി പ്രവർത്തിക്കുന്നു. അങ്ങനെ നമ്മുടെ സാംസ്കാരികവ്യവഹാരങ്ങളിൽ എക്കാലത്തും രണ്ടു നായകന്മാരുടെ, വ്യത്യസ്തമായ രണ്ടു നായകസങ്കല്പങ്ങളുടെ സാന്നിദ്ധ്യം അനുഭവിക്കാൻ കഴിയുന്നു. ഇന്ത്യൻ സിനിമകളിലും ഈ രണ്ട് നായകരൂപങ്ങളെ ഒരേസമയം നമുക്ക് കാണാൻ കഴിയുന്നു

credit: hindustantimes.com

ണ്ട്. ഇന്ത്യയിലെ മിക്ക ഭാഷകളിലും ഒരു സൂപ്പർതാരത്തെയല്ല, രണ്ട് സൂപ്പർതാരങ്ങളെയാണ് നമുക്ക് അംഗീകരിക്കേണ്ടിവരുന്നത്.

ഗംഭീരപ്രകൃതന്മാരാണ് ധീരോദാത്തന്മാർ. നിശ്ചയദാർഢ്യം ഇവരുടെ സ്വഭാവത്തിന്റെ സവിശേഷതയാണ്. കൂടാതെ, ഗൗരവവും ശ്രദ്ധാപൂർവ്വമായ പെരുമാറ്റവും അളന്നുതൂക്കിയുള്ള ഭാഷണവും ഇവരുടെ സവിശേഷതകളാണ്. ഫലിതപ്രിയരല്ലാത്ത ഇവർ അപൂർവ്വമായേ ചിരിക്കാറുള്ളൂ. മറ്റുള്ളവരെ ചിരിപ്പിക്കാനോ രസിപ്പിക്കാനോ ഉള്ള ശേഷി ഇവർക്ക് തുലോം കുറവായിരിക്കും. എന്നാൽ ധീരലളിതന്മാരാകട്ടെ ആർക്കും പ്രാപ്തരായിരിക്കും. ഗൗരവപ്രകൃതമല്ല, സരസപ്രകൃതമാണ് ഇവർക്കുള്ളത്. സ്വയം സന്തോഷിച്ചും മറ്റുള്ളവരെ സന്തോഷിപ്പിച്ചും ചാടുവചനങ്ങൾ പറഞ്ഞ് രസിപ്പിച്ചും മന്ദഹസിച്ചും സദാ പ്രത്യക്ഷപ്പെടുന്ന ഈ കഥാപാത്രങ്ങളുടെ സാന്നിദ്ധ്യം ആരെയും ആഹ്ലാദിപ്പിക്കുന്നു. ധീരോദാത്തന്മാർ ഗൗരവപ്രകൃതികളും ധീരലളിതന്മാർ സരസപ്രകൃതികളും ആയിരിക്കും. ഇത് മനുഷ്യജീവിതത്തിൽത്തന്നെ പ്രവർത്തിക്കുന്ന രണ്ടുതരം നായകന്മാരാണ്. ഈ നായകസങ്കല്പത്തിന് അനുസൃതമായാണ് നാടകത്തിലും സിനിമയിലും മറ്റും നായകകഥാപാത്രങ്ങൾ സങ്കല്പിക്കപ്പെടുന്നത്; സൃഷ്ടിക്കപ്പെടുന്നത്. ഈ കഥാപാത്രങ്ങൾക്ക് അനുയോജ്യരായ നടന്മാർ ഉണ്ടാവുമ്പോൾ ജനമനസ്സിലെ നായകസങ്കല്പം ആ നടനിലേക്ക് ആരോപിതമാവുന്നു. ഇത്തരം കഥാപാത്രങ്ങളിലൂടെ ഒരു നടൻ പലവട്ടം കടന്നുപോവുമ്പോൾ ആ സവിശേഷമായ നായകബിംബമായി നടൻ സ്വീകരിക്കപ്പെടുന്നു. അതോടെ ആ നടൻ ഒരു താരമായി അംഗീകരിക്കപ്പെടുകയും ചെയ്യുന്നു. ജനമനസ്സിലെ നായകസങ്കല്പനത്തിന് ഇണങ്ങാത്ത കഥാപാത്രങ്ങളെ സാക്ഷാത്കരിക്കാൻ ശ്രമിച്ചാൽ ആ നടന്റെ താരപദവി കൊഴിഞ്ഞുപോവുകയും ചെയ്യും.

ഈ രണ്ടുതരം നായകന്മാരെ സാഹിത്യകൃതികളിലും നമ്മൾ കണ്ടിട്ടുണ്ട്. മലയാളനോവൽ ചരിത്രത്തിന്റെ ആരംഭദശയിൽ നമ്മൾ പരിചയപ്പെട്ട രണ്ട് നായകന്മാർ മാധവനും അനന്തപത്മനാഭനുമാണ്. മാധവൻ ഇന്ദുലേഖയിലെ നായകനാണ്. മാർത്താണ്ഡവർമ്മയിൽ നായകസ്ഥാനത്തുനിൽക്കുന്ന കഥാപാത്രമാണ് അനന്തപത്മനാഭൻ. ഈ രണ്ടു നായകന്മാരിൽ അനന്തപത്മനാഭൻ ധീരോദാത്തനും മാധവൻ ധീരലളിതനുമായ കഥാപാത്രങ്ങളാണ്. അനന്തപ

ത്മനാഭന് രാമന്റെയും മാധവന് കൃഷ്ണന്റെയും പാരമ്പര്യമാണ് അവകാശപ്പെടാനാവുക. ഈ നായകദ്വന്ദ്വം മലയാള കഥാസാഹിത്യത്തിലുടനീളം പ്രത്യക്ഷപ്പെട്ടിട്ടുണ്ടെന്ന് സൂക്ഷ്മനിരീക്ഷണത്തിൽ നമുക്ക് ബോദ്ധ്യമാവും. മജീദ് (ബാല്യകാലസഖി), നിസാർ അഹമ്മദ് (ന്റുപ്പുപ്പാക്കൊരാനേണ്ടാർന്ന്), കേശവൻ നായർ (പ്രേമലേഖനം) എന്നീ കഥാപാത്രങ്ങളിൽ ധീരലളിതന്റെയും പപ്പു (ഓടയിൽനിന്ന്), സുലൈമാൻ (സുന്ദരികളും സുന്ദരന്മാരും) എന്നിവരിൽ ധീരോദാത്തന്റെയും പ്രതിരൂപങ്ങളാണ് നമുക്ക് തിരിച്ചറിയാനാവുന്നത്. ഈ രണ്ടുതരം നായകന്മാരെയും ഇന്ത്യൻ മനസ്സുകൾ പൊതുവേ ആഗ്രഹിക്കുന്നതാണ്. ഏത് പ്രാദേശികഭാഷയിലും ഈ രണ്ട് നായകന്മാർ ഒരേ കാലത്ത് വിഹരിക്കുകയും ചെയ്തുപോരുന്നു.

amp.scroll.in

സിനിമയിലാണ് ഇത്തരം നായകസങ്കല്പത്തെ അതിന്റെ പൂർണരൂപത്തിൽ നമുക്ക് കാണാനാവുന്നത്. കഥാപാത്രങ്ങളിൽ മാത്രമല്ല, ആ കഥാപാത്രങ്ങൾക്ക് ജീവൻ നൽകുന്ന നടന്മാരിലും ഈ നായകത്വം ആരോപിതമാവുന്നുണ്ട്. ഉദാഹരണത്തിന് ഹിന്ദി ഭാഷയിലെ സിനിമകൾതന്നെയെടുക്കാം. ഗൗരവപ്രകൃതനായ ഒരു നായകനും സരസപ്രകൃതനായ ഒരു നായകനും ഒരേസമയം സ്വീകാര്യത ലഭിക്കുന്ന ഒരവസ്ഥ ഹിന്ദി സിനിമയിൽ എക്കാലത്തും ഉണ്ടായിരുന്നു. അഥവാ ഒരു രാമനും കൃഷ്ണനും എക്കാലവും ഹിന്ദിസിനിമയിലെ നായകസ്ഥാനങ്ങളിൽ ഉണ്ടായിരുന്നു എന്നർത്ഥം. താരനിർമ്മിതിയിലാണ് ഇതി തികച്ചും പ്രകടമായിരുന്നത്. ഗൗരവപ്രകൃതരായ കഥാപാത്രങ്ങളിലൂടെ (ധീരോദാത്തൻ) ഒരു നടൻ താരപദവിയിലെത്തുമ്പോൾ സരസപ്രകൃതരായ കഥാപാത്രങ്ങളിലൂടെ മറ്റൊരു നടനും അതേ

സമയത്തുതന്നെ താരപദവിയിലേക്ക് ഉയർന്നുവരുന്നു. നടന്മാരുടെ രൂപപരവും ഭാവപരവുമായ പ്രകൃതംതന്നെയാണ് കാസ്റ്റിങ്ങിൽ പ്രവർത്തിക്കുന്നത്. എന്നാൽ ഈ പ്രകൃതത്തിന് സ്വീകാര്യതയും താരപദവിയും വന്നുചേരുന്നത് സമൂഹാബോധമനസ്സിൽ ഗുപ്തമായി പ്രവർത്തിക്കുന്ന നായകസങ്കല്പവുമായി അതിന് പൊരുത്തമുണ്ടാവുമ്പോഴാണ്. ഇങ്ങനെ കഥാപാത്രത്തിന്റെ നായകസ്ഥാനം കാലാന്തരത്തിൽ നടന്റെ തന്നെ താരപദവിക്ക് അടിസ്ഥാനമായി ഭവിക്കുന്നു.

തൊള്ളായിരത്തി നാല്പതുകളിലാണ് ഹിന്ദിസിനിമയിൽ രണ്ടുതരം നായകന്മാർ സ്ഥാനം നേടുന്നത്. അതുവഴി രണ്ടു താരങ്ങളും ഉയർന്നുവന്നു. രാജ്കപൂറും ദിലീപ്കുമാറും. അവരിൽ രാജ്കപൂറിന് ധീരോദാത്തന്റെയും ദിലീപ്കുമാറിന് ധീരലളിതന്റെയും പരിവേഷമാണുണ്ടായിരുന്നത്. പിന്നീട് രാജേന്ദ്രകുമാർ-രാജേഷ്ഖന്ന എന്ന താരദ്വന്ദ്വവും ധർമ്മേന്ദ്ര-അമിതാബ് ബച്ചൻ താരദ്വന്ദ്വവും ഉയർന്നുവന്നു. ശത്രുഘ്നൻ സിൻഹ, സഞ്ജീവ്കുമാർ എന്നീ ധീരോദാത്തന്മാരും ശശികപൂർ, ഋഷികപൂർ എന്നീ ധീരലളിതന്മാരും ഇതിനിടയിൽ താരപദവിയിലൂടെ കടന്നുപോയിട്ടുണ്ട്. ഗൗരവപ്രകൃതം, സരസപ്രകൃതം എന്നിങ്ങനെ രണ്ടുതരം നായകത്വത്തെയാണ് ഈ താരങ്ങൾ സാക്ഷാത്കരിച്ചത്. ഹിന്ദി സിനിമയിൽ സമീപകാലം വരെ സൽമാൻഖാൻ-അമീർഖാൻ ദ്വന്ദ്വത്തിന് ഉണ്ടായിരുന്നത് ഈ സ്ഥാനംതന്നെയാണ്.

ഹിന്ദിസിനിമയിലെന്നപോലെ പ്രാദേശികഭാഷകളിലും നായകസങ്കല്പത്തിലെ ഈ ദ്വൈതാവസ്ഥ പ്രകടമായിരുന്നു. ഒരേ സമയം രണ്ട് സൂപ്പർ സ്റ്റാറുകൾ നിലനിൽക്കുക എന്നത് തെലുങ്ക്, കന്നഡ, തമിഴ്, മലയാളം എന്നീ ഭാഷകളിലെ സിനിമകളുടെയും ഒരു സ്വഭാവമായിരുന്നു. എസ്.പി. രംഗറാവുവും എൻ.ടി. രാമറാവുവും ഒരുകാലത്ത് തെലുങ്കുസിനിമയിലെ തുല്യപ്രതാപികളായിരുന്നു. പിൽക്കാലത്ത് ചിരഞ്ജീവിയും നാഗാർജുനയും ഈ താരപദവി പങ്കുവെച്ചു. കന്നഡയിൽ ഈ സ്ഥാനത്ത് ഡോ. രാജ്കുമാറും വിഷ്ണുവർദ്ധനുമാണ് നിന്നത്. തമിഴ്സിനിമയിൽ എം.ജി. ആറും ശിവാജി ഗണേശനും പ്രതിനിധീകരിച്ചത് ധീരലളിതന്റെയും ധീരോദാത്തന്റെയും നായകത്വത്തെയാണ്. പിന്നീട് ഇതേ സ്ഥാനത്ത് കമലാഹാസനും രജനീകാന്തും അവരോധിതരാവുക

m. timesofindia.com

യായിരുന്നു. അധികം ചിരിക്കാത്തവരും തന്മയത്വത്തോടെ ഹാസ്യം അവതരിപ്പിക്കാൻ കഴിയാത്തവരുമാണ് ധീരോദാത്തനായകന്മാർ. ചിരിക്കാൻ അറിയുന്നവരും ഹാസ്യം വ്യക്തിത്വത്തിന്റെ ഭാഗമായി പ്രകാശിപ്പിക്കാൻ കഴിയുന്നവരുമാണ് സരസപ്രകൃതന്മാരായ കഥാപാത്രങ്ങൾ. നടന്മാരിലും ഈ പ്രകൃതങ്ങൾ പ്രതിഫലിക്കുന്നു. രജനീകാന്ത് ഹാസ്യാവിഷ്കാരത്തിൽ തികച്ചും ദുർബ്ബലനാണെങ്കിൽ കമലഹാസൻ അക്കാര്യത്തിൽ അതിവിദഗ്ദ്ധനാണ് എന്നോർക്കുക.

മലയാളത്തിലേക്ക് വരുമ്പോഴും ഈ വ്യത്യസ്ത നായകസങ്കല്പങ്ങളും അതിനെ അടിസ്ഥാനമാക്കിയുള്ള താരപദവിയും സജീവമായി പ്രവർത്തിക്കുന്നതു കാണാം. ഒരുകാലത്ത് മലയാളത്തിലെ സൂപ്പർതാരങ്ങളായിരുന്നു സത്യനും നസീറും. ഇരുവരുടെയും അടിസ്ഥാനപ്രകൃതങ്ങൾതന്നെ ധീരോദാത്തൻ, ധീരലളിതൻ എന്ന പ്രതീതിയുളവാക്കാൻ പര്യാപ്തമായിരുന്നു. സത്യനും നസീറും അവതരിപ്പിച്ച കഥാപാത്രങ്ങളെ പരിശോധിച്ചാലും ഈ വ്യത്യാസം നമുക്ക് തിരിച്ചറിയാൻ കഴിയും. തച്ചോളി ഒതേനൻ, പപ്പു, പളനി തുടങ്ങിയ ധീരോദാത്തരായ കഥാപാത്രങ്ങൾക്ക് സത്യൻതന്നെയായിരുന്നു അനുയോജ്യനായ നടൻ. അങ്ങനെ ഗൗരവപ്രകൃതരായ കഥാപാത്രങ്ങൾക്കുവേണ്ടി സത്യനെയും കോമളപ്രകൃതരായ കഥാപാത്രങ്ങൾക്കായി നസീറിനെയുമാണ് മലയാള സിനിമ ഉപയോഗിച്ചുപോന്നത്. ഇടക്കാലത്ത് ജയൻ-സുകുമാരൻ ദ്വന്ദ്വം ഈ സ്ഥാനത്തുണ്ടായിരുന്നു. ഇതേ സ്ഥാനത്താണ് പിന്നീട് മമ്മൂട്ടിയും മോഹൻലാലും അവരോധിക്കപ്പെട്ടത്. ഗൗരവപ്രകൃതിയുള്ള കഥാപാത്രങ്ങളിലൂടെയാണ് മമ്മൂട്ടി താരപദവി നേടിയത്. സരസപ്രകൃതന്മാരായ നായകന്മാരിലൂടെ മോഹൻലാലും താരപദവിയിലെ

ത്തി. വഴക്കം കുറഞ്ഞ ശരീരപ്രകൃതിയുള്ള മമ്മൂട്ടിക്ക് നൃത്തം ചെയ്യാനോ ഹാസ്യരംഗങ്ങൾ വൈദഗ്ദ്ധ്യത്തോടെ അവതരിപ്പിക്കാനോ കഴിയാറില്ല. അതുകൊണ്ട് അദ്ദേഹം ധീരോദാത്തനായി നിവർന്നുനിന്നു. ഇതുരണ്ടും അനായാസേന സാധിക്കുന്ന നടനാണ് മോഹൻലാൽ. അതുകൊണ്ട് ധീരലളിതന്റെ പരിവേഷം അദ്ദേഹത്തിനും ചാർത്തിക്കിട്ടി. ധീരോദ്ധതന്റെപോലും വേഷങ്ങൾ തന്മയത്വത്തോടെ അവതരിപ്പിക്കാൻ മോഹൻലാലിനു കഴിയുമെങ്കിലും അദ്ദേഹത്തിന്റെ സ്വീകാര്യത അതിന്റെ പരകോടിയിലെത്തുന്നത് ധീരലളിതരായ കഥാപാത്രങ്ങളെ അവതരിപ്പിക്കുമ്പോഴാണ്. സത്യൻ അന്തിക്കാടിന്റെയും പ്രിയദർശന്റെയും ഒട്ടേറെ സിനിമകൾ അത് തെളിയിക്കുന്നുണ്ട്. മമ്മൂട്ടിയും മോഹൻലാലും വാസ്തവത്തിൽ പ്രാചീനമായ ഒരു ഇരട്ടനായസങ്കല്പത്തിന്റെ ആധുനികമായ രണ്ട് പ്രതിരൂപങ്ങൾ മാത്രമാണ് എന്ന് ഈ സന്ദർഭങ്ങൾ തെളിയിക്കുന്നുണ്ട്.

യുങ്ങിന്റെ മനശ്ശാസ്ത്രസിദ്ധാന്തങ്ങളെ പിൻപറ്റി, എങ്ങനെയാണ് ഒരു വീരനായകൻ ജന്മമെടുക്കുന്നത് എന്ന് ഡോ. എം. ലീലാവതി 'വീരനായകൻ' എന്ന ലേഖനത്തിൽ വിശദീകരിക്കുന്നുണ്ട്. പ്രതിബന്ധങ്ങളെ തരണം ചെയ്ത് പ്രതിയോഗിയെ പരാജയപ്പെടുത്തി നിധി സ്വന്തമാക്കുന്നതിലൂടെയാണ് ഒരു വീരനായകന്റെ പ്രതിഷ്ഠാപനം സംഭവിക്കുന്നത്. ലോകത്തെങ്ങുമുള്ള നാടോടിക്കഥകളിലും പുരാവൃത്തങ്ങളിലും ഇതിഹാസകൃതികളിലുമെല്ലാം വീരനായകൻ ജന്മമെടുക്കപ്പെടുന്നത് ഈ രീതിയിലാണ്. പ്രതിയോഗി രാക്ഷസനോ ഭൂതമോ മനുഷ്യനോ ആരുമാവാം. അയാളെ തോല്പിക്കാനുള്ള യാത്രയ്ക്കിടയിൽ സമുദ്രം, ഗുഹ, പർവ്വതം, കാട് തുടങ്ങിയ പ്രതിബന്ധങ്ങളെ മറികടക്കേണ്ടതുണ്ട്. ഇങ്ങനെ പ്രതിബന്ധങ്ങൾ മറികടന്ന് പ്രതിയോഗിയെ കീഴടക്കി അയാൾ നിധി സ്വന്തമാക്കുന്നു. ആ നിധി സ്വർണ്ണമാകാം വിശിഷ്ടവസ്തുവാകാം സ്ത്രീയാകാം. ഈ ഘടനയാണ് രാമായണത്തിലെ കഥാവസ്തുവിനുള്ളത്. വീരനായകന്മാരെ അവതരിപ്പിക്കുന്ന ആധുനിക സിനിമകളുടെ കഥാവസ്തുവിന്റെ സ്വഭാവവും ഈ രീതിയിൽതന്നെയായിരിക്കും.

ഭാരതീയ നാട്യശാസ്ത്രങ്ങളിൽ പരിചയപ്പെടുത്തപ്പെടാത്ത ഒരുതരം നായകത്വം ആധുനികമായ കഥാസാഹിത്യത്തിലും സിനിമ

യിലും മറ്റും ധാരാളമായി പ്രത്യക്ഷപ്പെട്ടുകാണാം. ആ നായകൻ ഒരു അധീരനായകാണ്. പ്രതിബന്ധങ്ങളെ നേരിടാൻ കെല്പില്ലാതെ പലായനം ചെയ്യുന്നവനും പരാജിതനാവാൻ വിധിക്കപ്പെട്ടവനും പ്രണയലോലുപനും ദുഃഖിതനുമായ നായകനാണ് അയാൾ. വിജയിക്കാൻ കഴിയില്ലെന്ന ഒരു മുൻധാരണകൊണ്ട് ഒരു പോരാട്ടത്തിനും തയ്യാറാകാതെ കീഴടങ്ങുന്ന ഈ നായകനെ പത്തൊമ്പതാം നൂറ്റാണ്ടിലെ യൂറോപ്യൻ കാല്പനിക കാവ്യങ്ങളിൽ നാം കണ്ടിട്ടുണ്ട്. സാമൂഹികവും ഗാർഹികവുമായ അധികാരശക്തികൾക്ക് വിധേയരായി നിൽക്കാൻ വിധിക്കപ്പെട്ട വ്യക്തികളുടെ രൂപത്തിൽ ഇന്ത്യൻ സാഹിത്യകൃതികളിലും ഈ നായകൻ പ്രത്യക്ഷപ്പെട്ടിട്ടുണ്ട്. മലയാളത്തെ സംബന്ധിച്ചിടത്തോളം മരുമക്കത്തായവ്യവസ്ഥയുടെ ബലിയാടുകൾ എന്ന നിലയിൽ ഈ സ്വഭാവമുള്ള ചില കഥാപാത്രങ്ങൾ സ്വാഭാവികമായിത്തന്നെ രൂപംകൊണ്ടിട്ടുണ്ട്. ബംഗാളി സാഹിത്യത്തിലും സിനിമയിലുമാണ് ഈ പാവത്താൻ നായകനെ നമ്മൾ കൂടുതലും കണ്ടിട്ടുള്ളത്. ദേവദാസ് എന്ന നോവലിലെ ദേവദാസ് എന്ന കഥാപാത്രം ഇതിന്റെ ഒരു മാതൃകാരൂപമാണ്. മലയാളത്തിൽ മദനൻ (കുമാരനാശാന്റെ ലീല), രമണൻ (രമണൻ-ചങ്ങമ്പുഴ), ശേഖരൻ (യവനിക), പരീക്കുട്ടി (ചെമ്മീൻ), ദാസൻ (മയ്യഴിപ്പുഴയുടെ തീരങ്ങളിൽ), കുഞ്ഞാലി (സ്മാരകശിലകൾ), ഉണ്ണിനമ്പൂതിരി (അഗ്നിസാക്ഷി) തുടങ്ങി പല രൂപങ്ങളിൽ ഈ നായകൻ പ്രത്യക്ഷപ്പെട്ടിട്ടുണ്ട്.

ഇത്തരം കഥാപാത്രങ്ങൾക്ക് ഇന്ത്യൻ സാഹിത്യത്തിലും സിനിമയിലും നിസ്സാരമല്ലാത്ത സ്വീകാര്യതയുണ്ട്. ഇത്തരം കഥാപാത്രങ്ങളെ അവതരിപ്പിക്കാൻ കഴിയുന്ന ചില നടന്മാരെ ഓരോ ഭാഷാപ്രവിശ്യയും നിലനിർത്തുകയും ചെയ്തിട്ടുണ്ട്. ആ നിലയിൽ താരപദവി നേടിയ നടന്മാരും ഇന്ത്യയിലുണ്ട്. ഹിന്ദിസിനിമയിലെ ആദ്യത്തെ സൂപ്പർ താരമായി അറിയപ്പെടുന്ന കുന്ദൻലാൽ സൈഗാൾ താരപദവി നേടിയത് ഇത്തരം കഥാപാത്രങ്ങളിലൂടെയാണ്. 1936-ൽ ദേവദാസ് ആദ്യമായി സിനിമയാക്കിയപ്പോൾ അതിൽ ദേവദാസ് എന്ന അധീരനായകനെ അവതരിപ്പിച്ചത് സൈഗാൾ ആയിരുന്നു. പിന്നീടും സൈഗാൾ അവതരിപ്പിച്ച കഥാപാത്രങ്ങളുടെ പ്രകൃതവും സ്വഭാവവും ഇതുതന്നെയായിരുന്നു. ആധുനിക ഹിന്ദിസിനിമയിലെ അമോൽ പലേക്കർ എന്ന നടൻ

ഈ ഗണത്തിൽപെടുന്ന ഒരു നടനാണ്. ശിവാജിയും എം.ജി.ആറും താരപദവി ആഘോഷിച്ചുനടന്ന കാലത്ത് ജെമിനി ഗണേശൻ തമിഴിലെ മൂന്നാമത്തെ താരമായി സ്ഥാനം നേടിയത് ഇത്തരം കഥാപാത്രങ്ങളിലൂടെയാണ്. മലയാളത്തിൽ ഇത്തരം കഥാപാത്രങ്ങൾക്കായി ഒരുക്കിവെച്ച നടനാണ് മധു. ദുർബ്ബലനായ കാല്പനിക നായകനെ ആവശ്യമായി വന്നപ്പോൾ മലയാളസിനിമയ്ക്കു സ്വീകാര്യനായിരുന്നത് മധു ആയിരുന്നു. ഒരു പരിധിവരെ ഇത്തരം കഥാപാത്രങ്ങൾക്ക് അനുയോജ്യനായ നടനായിരുന്നു പ്രേംനസീറും. രമണൻ സിനിമയാക്കിയപ്പോൾ ആ കഥാപാത്രത്തെ അവതരിപ്പിക്കാനുള്ള നിയോഗമുണ്ടായത് പ്രേംനസീറിനാണ്. രവികുമാർ, ജോസ്, രാഘവൻ, വേണുനാഗവള്ളി തുടങ്ങിയ നടന്മാരുടെ മലയാളസിനിമയിലെ പങ്കാളിത്തം പലപ്പോഴും ഇത്തരം കഥാപാത്രങ്ങളിലൂടെയായിരുന്നു.

ഒരു താരം ഉണ്ടായിത്തീരുന്നത് നടന്റെ വ്യക്തിപരമായ മികവുകൾകൊണ്ടുമാത്രമല്ല, ഒരു ജനതയുടെ ഇച്ഛകൾകൊണ്ടുകൂടിയാണ്. ഒരു ജനത ഉള്ളിൽ പേറുന്ന നായകസങ്കല്പങ്ങളിൽനിന്നാണ് അഥവാ ഒരു സമൂഹത്തിന്റെ അബോധമനസ്സിൽനിന്നാണ് ഒരു താരം ഉയർന്നുവരുന്നതും നിലനിൽക്കുന്നതും. ഓരോ ജനതയുടെയും ഉള്ളിൽ പ്രവർത്തിക്കുന്ന അളവുകൾക്കനുസരിച്ചേ ആ നാട്ടിലെ താരങ്ങൾ ഉയർന്നുവരൂ. അങ്ങനെ ഒരു ജനത അവർ ആഗ്രഹിക്കുന്ന രീതിയിൽ താരങ്ങളെ നിർമ്മിച്ചെടുക്കുകയാണ് ചെയ്യുന്നത്. രജനീകാന്തും കമലഹാസനും മമ്മൂട്ടിയും മോഹൻലാലും മറ്റും അതിനുള്ള നിമിത്തങ്ങൾ മാത്രമേ ആകുന്നുള്ളൂ.

(2016)

വെളുത്ത ടാർസനും കറുത്ത മനുഷ്യരും

എഡ്ഗാർ റൈസ് ബറോസ് എന്ന വിഖ്യാതനായ അമേരിക്കൻ എഴുത്തുകാരൻ 1912ൽ സൃഷ്ടിച്ച കഥാപാത്രമാണ് ടാർസൻ. കഴിഞ്ഞ ഒരു നൂറ്റാണ്ടിലേറെക്കാലമായി ലോകസാഹിത്യത്തിലെയും ലോകസിനിമയിലെയും ഏറ്റവും ജനപ്രിയരായ കഥാപാത്രങ്ങളിലൊന്നായി ടാർസൻ നിലനിന്നുപോരികയാണ്. ലോകത്തിലെ വിവിധ നാടുകളിൽ സാഹിത്യത്തിലും സിനിമയിലും മറ്റു പല രൂപങ്ങളിലുമായി ടാർസൻ പ്രത്യക്ഷപ്പെട്ടിട്ടുണ്ട്. അതിലൂടെ ലോകജനതയുടെ ബോധാബോധതലങ്ങളിൽ ആ കഥാപാത്രം സൃഷ്ടിച്ച സാംസ്കാരിക സ്വാധീനം അളക്കാനാവാത്തവിധം വിപുലവും അഗാധവും ആണ്. പ്രത്യക്ഷത്തിൽ ഒരു അധിനായകന്റെ വീരസാഹസികകഥകൾ വിവരിക്കുന്ന, വിനോദതാല്പര്യം മുന്നിട്ടുനിൽക്കുന്ന രചനയാണ് ടാർസൻ. ആ നിലയിലാവാം ടാർസൻ കൃതികൾ ലോകമെമ്പാടും വായിക്കപ്പെട്ടിട്ടുള്ളതും. എന്നാൽ എഡ്ഗാർ റൈസ് ബറോസ് സൃഷ്ടിച്ച കേവലം ഒരു വിനോദകഥാപാത്രം മാത്രമാണോ ടാർസൻ? അല്ല എന്നാണ് ഉത്തരം. ഈ കഥാപാത്രം സൃഷ്ടിക്കപ്പെട്ട കാലഘട്ടം, കഥയുടെ പശ്ചാത്തലം, കഥാപാത്രത്തിന്റെ ജനിതകഗുണം, അയാളുടെ സവിശേഷമായ മികവുകളും സിദ്ധികളും ഇവയെല്ലാം ആ കഥാപാത്രനിർമ്മിതിയുടെ ഗൂഢരാഷ്ട്രീയം വെളിപ്പെടുത്തുന്നുണ്ട്. വിനോദമൂല്യത്തിന്റെ ചുമലിൽ കയറിയിരുന്നുകൊണ്ട് ചില രാഷ്ട്രീയ സാംസ്കാരിക ദൗത്യങ്ങളാണ് ടാർസൻ നിർവഹിച്ചുകൊണ്ടിരുന്നത്. ചരിത്രത്തിൽ ടാർസൻ നിലനിന്നതും ഇടപെട്ടതും അത്രയൊന്നും നിഷ്കളങ്കമായിട്ടല്ല എന്ന് ഇന്ന് നമ്മൾ മനസ്സിലാക്കുന്നുണ്ട്. വെള്ളക്കാരന്റെ സർവ്വാധിപത്യം ലോകത്തിനു മുന്നിൽ സ്ഥാപിച്ചെടുക്കാനുള്ള, ആ നിലയിലുള്ള ഒരു സന്ദേശം ലോകമെങ്ങും എത്തിക്കാനുള്ള,

ബോധപൂർവ്വമായ സാംസ്കാരികോദ്യമം എന്ന നിലയിലാണ് ടാർസന്റെ നിർമ്മിതിയെ ഇന്ന് തിരിച്ചറിയാനാവുന്നത്.

ആധുനിക സാഹിത്യത്തിലെ വനനായകന്മാരിൽ ആദ്യത്തെ സൂപ്പർസ്റ്റാർ ഇംഗ്ലീഷ് എഴുത്തുകാരനായ റുഡ്യാർഡ് കിപ്ലിംഗ് (1865–1936) സൃഷ്ടിച്ച മൗഗ്ലി ആണ്. ഇന്ത്യയിൽ വളർന്ന കിപ്ലിംഗ് ഇന്ത്യയുടെ ഗ്രാമീണ സാംസ്കാരിക സാഹചര്യത്തിൽ നിന്നു കൊണ്ട് സൃഷ്ടിച്ച വനജീവിതകഥയായിരുന്നു ജംഗിൾബുക്ക്. വന ത്തിൽ നഷ്ടപ്പെട്ട കുട്ടിയെ ചെന്നായ്ക്കൾ വളർത്തുന്നതും കാടിന്റെ ഹൃദയമറിഞ്ഞ് ആ കുട്ടി വളരുന്നതും പിന്നീട് അവൻ കാട്ടിലെ ഹീറോ ആയി മാറുന്നതും ആണ് ജംഗിൾബുക്കിന്റെ പ്രധാന ഇതി വൃത്തം. 1894ലാണ് കിപ്ലിങ് മൗഗ്ലിയെ സൃഷ്ടിക്കുന്നത്. ഇന്ത്യൻ പശ്ചാത്തലത്തിൽ രാഷ്ട്രീയലക്ഷ്യത്തേക്കാൾ വിനോദലക്ഷ്യം മുൻനിർത്തി രചിക്കപ്പെട്ട ഒരു നോവലായിരുന്നു അത്. മൗഗ്ലിയുടെ സ്വാധീനം കൊണ്ടാണ് എഡ്ഗാർ റൈസ് ബറോസ് ടാർസനെ സൃഷ്ടിച്ചതെങ്കിലും മൗഗ്ലിയിൽ നിന്ന് വ്യത്യസ്തമായ രാഷ്ട്രീയ വംശീയ താല്പര്യങ്ങൾ അതിന് പിന്നിൽ ഉണ്ടായിരുന്നു എന്ന് കാണാം. മൗഗ്ലിയെ ചെന്നായ്ക്കൾ ആണ് വളർത്തിയത് എങ്കിൽ ടാർസനെ വളർത്തിയത് മംഗാനി എന്ന കുരങ്ങുവർഗ്ഗമാണ്. ഇതി നപ്പുറം വലിയ സാദൃശ്യമൊന്നും മൗഗ്ലിയുടെയും ടാർസന്റെയും വനജീവിതത്തിനില്ല. പ്രത്യയശാസ്ത്രപരമായ താല്പര്യങ്ങളാണ് ടാർസന്റെ നിർമ്മിതിയിൽ പ്രവർത്തിക്കുന്നത് എന്നതാണ് മൗഗ്ലി യിൽ നിന്ന് ടാർസനുള്ള പ്രധാന വ്യത്യാസം.

1912ൽ ഒരു മാഗസിനിൽ പ്രസിദ്ധീകരിച്ച 'ടാർസൻ ദ ഏപ്മാൻ' എന്ന നോവൽ രണ്ടു വർഷത്തിനുശേഷം ഗ്രന്ഥരൂപ ത്തിൽ പ്രസിദ്ധീകരിക്കപ്പെട്ടു. ആദ്യത്തെ ഗ്രന്ഥത്തിന് ലഭിച്ച സ്വീകാ ര്യത ടാർസൻ നായകനായ കൃതികളുടെ ഒരു പ്രവാഹത്തിനുതന്നെ വഴിവച്ചു. റിട്ടേൺസ് ഓഫ് ദ ടാർസൻ (1913), ദ ബീസ്റ്റ്സ് ഓഫ് ടാർസൻ (1914), ദ സൺ ഓഫ് ടാർസൻ (1914), ടാർസൻ ആന്റ് ദ ജവൽസ് ഓഫ് ഒപാർ (1916), ടാർസൻ ദ ടെറിബിൾ (1921), ടാർസൻ ദ ലോഡ് ഓഫ് ജംഗിൾ (1928) തുടങ്ങി എഴുപതോളം കൃതികൾ ഈ ഗണത്തിൽ ബറോസ് രചിക്കുകയുണ്ടായി. അങ്ങനെ ജനപ്രിയ സാഹിത്യത്തിന്റെ ഒരു പര്യായപദമായി ടാർസൻ ലോകമെങ്ങും സ്ഥാനം നേടി. സാഹസികനായ ഈ വനനായകൻ എല്ലാ വിഭാഗ

comics.ha.com

ത്തിലും പെട്ട വായനക്കാരെ ആകർഷിച്ചുകൊണ്ടാണ് പ്രചാരം നേടിയത്. ആ ആകർഷണത്തിന്റെ വിശാലമായ മറ്റൊരവസ്ഥയാണ് പിന്നീട് സിനിമകളിൽ നമ്മൾ കാണുന്നത്.

ടാർസൻ കൃതികളുടെ വിനോദമൂല്യവും ജനപ്രിയതയും ആ കൃതിയെയും ടാർസൻ എന്ന വനനായകനെയും അതിവേഗം സിനിമയിലും എത്തിച്ചു. 1918ലാണ് ടാർസൻ ആദ്യമായി ചലച്ചിത്രരൂപത്തിൽ പ്രത്യക്ഷപ്പെടുന്നത്. 'ടാർസൻ ദ ഏപ്പ് മാൻ' എന്ന നോവലിലെ അടിസ്ഥാനമാക്കി നിർമ്മിച്ച ചിത്രത്തിൽ ടാർസനായി എൽമോ ലിങ്കണും ജയിൻ ആയി എനിഡ് മാർക്കേയും അഭിനയിച്ചു. നിശബ്ദ സിനിമയുടെ കാലത്തുതന്നെ അഡ്വഞ്ചേഴ്സ് ഓഫ് ടാർസൻ (1921), ദ റിവഞ്ച് ഓഫ് ടാർസൻ (1920), ദ സൺ ഓഫ് ടാർസൻ (1921) എന്നീ സിനിമകളും തയ്യാറാക്കപ്പെട്ടിരുന്നു. ശബ്ദ സിനിമയുടെ വരവോടെ ടാർസൻ സിനിമകൾ പുതിയ ആകർഷണങ്ങളോടെ പുനരാവിഷ്കരിക്കപ്പെട്ടു. 1924, 28 വർഷങ്ങളിൽ ഒളിമ്പിക് നീന്തൽ ചാമ്പ്യനായിരുന്ന ജോണി വീസ് മുള്ളറെ ടാർസൻ ആക്കിക്കൊണ്ട് 1932ൽ ഡബ്ല്യൂ. എസ്. വാൻഡൈക് സംവിധാനം ചെയ്ത സിനിമ ആഗോളതലത്തിൽ തന്നെ വലിയ തരംഗം സൃഷ്ടിച്ചു. തുടർന്ന് 1948 വരെയുള്ള കാലയളവിൽ വീസ് മുള്ളറെ നായ

കനാക്കിക്കൊണ്ട് 12 സിനിമകൾ പുറത്തുവരികയുണ്ടായി. ഇവയെല്ലാം തന്നെ വലിയ ബോക്സ് ഓഫീസ് ഹിറ്റുകൾ സൃഷ്ടിക്കുകയും ലോകമാസകലമുള്ള പ്രേക്ഷകരുടെ ഹരമായി മാറുകയും ചെയ്തു. ടാർസനിലൂടെ ലക്ഷ്യം വെച്ച രാഷ്ട്രീയ സാംസ്കാരിക താല്പര്യങ്ങൾ ഏറ്റവും വിജയകരമായി നടപ്പിലാക്കപ്പെട്ടത് ഈ കാലയളവിലാണെന്ന് പറയാം.

ടാർസൻ പ്രതിനിധാനം ചെയ്യുന്ന പ്രത്യയശാസ്ത്രതാല്പര്യങ്ങൾ ആഗോളതലത്തിൽ പ്രചരിപ്പിക്കുന്നതിലും ഉറപ്പിച്ചെടുക്കുന്നതിലും നോവലിനെക്കാൾ വിജയിച്ചത് സിനിമകളാണ്. ദൃശ്യഭാഷയും സവിശേഷമായ ചിഹ്നങ്ങളും വഴി സിനിമ ടാർസനെ ഒരു ആദർശപുരുഷനാക്കി വികസിപ്പിച്ചെടുക്കുകതന്നെ ചെയ്തു. 1918നും 2016നും ഇടയിൽ 91 ടാർസൻ സിനിമകൾ ഉണ്ടായിട്ടുണ്ടെന്നാണ് കണക്ക്. സാഹിത്യം, സിനിമ എന്നീ രൂപങ്ങളിൽ മാത്രമല്ല റേഡിയോ പ്രോഗ്രാം, ടെലിവിഷൻ പരമ്പര, അനിമേഷൻ, കമ്പ്യൂട്ടർ ഗെയിം എന്നീ നിലകളിലും ടാർസൻ ലോകമെമ്പാടുമുള്ള ആളുകളെ ആകർഷിച്ചുപോന്നിട്ടുണ്ട്. 1929ലാണ് കോമിക് സ്ട്രിപ്പ് രൂപത്തിൽ ടാർസൻ പ്രത്യക്ഷപ്പെടുന്നത്. 1932-36 കാലഘട്ടത്തിൽ റേഡിയോ പ്രോഗ്രാം എന്ന നിലയിലും അമ്പതുകളിൽ ടെലിവിഷൻ സീരിയൽ എന്ന നിലയിലും ടാർസൻ പുതിയ ആസ്വാദനമേഖലകൾ സൃഷ്ടിച്ചു. 1999ൽ ഡിസ്നി കമ്പനി ടാർസനെ കേന്ദ്രീകരിച്ച് തയ്യാറാക്കിയ കമ്പ്യൂട്ടർ ഗെയിം കോടിക്കണക്കായ കുട്ടികളുടെ ഹരമായി മാറുകയുണ്ടായി. ഇങ്ങനെ പല രൂപങ്ങളിൽ ടാർസന്റെ പ്രഭാവം ഇന്നും ലോകമെങ്ങും നിലനിന്നുപോരികയാണ്.

വിനോദമൂല്യമുള്ള സാഹസികനായകൻ എന്ന നിലയിലാണ് ഈ സ്വീകാര്യത ടാർസന് ലഭിച്ചതെങ്കിലും അതിനിടയിലൂടെ അതിന്റെ സ്രഷ്ടക്കൾ ഒളിച്ചുകടത്തിയത് വെള്ളക്കാരന്റെ വംശീയ താല്പര്യങ്ങളാണ്. ടാർസന്റെ രൂപീകരണവും ആഫ്രിക്കയിലെ ടാർസന്റെ പ്രകടനങ്ങളും ഇത് തെളിയിക്കുന്നുണ്ട്. അമേരിക്കക്കാരൻ-വെളുത്തവൻ എന്നിങ്ങനെ ദേശീയ വംശീയ സ്വഭാവമുള്ള എഡ്ഗാർ റൈസ് ബറോസിന്റെ ദേശീയ വംശീയ ബോധങ്ങൾ മറനീക്കി പുറത്തുവരുന്ന ഒട്ടേറെ സന്ദർഭങ്ങൾ ടാർസൻ കൃതികളിൽ ഉണ്ട്. 'ടാർസൻ ദ ലോഡ് ഓഫ് ജംഗിൾ' എന്ന നോവലിൽ കാൽ തട്ടി താഴെ വീണ നീഗ്രോ തൊഴിലാളിയെ സ്ട്രിൻ ബോൾ

m.facebook.com

എഡ്ഗാർ റൈസ് ബറോസ്

എന്ന അമേരിക്കക്കാരൻ 'വൃത്തികെട്ട പന്നി' എന്ന് വിളിക്കുകയും 'മണ്ടന്മാരായ നീഗ്രോകൾ' എന്ന് ആഫ്രിക്കൻ നീഗ്രോകളെ വിശേഷിപ്പിക്കുകയും ചെയ്യുന്നുണ്ട്. ഇതുപോലെ വംശീയാധിക്ഷേപം നിറഞ്ഞ നിരവധി സന്ദർഭങ്ങൾ ടാർസൻ കൃതികളിൽ നമുക്ക് വായിക്കാനാവും. കെർചക് എന്ന ഗോത്രത്തലവനെ കൊന്നാണ് ടാർസൻ കാടിന്റെ രാജാവാകുന്നത് എന്ന കാര്യം പ്രത്യേകം ശ്രദ്ധിക്കേണ്ടതാണ്. ബറോസിന്റെ ഈ കാഴ്ചപ്പാടുകൾ മറ്റൊരു രീതിയിൽ അവതരിപ്പിക്കുകയാണ് ടാർസൻ സിനിമകൾ ചെയ്തത്. വെള്ളക്കാരനായ ഒരു അധിനായകനെ കറുത്തവരുടെ ലോകത്തെ രാജാവാക്കി വാഴിച്ചുകൊണ്ട് വെള്ളക്കാരന്റെ സുപ്രീമസിയെ ആവർത്തിച്ചുറപ്പിക്കുകയാണ് ടാർസൻ സിനിമകൾ ചെയ്തുകൊണ്ടിരുന്നത്. കറുത്ത വർഗ്ഗക്കാരോടു മാത്രമല്ല, അറബുകളോടും എന്തിന്, ഇന്ത്യക്കാരോടുതന്നെയും ബറോസിനുണ്ടായിരുന്ന വംശീയവിരോധം സാഹിത്യകൃതികളിലും സിനിമകളിലും ധാരാളമായി കടന്നുവരുന്നുണ്ട്.

ബറോസ് രൂപം നൽകിയ ടാർസൻ എന്ന കഥാപാത്രത്തിന്റെ വംശീയഘടന ആദ്യം പരിശോധിക്കാം. ബ്രിട്ടീഷ് പ്രഭുകുടുംബാംഗവും സൈനികനും ആയ ജോൺ ക്ലെയ്റ്റൻ (ലോഡ് ഗ്രേസ്റ്റോക്) പുതിയ നിയമനവുമായി 1888ൽ ആഫ്രിക്കയുടെ പടിഞ്ഞാറേ തീരത്തുള്ള ബ്രിട്ടീഷ് കോളനിയിൽ എത്തിച്ചേരുന്നു. ഒപ്പം ഭാര്യ ലേഡി ആലീസും ഉണ്ട്. അവിടെ വച്ചാണ് ടാർസൻ ജനിക്കുന്നത്. ലേഡി ആലീസ് മരണപ്പെടുകയും ക്ലെയ്റ്റൻ വാനരഗോത്രനേതാവായ കെർച്ചക്കിന്റെ കൈയാൽ കൊല്ലപ്പെടുകയും ചെയ്യുന്നു. അനാഥനായിത്തീർന്ന ശിശുവിനെ മംഗാനി എന്ന വാനരവർഗ്ഗമാണ് തുടർന്ന് വളർത്തുന്നത്. കാട്ടിൽ വളർന്നുവന്ന ടാർസൻ യൗവനത്തിൽ കാട്ടിൽവച്ച് ജെയിൻ എന്ന അമേരിക്കൻ വനിതയെ കണ്ടുമുട്ടുന്നു. ആനകളുടെ ശ്മശാനം കണ്ടെത്തുക, ആനക്കൊമ്പ് ശേഖരിക്കുക എന്നീ ലക്ഷ്യങ്ങളുമായി എത്തിയ ജെയിംസ് പാർക്കർ എന്ന സഞ്ചാരിയുടെ മകളാണ് ജെയിൻ. ജെയിനെ സ്വന്തമാക്കുന്ന

ടാർസന്റെ കഥയാണ് ആദ്യ ടാർസൻ നോവലിന്റെ വിഷയം. പിന്നീട് കാട്ടുജീവിതം വിട്ട് ഇംഗ്ലണ്ടിൽ താമസമാരംഭിച്ച ടാർസൻ നഗരജീവിതം മടുത്ത് കുറച്ചുകാലത്തിനുശേഷം കാട്ടിലേക്കുതന്നെ മടങ്ങുന്നു. തുടർന്ന് കാട്ടിൽ ജീവിച്ചുകൊണ്ട് ടാർസൻ നടത്തുന്ന സാഹസികതകളാണ് തുടർന്നുണ്ടായിട്ടുള്ള ടാർസൻകഥകളുടെയെല്ലാം ഉള്ളടക്കം.

ബ്രിട്ടീഷ് പ്രഭുത്വത്തിന്റെ ഒരു മാതൃകാരൂപമായാണ് ബറോസ് ടാർസനെ സൃഷ്ടിച്ചിട്ടുള്ളത്. കാട്ടിലാണ് വളർന്നതെങ്കിലും അല്പം പോലും കാടനല്ല അയാൾ. പിതാവായ ലോഡ് ഗ്രേസ്റ്റോക്കിന്റെ രൂപഘടന ബറോസ് അവതരിപ്പിച്ചിരിക്കുന്നത് ഇങ്ങനെയാണ്. "സാമാന്യത്തിൽ കവിഞ്ഞ ഉയരം. ചാരനിറമുള്ള കണ്ണുകൾ. അദ്ദേഹത്തിന്റെ ശരീരഘടന കൃത്യതയുള്ളതും കരുത്തുറ്റതും ആയിരുന്നു. വർഷങ്ങളോളം ഉള്ള സൈനികപരിശീലനം കൊണ്ട് സിദ്ധിച്ച മികച്ച ആരോഗ്യവും അദ്ദേഹത്തിനുണ്ടായിരുന്നു" (ടാർസൻ ദ ഏപ്മാൻ) ഈ വിവരണം വാസ്തവത്തിൽ ലോഡ് ഗ്രേസ്റ്റോക്കിന്റെ യോഗ്യതയായല്ല, ടാർസന്റെ വിത്തുഗുണം ആയാണ് നോവലിൽ സംഗതമാവുന്നത്. ബ്രിട്ടീഷ് പ്രഭുത്വത്തിന്റെ, 'വെള്ളരക്ത'ത്തിന്റെ കറപുരളാത്ത പ്രതിനിധിയാണ് അല്ലെങ്കിൽ മാതൃകാരൂപമാണ് ടാർസൻ. വർണ്ണസങ്കരംകൊണ്ട് ടാർസന്റെ ഈ ജനിതകശുദ്ധി നഷ്ടപ്പെടരുതെന്ന് ബറോസിന് നിർബന്ധമുണ്ടായിരുന്നു. അതുകൊണ്ട് അദ്ദേഹം ടാർസന് ഒരു ഇണയെ കണ്ടെത്തുന്നത് വനാന്തരത്തിൽ നിന്നല്ല, യൂറോപ്യൻ പാരമ്പര്യമുള്ള പ്രഭുകുടുംബത്തിൽ നിന്നുതന്നെയാണ്. ഏതെങ്കിലുമൊരു കാട്ടുവാസിനിയെ വിവാഹം കഴിച്ച് ടാർസന്റെ സവർണ്ണതയ്ക്ക് ഇടിവ് വരുത്താതിരിക്കാനുള്ള ജാഗ്രത ഇവിടെ ബറോസിന് ഉണ്ട്. വാനരന്മാർ ടാർസനെ വളർത്തുന്നതായി സങ്കല്പിക്കപ്പെടുന്നതിന്റെ താല്പര്യവും ഈ വർണ്ണസങ്കരം ഒഴിവാക്കുക എന്നതായിരുന്നു. ഏതെങ്കിലും മനുഷ്യഗോത്രമാണ് വളർത്തിയിരുന്നതെങ്കിൽ അവരോട് ടാർസന് വിധേയത്വം ഉണ്ടാകുമെന്നും അവരുടെ ശീലങ്ങൾ ടാർസന്റെ പ്രഭുത്വത്തെ മലിനമാക്കുമെന്നും ആ ഗോത്രത്തിൽ നിന്നും ഒരു ഇണയെ സ്വീകരിക്കാൻ ടാർസൻ നിർബന്ധിതനാകുമായിരുന്നുവെന്നും നോവലിസ്റ്റ് ഭാവനയിൽ കണ്ടിരുന്നിരിക്കണം.

gettyimages.com.au

വാനരകുലത്തിന്റെ സംരക്ഷണത്തിലേക്ക് വിട്ടുകൊടുക്കുക വഴി അത്തരം അരുതായ്മകളിൽ നിന്ന് ടാർസനെ അകറ്റിനിർത്തുകയാണ് ബറോസ് ചെയ്തത്. യഥാർത്ഥത്തിൽ കാട്ടിലെ വാനര വർഗ്ഗങ്ങളെക്കുറിച്ചുള്ള (മംഗാനി, ഗോമംഗാനി തുടങ്ങിയവ) വിവരണങ്ങൾ തദ്ദേശീയരായ ഏതെല്ലാമോ ഗോത്രവിഭാഗങ്ങളെയാണ് ലക്ഷ്യം വയ്ക്കുന്നതെന്ന് തോന്നിപ്പിക്കുന്നു. എന്നാൽ അവരെ മനുഷ്യഗണത്തിൽ കൂട്ടാൻ ബറോസ് തയ്യാറാവുന്നില്ല.

പ്രഭുപാരമ്പര്യമനുസരിച്ച് ടാർസന്റെ പേര് ജോൺ ക്ലെയ്റ്റൻ രണ്ടാമൻ എന്നാണ്. പിതാവായ ലോഡ് ഗ്രേസ്റ്റോക്ക് ആണ് ജോൺ ക്ലെയ്റ്റൻ ഒന്നാമൻ. ഈ പാരമ്പര്യത്തിന് അനുയോജ്യമായ കാസ്റ്റിംഗ് ആണ് ടാർസൻ സിനിമകളിലുടനീളം നമ്മൾ കാണുന്നത്. ഒളിമ്പിക്സ് നീന്തൽ ചാമ്പ്യനായിരുന്ന ജോണി വീസ് മുള്ളറെ കൂടാതെ മൂന്ന് ഒളിമ്പിക് കായികതാരങ്ങൾ കൂടി ടാർസൻ വേഷമണിഞ്ഞിട്ടുണ്ട്. ജോക്ക് മഹോണി, മൈക്ക് ഹെൻട്രി, ഗോർഡൻ സ്കോട് തുടങ്ങി ടാർസന്റെ വേഷത്തിൽ വന്ന നടന്മാരെല്ലാം തന്നെ അമേരിക്കൻ മാനദണ്ഡം അനുസരിച്ചുള്ള പുരുഷശരീരത്തിന്റെ മാതൃകാരൂപങ്ങൾ തന്നെ ആയിരുന്നു. കൊടുംവനത്തി

ലാണ് ജീവിതമെങ്കിലും പരിഷ്കൃതനാഗരികന്റെ ശരീരനിർമിതി ടാർസൻ നിലനിർത്തിപ്പോരുന്നുണ്ട്. വെട്ടിയൊതുക്കിയ തലമുടി, ക്ലീൻ ഷേവ് മുഖം, ജിംനേഷ്യത്തിൽ പരിശീലിച്ചു രൂപപ്പെടുത്തിയതുപോലുള്ള ബോഡി, ടൂത്ത് പേസ്റ്റിന്റെ പരസ്യത്തിന് അനുയോജ്യമായ പല്ലുകൾ, നിവർന്ന് നടപ്പ്, ഒരു ബ്രിട്ടീഷ് പ്രഭുവിന് ഉണ്ടായിരിക്കേണ്ട ശാരീരിക യോഗ്യതകളെല്ലാം ടാർസന്റെ സിനിമാരൂപങ്ങൾക്കുണ്ട്. യൗവനം വരെ കാനനത്തിലാണ് ജീവിച്ചതെങ്കിലും ജയിനിനെ പരിചയപ്പെട്ടതിനുശേഷം ആരെയും അസൂയപ്പെടുത്തുന്ന ഭാഷാവൈദഗ്ദ്ധ്യമാണ് ടാർസൻ നേടുന്നത്. ഫ്രഞ്ച്, ഇംഗ്ലീഷ്, ഡച്ച്, ജർമൻ, ഗ്രീക്ക്, ലാറ്റിൻ, സ്വാഹിലി, ബാണ്ടു, മായൻ തുടങ്ങി അനേകം ഭാഷകൾ വശപ്പെടുത്തിയ ടാർസന് പുതുഭാഷകൾ പഠിക്കാൻ സവിശേഷസിദ്ധി തന്നെയുണ്ട്. രൂപത്തിൽ മാത്രമല്ല ഭാവത്തിലും പ്രായോഗികബുദ്ധിയിലും അറിവിലുമൊക്കെ ലോകോത്തരനായ ഒരു വെള്ളക്കാരൻ മാതൃകയാണ് ടാർസൻ എന്ന് ചുരുക്കത്തിൽ പറയാം.

നിരവധി നോവലുകളിലൂടെയും അവയെ അവലംബിച്ച് നിർമ്മിച്ച സിനിമകളിലൂടെയും ടാർസൻ ലോകത്തിന് മുന്നിൽ വെച്ചത് ലോകം ഭരിക്കാൻ പിറന്നവൻ വെള്ളക്കാരൻ തന്നെയാണെന്ന സന്ദേശമാണ്; അഥവാ വെള്ളക്കാരന്റെ പ്രത്യയശാസ്ത്രമാണ്. കറുത്തവന് എത്തിച്ചേരാൻ കഴിയാത്ത ഔന്നത്യം ടാർസന് ചാർത്തിക്കൊടുത്തുകൊണ്ട്, വനരാജാവായി ടാർസനെ അവരോധിച്ചുകൊണ്ട്, ആഫ്രിക്കയുടെ രാജപദവി വെള്ളക്കാരന് അവകാശപ്പെട്ടതാണെന്ന് പ്രഖ്യാപിക്കുകയാണ് ടാർസൻ രചനകൾ ചെയ്തുകൊണ്ടിരുന്നത്. തദ്ദേശീയരായ നീഗ്രോകളെക്കാളും വടക്കുകിഴക്കൻ രാജ്യങ്ങളിലെ അറബികളെക്കാളും യോഗ്യന്മാർ വെള്ളക്കാർ തന്നെയാണെന്ന വിശ്വാസം ഏത് ടാർസൻ സിനിമയുടെ നിർമ്മിതിയിലും പ്രവർത്തിക്കുന്നുണ്ട്. കൊളോണിയൽ ഭരണത്തിന്റെ പിടി അയഞ്ഞുകൊണ്ടിരുന്ന ഒരു കാലഘട്ടത്തിൽ ആ അധികാരശക്തികളെ ആദർശവത്കരിക്കാനും അതിനെതിരെ ഉയരുന്ന പ്രതിഷേധങ്ങളെ ദുർബലപ്പെടുത്താനുമുള്ള ഒരു ഗൂഢതാല്പര്യം ഈ ടാർസൻ കൃതികളുടെ നിർമ്മിതികൾക്ക് പിന്നിൽ പ്രവർത്തിച്ചതായി കാണാം.

അമേരിക്കക്കാരനായ എഡ്ഗാർ റൈസ് ബറോസ് ഒരു ബ്രിട്ടീഷ്

പ്രഭുവിന്റെ മകനെ ആഫ്രിക്കയിൽ എത്തിച്ച് ആഫ്രിക്കൻ വനാന്തര ങ്ങളുടെ രാജാവാക്കി മാറ്റിയതിന്റെ രാഷ്ട്രീയ താൽപ്പര്യങ്ങൾ വ്യക്ത മാകണമെങ്കിൽ രണ്ട് വിഷയങ്ങൾ കൂടി പരിശോധിക്കേണ്ടതുണ്ട്. ഒന്ന് ആഫ്രിക്കയിലെ കോളനിവൽക്കരണവും അതിനെതിരെ ഇരു പതാം നൂറ്റാണ്ടിന്റെ ആദ്യഘട്ടത്തിൽ ഉയർന്നുതുടങ്ങിയ സ്വാതന്ത്ര്യ സമരങ്ങളും. രണ്ട് അമേരിക്കയിലെ ആഫ്രോ അമേരിക്കൻ ജനത ആർജ്ജിച്ചുകൊണ്ടിരുന്ന സ്വത്വബോധവും അവരുടെ അതിജീവന ശ്രമങ്ങളും പൊതുമണ്ഡലത്തിൽ പ്രവേശിക്കുന്നതിനുവേണ്ടിയുള്ള അവരുടെ യത്നങ്ങളും വെള്ളക്കാരിൽ നിന്ന് നേരിടേണ്ടിവന്ന എതിർപ്പുകളും മറ്റും. ഈ രണ്ടു വിഷയങ്ങൾ ചർച്ച ചെയ്തുകൊണ്ട ല്ലാതെ ടാർസനും ഫാന്റവും ആഫ്രിക്കയിൽ നിർവ്വഹിച്ചുകൊണ്ടി രുന്ന രാഷ്ട്രീയദൗത്യങ്ങൾ വ്യക്തമാക്കാനാവുകയില്ല.

യൂറോപ്യൻ അധിനിവേശത്തിന്റെയും കോളനിവത്കരണ ത്തിന്റെയും കെടുതികൾ ഏറ്റവും കൂടുതൽ അനുഭവിക്കേണ്ടിവന്ന ഭൂഖണ്ഡമാണ് ആഫ്രിക്ക. ആഫ്രിക്കയെ ഇരുണ്ട ഭൂഖണ്ഡം എന്ന് മുദ്രകുത്തിയതുതന്നെ യൂറോപ്പിനെ കേന്ദ്രീകരിച്ചുള്ള കാഴ്ചയുടെ ഫലമായിരുന്നു. യഥാർത്ഥത്തിൽ യൂറോപ്പിനെക്കാൾ പുരാതന മായ ചരിത്രവും സാംസ്കാരിക പാരമ്പര്യവുമുള്ള നാടുകളാണ് ആഫ്രിക്കൻ രാജ്യങ്ങൾ. പല ആഫ്രിക്കൻ നാടുകളും സഹസ്രാബ്ദങ്ങൾക്കു മുമ്പേ തന്നെ വിദേശനാടുകളുമായി കച്ചവടബന്ധങ്ങളിൽ ഏർപ്പെട്ടിരുന്നു. എന്നാൽ ലോകം കീഴടക്കാൻ ഇറങ്ങിയ യൂറോപ്യൻ അധിനിവേശശക്തികൾ കരുതിയത്, അല്ലെങ്കിൽ അവകാശപ്പെട്ടത്, തങ്ങളുടെ കണ്ടുപിടിത്തമാണ് ആഫ്രിക്ക എന്നാണ്. പതിനഞ്ചാം നൂറ്റാണ്ടിൽ യൂറോപ്യൻ ശക്തികൾ കട

ന്നുവരുന്നതോടെയാണ് ആഫ്രിക്കൻ ചരിത്രത്തിലെ ദുരിതപർവ്വം ആരംഭിക്കുന്നത്. ആദ്യം പോർട്ടുഗീസുകാരും പിന്നീട് ഫ്രഞ്ച്, ജർമൻ, ബെൽജിയം, ബ്രിട്ടൻ, സ്പെയിൻ തുടങ്ങിയ യൂറോപ്യൻ ശക്തികളും ആഫ്രിക്ക സ്വന്തമാക്കാനുള്ള പടയോട്ടങ്ങളിൽ ഏർപ്പെട്ടു. ആഫ്രിക്കൻ ജനതയെ കൂട്ടത്തോടെ പിടിച്ചെടുത്ത് അടിമകളാക്കി വിദേശമാർക്കറ്റുകളിൽ വിൽക്കുന്നത് ഒരു കാലത്ത് അധിനിവേശശക്തികളുടെ വലിയ ധനാഗമമാർഗമായിരുന്നു. പതിനഞ്ചാം നൂറ്റാണ്ടിൽ ആഫ്രിക്കയിൽ എത്തിയ യൂറോപ്പുകാർ ചുരുങ്ങിയ കാലം കൊണ്ട് രണ്ട് കോടി ആഫ്രിക്കക്കാരെയാണ് അടിമകളാക്കി ആഫ്രിക്കൻ ഭൂഖണ്ഡത്തിന് പുറത്തുകടത്തിയത്. തദ്ദേശീയരിൽ നിന്നല്ല, ഇതര കൊളോണിയൽ ശക്തികളിൽ നിന്നുമാണ് ഇക്കാലത്ത് ഓരോ യൂറോപ്യൻ രാജ്യത്തിനും എതിർപ്പ് നേരിടേണ്ടിവന്നത്. ഇങ്ങനെ പരസ്പരമുള്ള കലഹങ്ങൾ ഒഴിവാക്കാൻ വേണ്ടി 1884-85 കാലത്ത് യൂറോപ്യൻ രാജ്യങ്ങൾ ആഫ്രിക്കയെ മൊത്തത്തിൽ വീതംവച്ച് എടുക്കുകയായിരുന്നു. അന്നത്തെ കരാറനുസരിച്ച് ബെൽജിയം രാജാവ് ലിയോ പോൾഡിന് സ്വന്തമായ കോംഗോയിൽ 1885-1908 കാലത്ത് ഒരു കോടി കറുത്ത വർഗക്കാരാണ് അയാളുടെ പീഡനങ്ങൾക്കും ചൂഷണത്തിനും ഇരകളായി കൊല്ലപ്പെട്ടത്.

വെള്ളക്കാരന്റെ നിഷ്ഠുരമായ ഭരണം കറുത്ത വർഗ്ഗക്കാരെ മനുഷ്യരായിപ്പോലും പരിഗണിച്ചിരുന്നില്ല. അതുകൊണ്ടുതന്നെ വെള്ളക്കാർക്ക് നേരെയുള്ള എതിർപ്പുകളും സ്വാതന്ത്ര്യോദ്യമങ്ങളും അവയുടെ ആരംഭത്തിൽ തന്നെ തുടച്ചുനീക്കപ്പെട്ടുകൊണ്ടിരുന്നു. എങ്കിലും പത്തൊമ്പതാം നൂറ്റാണ്ടിന്റെ അവസാനഘട്ടത്തിലും ഇരുപതാം നൂറ്റാണ്ടിന്റെ പ്രാരംഭഘട്ടത്തിലുമായി ആഫ്രിക്കയിലെ പല നാടുകളിലും സ്വാതന്ത്ര്യത്തിനുവേണ്ടിയുള്ള ഒറ്റപ്പെട്ട ശ്രമങ്ങൾ അരങ്ങേറുകയുണ്ടായി. ദക്ഷിണാഫ്രിക്ക, ഘാന, ടാൻസാനിയ തുടങ്ങിയ രാജ്യങ്ങളിൽ 1920-നുമുമ്പുതന്നെ സ്വാതന്ത്ര്യത്തിനുവേണ്ടിയുള്ള ഗോത്രകലാപങ്ങൾ ഉണ്ടായിട്ടുണ്ട്. മുപ്പതുകളിലും നാല്പതുകളിലും എത്തുമ്പോൾ ആഫ്രിക്കയിലെ മിക്ക കോളനിരാജ്യങ്ങളിലും രാഷ്ട്രീയമായ ഉണർവ്വുകൾ പ്രത്യക്ഷമാവുന്നു. അമ്പതുകളിലും അറുപതുകളിലുമായി മിക്ക ആഫ്രിക്കൻ രാജ്യങ്ങളും കൊളോണിയൽ ശക്തികളിൽ നിന്ന് സ്വാതന്ത്ര്യം നേടുകയും ചെയ്യു

ന്നു. ഇങ്ങനെ നോക്കിയാൽ പതിനഞ്ചാം നൂറ്റാണ്ടുമുതൽ ഇരുപതാം നൂറ്റാണ്ടുവരെയും കൊളോണിയൽ ശക്തികൾ തമ്മിലുള്ള അധികാരമത്സരങ്ങളുടെ വേദിയായിരുന്നു ആഫ്രിക്ക എന്ന് കാണാം. ആ മത്സരത്തിന് വില നല്കേണ്ടിവന്നതാകട്ടെ, നിസ്സഹായരായ ആഫ്രിക്കൻ ജനതയും. അങ്ങനെ തദ്ദേശീയരായ കറുത്ത വർഗ്ഗക്കാരെ കരുക്കളാക്കിക്കൊണ്ട് യൂറോപ്യൻ ശക്തികൾ നടത്തിയ മത്സരക്കളികളാണ് ഈ കാലയളവിലെ ആഫ്രിക്കയുടെ രാഷ്ട്രീയ ചരിത്രം.

കൊളോണിയൽ ശക്തികൾക്കെതിരെ ഉയർത്തെഴുന്നേൽക്കാൻ ആഫ്രിക്കയിലെ കറുത്ത വർഗ്ഗത്തിന്റെ മനസ്സ് സജ്ജമായിക്കൊണ്ടിരുന്ന ഒരു കാലഘട്ടത്തിലാണ് വെള്ളക്കാരന്റെ അധീശപ്രത്യയശാസ്ത്രങ്ങളുടെ മുഴുവൻ പ്രതിനിധിയായി ടാർസൻ ബറോസിന്റെ കൈകളിലൂടെ അവതരിക്കുന്നത്. ടാർസൻ പ്രത്യക്ഷത്തിൽ ഒരു വ്യക്തിയുടെ മാത്രം സൃഷ്ടിയാവാം. എന്നാൽ ആ വ്യക്തി ഒരു കാലഘട്ടത്തിന്റെ മുഴുവൻ വരേണ്യവംശീയബോധത്തിന്റെയും പ്രാതിനിധ്യം ഏറ്റെടുത്തുകൊണ്ടാണ് ടാർസനെ സൃഷ്ടിച്ചിട്ടുള്ളത്. വെള്ളക്കാരന്റെ പൊതുബോധം തന്നെയാണ് ബറോസിലൂടെ പ്രവർത്തിച്ചത്. ആ പൊതുബോധമാണ് വെള്ളക്കാരന്റെ എല്ലാത്തരം ജനിതകഗുണങ്ങളുടെയും മാതൃകാരൂപമായ ടാർസനെ സൃഷ്ടിച്ചത്. ഇതേ പൊതുബോധത്തിന് തന്നെയാണ് ഫാന്റം ചിത്രകഥകളിലൂടെ ലീ ഫാക്കും രൂപം നൽകിയത്.

അമേരിക്കൻ എഴുത്തുകാരനും കോമിക് സ്ട്രിപ് രചയിതാവും ആയ ലീ ഫാക് 1936ലാണ് കിംഗ് ഫീച്ചേഴ്സ് സിൻഡിക്കേറ്റിനു വേണ്ടി ഫാന്റത്തെ സൃഷ്ടിച്ചത്. കാലഗണനകൊണ്ടു മാത്രമല്ല, പ്രൊഫഷൻ കൊണ്ടും ടാർസന്റെ അനുജനാവാൻ യോഗ്യതയുള്ള ഒരു കഥാപാത്രമാണ് ഫാന്റം. രണ്ടുപേരുടെയും പ്രവർത്തനപദ്ധതികൾക്കും ശൈലികൾക്കും തമ്മിൽ അതീവസാദൃശ്യമുണ്ട്. ഫാന്റത്തിന്റെ പ്രവർത്തനരംഗം ബംഗള എന്ന ആഫ്രിക്കൻ വനരാജ്യമാണ്. കൊടുംവനത്തിലെ തലയോട്ടിഗുഹയിൽ പാർത്തുകൊണ്ട് കടൽക്കൊള്ളക്കാരെയും വനത്തിന്റെ സമാധാനം കെടുത്തുന്ന പലതരം അക്രമികളെയും തറപറ്റിക്കുക എന്ന ദൗത്യമാണ് ഫാന്റത്തിന് ഉള്ളത്. ഈ ദൗത്യം ഏറ്റെടുക്കുന്നതിന് പിന്നിൽ നാലു നൂറ്റാണ്ട് പഴക്കമുള്ള ഒരു പുരാവൃത്തവും ഉണ്ട്. ഫാന്റം ഒരു വ്യക്തി മാത്ര

മല്ല, ഒരു പാരമ്പര്യവും ആണ്. 1536-ൽ കടൽക്കൊള്ളക്കാരാൽ കൊല ചെയ്യപ്പെട്ട ക്രിസ്റ്റഫർ വാക്കർ എന്ന ബ്രിട്ടീഷുകാരനായ സഞ്ചാരിയുടെ മകനാണ് ഫാന്റം. വനത്തിൽ ജീവിച്ചുകൊണ്ട് താനും തന്റെ പരമ്പരയും കടൽക്കൊള്ള അമർച്ച ചെയ്യുമെന്ന് ആദ്യഫാന്റം പ്രതിജ്ഞയെടുത്തിട്ടുണ്ട്. ആ പരമ്പരയിലെ ഇരുപത്തിയൊന്നാമനായ കിറ്റ് വാക്കർ ആണ് ഫാന്റം കഥകളിലെ കേന്ദ്ര കഥാപാത്രം. അമേരിക്കക്കാരിയായ ഡയാന പാർമർ ആണ് അയാളുടെ ഭാര്യ. അവരുടെ മക്കളായ കിറ്റ്, ഹെലോയിസ് എന്നിവർ അമേരിക്കയിൽത്തന്നെ ജീവിക്കുന്നു.

ബംഗളാ രാജ്യത്തിലെ ജംഗിൾ പട്രോളിന്റെ കമാൻഡർ ഇൻ ചീഫ് പദവിയാണ് ഫാന്റത്തിനുള്ളത്. ബന്ദാർ വംശത്തിൽപ്പെട്ട വനവാസിവർഗ്ഗത്തിന്റെ രക്ഷകനായാണ് ഫാന്റം മുഖ്യമായും പ്രവർത്തിക്കുന്നത്. പിഗ്മി ഗോത്രത്തിന്റെ മൂപ്പൻ ആയ ഒരാൾ ആണ് ഫാന്റത്തിന്റെ എക്കാലത്തെയും മികച്ച സുഹൃത്ത്. ഡെവിൾ എന്ന് പേരുള്ള ചെന്നായയും ഹീറോ എന്ന കുതിരയുമാണ് സാഹസിക സഞ്ചാരങ്ങളിൽ ഫാന്റത്തിന് കൂട്ട്.

വനത്തിലാണ് കിറ്റ്വാക്കർ ജനിച്ചതെങ്കിലും വളർന്നതും വിദ്യാഭ്യാസം നേടിയതും അമേരിക്കയിലാണ്. വിദ്യാഭ്യാസത്തോടൊപ്പം കായികവൈദഗ്ദ്ധ്യവും പാശ്ചാത്യദേശത്ത് നിന്ന് ആർജ്ജിച്ചതിനുശേഷമാണ് കിറ്റ് വാക്കർ ബാംഗ്ലായിൽ തിരിച്ചെത്തി വനവാസികളുടെ രക്ഷകദൗത്യം ഏറ്റെടുക്കുന്നത്. വിവാഹം കഴിക്കുന്നത് അമേരിക്കയിൽ നിന്ന്. മക്കളെ വളർത്തുന്നതും അവിടെത്തന്നെ. ഇങ്ങനെ അമേരിക്കയുടെയും യൂറോപ്പിന്റെയും കായിക സാംസ്കാരികബലങ്ങളുമായാണ് ഫാന്റം ആഫ്രിക്കൻ വനരാജ്യത്തിന്റെ മുടിചൂടാമന്നനായി വിരാജിക്കുന്നത്. ടാർസന്റെ കാര്യത്തിലെന്നപോലെ ഇവിടെയും പ്രവർത്തിക്കുന്നത് വെള്ളക്കാരന്റെ അധിനിവേശപ്രത്യയശാസ്ത്രം തന്നെയാണ്.

ആഫ്രിക്കൻ വംശങ്ങളുടെ രക്ഷകരായല്ല, ശിക്ഷകരും പീഡകരും ആയാണ് ചരിത്രത്തിൽ യൂറോപ്യൻ വെള്ളക്കാരുടെ സ്ഥാനം. മനുഷ്യത്വരഹിതമായ ആ കൊളോണിയൽ അധിനിവേശത്തിന്റെ രക്തക്കറകൾ മായ്ച്ചുകളഞ്ഞ് ആ വെള്ളക്കാരെ വിശുദ്ധീകരിച്ചെടുക്കുക എന്നതാണ് ഫാന്റത്തിന്റെ സൃഷ്ടിക്ക് പിന്നിലുള്ള രാഷ്ട്രീയതന്ത്രം. 1936ലാണ് ഫാന്റത്തിന്റെ സൃഷ്ടി നടക്കു

ന്നത്. ഫാന്റം പരമ്പരയുടെ തുടക്കമാകട്ടെ 1536–ഉം. അഥവാ കൃത്യം 400 വർഷം മുമ്പ്. കൊളോണിയൽ അധിനിവേശം അതിന്റെ ചതികളും ക്രൂരതകളും മറയില്ലാതെ പ്രകടമാക്കാൻ തുടങ്ങുന്ന കാലഘട്ടമാണ് പതിനാറാം നൂറ്റാണ്ട്. ആ കാലത്താണ് കറുത്തവന്റെ രക്ഷകനായി ഫാന്റം പ്രതിഷ്ഠിക്കപ്പെടുന്നത്. കൊളോണിയൽ അധിനിവേശത്തിന്റെ ഭാഗമായുള്ള ആഗോള സഞ്ചാരത്തിന്റെ പ്രതിനിധിയാണ് ആദ്യത്തെ ഫാന്റം. ചരിത്രത്തിലെ ഏറ്റവും വലിയ ആഗോള പര്യവേക്ഷകനായ ക്രിസ്റ്റഫർ കൊളംബസിന്റെ പേരക്കുട്ടിയായ മാരബെല്ലയാണ് രണ്ടാമത്തെ ഫാന്റത്തിന്റെ ഭാര്യ എന്നത് കേവലം കൗതുകകരം മാത്രമായ സങ്കല്പമല്ല. ഇതെല്ലാം ചേർത്തുവച്ചു വായിക്കുമ്പോൾ വ്യക്തമാകുന്നത് കോളോണിയൽ അധിനിവേശശക്തികളുടെ പ്രതിനിധിയോ പ്രതീകമോ ആണ് ഫാന്റം എന്നാണ്. എന്നാൽ കറുത്തവരുടെ രക്ഷകന്റെ റോളിലാണ് ലീഫാക് ഫാന്റത്തെ അവതരിപ്പിക്കുന്നത്. പീഡകന്റെ റോളിൽ നിന്ന് വെള്ളക്കാരനെ മോചിപ്പിച്ച് വിശുദ്ധീകരിക്കുന്ന ഒരു തന്ത്രമാണ് അവരുടെ പ്രതിനിധിയായ ലീഫാക്ക് ഇവിടെ നിർവ്വഹിക്കുന്നത്.

കറുത്തവന്റെ രക്ഷകനായി ഒരു വെള്ളക്കാരനെ, അതും ഒരു ബ്രിട്ടീഷുകാരനെ അവരോധിക്കുന്നതിലും അയാളെ ഡയാന പാൽമർ വഴി അമേരിക്കൻ രക്തവുമായി കണ്ണി ചേർക്കുന്നതിലും മറ്റും വെള്ളക്കാരന്റെ ചില ഹിഡൻ അജണ്ടകൾ പ്രവർത്തിക്കുന്നുണ്ട്. ഇരുപതാം നൂറ്റാണ്ടിന്റെ പൂർവാർദ്ധം ആവുമ്പോഴേക്കും യൂറോപ്യൻ കോളനികളായ രാജ്യങ്ങളിൽ സ്വാതന്ത്ര്യത്തിന് വേണ്ടിയുള്ള പോരാട്ടങ്ങൾ സജീവമാകുന്നുണ്ട്. നൂറ്റാണ്ടുകൾക്കു മുമ്പ് ആഫ്രിക്കയിൽ നിന്ന് അടിമകളായി കടത്തിക്കൊണ്ടുവന്ന കറുത്ത വർഗ്ഗക്കാരുടെ പുതിയ തലമുറകൾ യൂറോപ്യൻ രാജ്യങ്ങളിലും അമേരിക്കയിലും വ്യക്തിത്വമുള്ള പൗരന്മാരായി ഉയർന്നുവരാൻ തുടങ്ങുകയും കായികരംഗത്ത് കറുത്ത വർഗ്ഗക്കാർ വലിയ മുന്നേറ്റങ്ങൾ നടത്തുകയും ചെയ്ത ഘട്ടത്തിൽ കറുത്ത വർഗ്ഗക്കാരുടെ സംരക്ഷകരായി രംഗത്തു വരേണ്ടത് വെള്ളക്കാരുടെ ഒരു പൊതു ആവശ്യമായി മാറി. വെള്ളക്കാർ കറുത്തവരുടെ പ്രതിയോഗികളല്ല, സംരക്ഷകരാണ് എന്ന ഒരു ഇമേജ് പൊതുജനങ്ങൾക്കിടയിൽ വളർത്തിയെടുക്കേണ്ടതായി വന്നു. ഈ ലക്ഷ്യം നേടിയെടുക്കാ

നുള്ള ഉപാധികൾ ആയിരുന്നു ടാർസനും ഫാന്റവും. 'ലോഡ് ഓഫ് ദി ജംഗിൾ' എന്നാണ് ടാർസന് നൽകപ്പെട്ട വിശേഷണമെങ്കിൽ 'ഗാർഡിയൻ ഓഫ് ദി ഈസ്റ്റ് ഡാർക്ക്' എന്നാണ് ഫാന്റത്തിന് നൽകപ്പെട്ട വിശേഷണം. ആഫ്രിക്കാ ഭൂഖണ്ഡത്തിന്റെ സംരക്ഷകരായി വെള്ളക്കാരെ വാഴിക്കുന്നു എന്നർത്ഥം. നോവലുകളിലൂടെയും സിനിമകളിലൂടെയുമാണ് ടാർസൻ ലോകമെങ്ങും എത്തിച്ചേർന്നതെങ്കിൽ ഫാന്റമാകട്ടെ, അച്ചടിമാധ്യമങ്ങളിലൂടെ- മുഖ്യമായും പത്രങ്ങളിലെ കോമിക് സ്ട്രിപ്പുകളിലൂടെയാണ് ലോകമെങ്ങുമുള്ള വീടുകളിൽ എത്തിച്ചേർന്നത്.

ഒരുകാലത്ത് ലോകത്തെ ഒട്ടേറെ രാജ്യങ്ങളിലെ പത്രങ്ങളിലും വാരികകളിലും സ്ഥിരം വിഭവം ആയിരുന്നു ഫാന്റം. 1966-ലെ കണക്കനുസരിച്ച് ലോകമെമ്പാടുമായി 583 ന്യൂസ് പേപ്പറുകളിലാണ് ഫാന്റം അച്ചടിച്ചുവന്നുകൊണ്ടിരുന്നത്. ദിനംപ്രതി 10 കോടി ആളുകൾ ഫാന്റം വായിച്ചിരുന്നു എന്നാണ് കണക്ക്. ഒരു സാഹസികനായകനെന്ന നിലയിൽ പ്രായഭേദമില്ലാതെ ഫാന്റം ലോകമെങ്ങും വായിക്കപ്പെട്ടു. അതിലടങ്ങിയ വംശീയതകളെ വിസ്മരിച്ചുകൊണ്ട് ലോകമെങ്ങുമുള്ള ആസ്വാദകർ ഫാന്റത്തിന്റെ സാഹസിക പ്രവൃത്തികൾ കണ്ടു കൈയ്യടിച്ചു. ഈ വമ്പിച്ച പ്രചാരവും സ്വീകാര്യതയും ഫാന്റം എന്ന വെളുത്തവനായ രക്ഷകബിംബത്തിന് ലോകത്തെങ്ങുമുള്ള മനുഷ്യരുടെ ഉപബോധമനസ്സുകളിൽ ആഴത്തിലുള്ള സ്ഥാനം നേടിക്കൊടുത്തിട്ടുണ്ട്. ഒരു കഥാപാത്രം എന്നതിനപ്പുറം കറുത്തവന്റെ സംരക്ഷകബിംബമെന്ന നിലയിൽ ഫാന്റം അങ്ങനെ പല നാടുകളിലും സ്ഥാനം നേടി. വെള്ളക്കാരന്റെ നേർക്ക് ശക്തിപ്പെട്ടുകൊണ്ടിരുന്ന, ശക്തിപ്പെടാമായിരുന്ന കറുത്തവന്റെ വിദ്വേഷത്തെ വലിയൊരളവിൽ ലഘൂകരിക്കാൻ അതിലൂടെയും സാധിച്ചിട്ടുണ്ട്. അങ്ങനെ പ്രത്യയശാസ്ത്രപരമായ ഒരു ഇടപെടലാണ് ചരിത്രത്തിൽ ഫാന്റം നടത്തിക്കൊണ്ടിരുന്നത് എന്ന് ഇന്ന് നമുക്ക് മനസ്സിലാക്കാൻ കഴിയും.

ടാർസനും ഫാന്റവും നിർവഹിച്ചുകൊണ്ടിരുന്നത് ഒരേ ദൗത്യം തന്നെയാണ്. രണ്ടിന്റെയും സ്രഷ്ടാക്കൾ അമേരിക്കക്കാരുമാണ്. അതിനാൽ ഈ കഥാപാത്രങ്ങൾ രൂപപ്പെട്ട അമേരിക്കൻ ചരിത്രസാഹചര്യങ്ങൾ പരിശോധനാവിധേയമാക്കേണ്ടതുണ്ട്. ആഭ്യന്തരയുദ്ധത്തെത്തുടർന്ന് 1865-ൽത്തന്നെ എബ്രഹാം ലിങ്കന്റെ നേതൃ

ത്വത്തിൽ അമേരിക്കയിൽ അടിമത്തസമ്പ്രദായം നിർത്തലാക്കപ്പെട്ടിരുന്നെങ്കിലും കറുത്ത വർഗ്ഗക്കാരോടുള്ള വിവേചനം പൊതുവെ വെള്ളക്കാരിൽ പ്രബലമായി നിലനിന്നുപോരികയായിരുന്നു. അടിമസമ്പ്രദായത്തിൽ നിന്നുള്ള സ്വാതന്ത്ര്യം നൽകിയ ചില അവകാശങ്ങളുടെ ബലത്തിൽ ഇരുപതാം നൂറ്റാണ്ടിലെത്തുമ്പോഴേക്കും അമേരിക്കയിലെ കറുത്ത വർഗ്ഗക്കാർക്കിടയിൽ വലിയ തോതിലുള്ള ആത്മബോധം വളർന്നുവരുന്നുണ്ട്. അമേരിക്കയിലെ പൊതുജീവിതത്തിൽ കറുത്ത വർഗ്ഗക്കാർ ആർജ്ജിച്ചുകൊണ്ടിരുന്ന ഈ പുതിയ ആത്മബോധത്തെ നേരിടുക എന്ന രഹസ്യ താല്പര്യം കൂടി ടാർസന്റെയും ഫാന്റത്തിന്റെയും രൂപീകരണത്തിൽ പ്രവർത്തിച്ചിട്ടുണ്ട് എന്ന് ചരിത്രപരമായി നോക്കിയാൽ കാണാവുന്നതാണ്.

ആഫ്രിക്കയിൽനിന്ന് അടിമകളാക്കി പിടിച്ചുകൊണ്ടുവന്നവരോ പിന്നീട് അടിമച്ചന്തയിൽ നിന്ന് വാങ്ങപ്പെട്ടവരോ ആണ് അമേരിക്കയിലെ കറുത്ത വർഗ്ഗക്കാരുടെ പൂർവികർ. ഇന്നത്തെ കറുത്ത വർഗ്ഗക്കാരുടെ ഉള്ളിലും ഒഴുകുന്നത് ആ പൂർവ്വികരുടെ രക്തമാണ്. അവരിൽ സ്പന്ദിക്കുന്നത് ആഫ്രിക്കയുടെ കരുത്തും മനസ്സുമാണ്. അമേരിക്കയിൽ ആയിരിക്കുമ്പോഴും അവരുടെ ജനിതകമായ വേരുകൾ ആഫ്രിക്കയിലാണ്. ഈ തിരിച്ചറിവാണ് പുതിയൊരു ആത്മബോധമായി വികസിക്കുന്നത്. ഇരുപതാം നൂറ്റാണ്ടിന്റെ ആരംഭത്തിൽ ആഫ്രിക്കയിലേക്ക് മടങ്ങുക (Back to Africa) എന്നൊരു ആശയം കറുത്ത വർഗ്ഗക്കാർക്കിടയിൽ ഉയർന്നുവരികയുണ്ടായി. നീഗ്രോ സംഘടനയുടെ നേതാവും ആക്ടിവിസ്റ്റും ആയ മാർക്കസ് ഗാർവേ ആണ് ഈ ആശയത്തിന് നേതൃത്വം നൽകിയത്. അമേരിക്കയിലെ ആഫ്രിക്കക്കാർ സാംസ്കാരികമായും തത്ത്വചിന്താപരമായും മനശ്ശാസ്ത്രപരമായും ആഫ്രിക്കയിലേക്ക് മടങ്ങുക എന്നായിരുന്നു ഈ ആശയത്തിന്റെ താത്പര്യം. കറുത്തവർ സ്വത്വം തിരിച്ചുപിടിക്കുക എന്നർത്ഥം.

അമേരിക്കയിലെ ആഫ്രിക്കൻ വംശജരുടെ സ്വത്വബോധം എങ്ങനെയാണ് പ്രവർത്തനക്ഷമമായത് എന്ന് 'ദ വേ വി ഡു' എന്ന ലേഖനത്തിൽ ഗെയിൽ ജാക്സൺ വിശദമാക്കുന്നുണ്ട്. കറുത്ത വംശജർ തങ്ങളുടെ പൂർവ്വകാല ചരിത്രം മുഴുവൻ വാമൊഴി രൂപങ്ങളായി സംരക്ഷിക്കുകയും തലമുറകളിലേക്ക് കൈമാറുകയും

ചെയ്തുകൊണ്ടിരുന്നു. യാത്രകൾ, എതിർപ്പുകൾ, പീഡനങ്ങൾ ഒടുവിൽ കൈവന്ന സ്വാതന്ത്ര്യം ഇവയൊക്കെ വാമൊഴിക്കഥകളായി, നാടോടി ഗാനങ്ങളായി അവർ സൂക്ഷിച്ചുപോന്നു. അടിമത്തത്തിന്റെ പീഡനങ്ങളെ എങ്ങനെയാണ് അതിജീവിച്ചത് എന്ന് ഈ ഫോക്‌ലോറുകൾ കറുത്ത വംശജരെ ഓർമ്മപ്പെടുത്തുന്നു. ഇങ്ങനെ കറുത്തവർ സ്വത്വപരമായ പുതിയൊരു ശക്തി ആർജ്ജിച്ചുകൊണ്ടിരുന്ന രാഷ്ട്രീയ സാംസ്കാരികസന്ദർഭത്തിൽ വെളുത്തവന്റെ വരേണ്യബോധം കറുത്ത വർഗ്ഗത്തിനു നേർക്ക് സംശയാലുക്കൾ ആകുവാനും കർക്കശമായ ജാഗ്രത പുലർത്തുവാനും തുടങ്ങുന്നുണ്ട്. കറുത്തവരെ ബുദ്ധി കുറഞ്ഞവരോ പ്രാപ്തി കെട്ടവരോ ആയി സ്ഥാപിക്കാൻ വെള്ളക്കാർ ഈ ഘട്ടത്തിൽ സംഘടിതമായിത്തന്നെ ശ്രമിക്കുന്നു. അടിമത്തം അവസാനിച്ചുവെങ്കിലും അമേരിക്കയിലെ കറുത്ത വർഗ്ഗക്കാർ രാഷ്ട്രീയമായും സാമൂഹികമായും സാംസ്കാരികമായും ഒരുതരം അടിമാവസ്ഥയിൽത്തന്നെ തുടരേണ്ടിവന്നിട്ടുണ്ട്. വെള്ളക്കാരൻ നിർണയിക്കുന്ന യാഥാർത്ഥ്യത്തിൽ തന്നെയാണ് കറുത്തവർ ജീവിക്കുന്നത് എന്ന് ഈ അവസ്ഥയെ ലിന്റ ജയിംസ് മെയെഴ്സ് നിരീക്ഷിക്കുന്നു. കറുത്തവരെ സംബന്ധിച്ച പഠനങ്ങളുടെയും അറിവുകളുടെയും അധികാരികൾ വെള്ളക്കാർ തന്നെ ആയിരുന്നു. കറുത്തവരെ സംബന്ധിച്ച ധാരണകൾ രൂപീകരിക്കുന്നതും വിതരണം ചെയ്യുന്നതും അവർ തന്നെ. എത്ര സ്വതന്ത്രനായാലും എത്ര വളർന്നാലും കറുത്തവന് വെള്ളക്കാരന്റെ കീഴിൽ നിൽക്കാൻ മാത്രമേ കഴിയൂ എന്ന് സ്ഥാപിച്ചെടുക്കാൻ വെള്ളക്കാർ നിരന്തരം ശ്രമിച്ചുകൊണ്ടിരുന്നു. ഈ ശ്രമത്തിന്റെ സാഹിതീയവും ചലച്ചിത്രപരവുമായ മാധ്യമമായിരുന്നു ടാർസൻ രചനകൾ.

എഡിസന്റെ കിനറ്റോസ്കോപ്പ് ചിത്രങ്ങളിൽത്തന്നെ കറുത്ത വംശജർ പ്രത്യക്ഷപ്പെട്ടിട്ടുണ്ട്. The Pickaninnies Doing a Dance (1894), Negro Dancers (1895), Darkey Boy (1897), Chicken Thieves (1897) തുടങ്ങിയ ചിത്രങ്ങൾ ഉദാഹരണമായി കാണിക്കാം. വെള്ളക്കാർക്ക് കണ്ട് രസിക്കാനുള്ള കോമഡികളായിരുന്നു ഇവയെല്ലാം. കറുത്ത വംശജരാകട്ടെ കോമഡി കഥാപാത്രങ്ങളും. ഈ ചിത്രങ്ങളാണ് അമേരിക്കയിലെ കറുത്ത വംശജരുടെ ചലച്ചിത്രമാതൃകകളായി പിന്നീട് സ്ഥാനപ്പെട്ടത് എന്ന് ജിംപൈൻസ് എന്ന ചലച്ചിത്ര

പഠിതാവ് വിലയിരുത്തുന്നുണ്ട്. ഇത്തരത്തിലുള്ള അനേകം സിനിമകൾ 1925 മുമ്പായിത്തന്നെ അമേരിക്കയിൽ ഉണ്ടായിട്ടുണ്ട്. 1960കൾ വരെയും അമേരിക്കൻ സിനിമയിൽ വിലകെട്ട ജീവിതത്തിന്റെ (devalued life) പ്രതിനിധികളായാണ് കറുത്തവർ പ്രത്യക്ഷപ്പെട്ടിരുന്നത് എന്ന് 'ദ കുക്കിൾ ഓഫ് ബ്ലോക്ക് വയലൻസ് ആസ് സിനിമ' എന്ന ലേഖനത്തിൽ എഡ്ഗുവേരറോയും ചൂണ്ടിക്കാണിക്കുന്നു. മയക്കുമരുന്ന് കച്ചവടക്കാരും അക്രമികളും ആയാണ് കറുത്തവർ ഇക്കാലത്ത് സിനിമയിൽ കൂടുതലായും അവതരിപ്പിക്കപ്പെട്ടിട്ടുള്ളത്. അല്ലെങ്കിൽ വെള്ളക്കാരുടെ വിടുപണിക്കാരോ ചുമട്ടുകാരോ ഉപഭോഗവസ്തുക്കളോ ആയി. വെളുത്തവന്റെ സഹായം കൊണ്ടു മാത്രം പുലരേണ്ടവരും ഒന്നിനും കൊള്ളാത്തവരുമാണ് കറുത്തവർ എന്നു വരുത്തിത്തീർക്കാൻ വെള്ളക്കാർ നിരന്തരം ശ്രമിച്ചുകൊണ്ടിരുന്നതിന്റെ പ്രതിഫലനമായിരുന്നു ഈ സിനിമകൾ. കറുത്തവരോടുള്ള ഈ മനോഭാവം പ്രബലമായി നിലനിന്നിരുന്ന ഒരു കാലഘട്ടത്തിലെ അമേരിക്കയിലെ വെള്ളക്കാരന്റെ പൊതുബോധത്തിൽ നിന്നാണ് ടാർസൻ പിറവിയെടുക്കുന്നത്. കറുത്ത വർഗ്ഗക്കാരുടെ മൂലസ്ഥാനമായ ആഫ്രിക്കൻ വനത്തിന്റെ രാജാവായി വെള്ളക്കാരന്റെ ജനിതകഗുണങ്ങളുടെ ഒരു മാതൃകാരൂപത്തെ ബറോസ് അവതരിപ്പിച്ചത് വെറുതെയല്ല. ആഫ്രിക്കയിൽ പോലും കറുത്ത വർഗ്ഗക്കാർക്ക് സംരക്ഷണം കിട്ടാൻ ഒരു വെള്ളക്കാരന്റെ സഹായം വേണം. അപ്പോൾ പിന്നെ അമേരിക്കയിലെ കാര്യം പറയാനുണ്ടോ? ഇതാണ് ടാർസൻ നിർമ്മിതിയിലൂടെ ബറോസ് അമേരിക്കയിലെ കറുത്ത വർഗ്ഗത്തിന് നൽകിയ സന്ദേശം. ഇതിലൂടെ അമേരിക്കയിലെ കറുത്തവനുമേൽ വെള്ളക്കാരന്റെ മേൽക്കോയ്മ ഉറപ്പിച്ചെടുക്കുക എന്ന തന്ത്രമാണ് ബറോസ് ലക്ഷ്യമിടുന്നത്. ടാർസൻസിനിമകളിലൂടെ ഒരു കാലത്ത് അമേരിക്കക്ക് അകത്തും പുറത്തും വർഷങ്ങളോളം കൊണ്ടാടപ്പെട്ടത് ഈ മേൽക്കോയ്മയാണ്. അടിമകളായി പിടിക്കപ്പെട്ട കറുത്തവരെ രക്ഷപ്പെടുത്താൻ എത്തുന്ന രക്ഷകബിംബമായി ടാർസൻ ചില സിനിമകളിൽ അവതരിപ്പിക്കപ്പെടുന്നുണ്ട്.

ടാർസൻ സിനിമകളിലൂടെ ചിത്രീകരിക്കപ്പെട്ട കറുത്ത വർഗ്ഗക്കാർ കറുത്ത വർഗ്ഗത്തിന്റെ നിസ്സഹായാവസ്ഥകളെ കൂടുതൽ ബലപ്പെടുത്തുകയാണ് ചെയ്തത്. ലൈബീരിയയിൽ ജനിച്ചുവളർന്ന

പട്രിഷ്യ ഹില്ല്യാഡ് എന്ന എഴുത്തുകാരി ആഫ്രിക്കയിൽ വച്ചുള്ള തന്റെ സിനിമാക്കാഴ്ചകളെ അടിസ്ഥാനമാക്കി പറയുന്നത് കറുത്തവരെ മനുഷ്യരായി കാണുന്ന ഒരു സിനിമയും താൻ കണ്ടിട്ടില്ല എന്നാണ്. 'ടാർസൻ ദ ഏപ്പ് മാൻ' പോലുള്ള സിനിമകളിൽ ആഫ്രിക്കക്കാരെയും ആഫ്രിക്കൻ വംശജരെയും സംസ്കാരശൂന്യരും ബുദ്ധിശൂന്യരും അടിമകളുമായാണ് ചിത്രീകരിച്ചിട്ടുള്ളത് എന്നും അവർ നിരീക്ഷിക്കുന്നു. വൈറ്റ് സുപ്രീമസിയെ പിന്തുണയ്ക്കുന്ന ചിത്രങ്ങൾ എന്നാണ് അവർ ഈ സിനിമകളെ വിലയിരുത്തുന്നത്. ടാർസൻ സിനിമകൾ ആഫ്രിക്കൻ വംശജരോട് എന്താണ് ചെയ്തത് എന്ന് തെളിയിക്കുന്നു ഈ വാക്കുകൾ.

അമേരിക്കക്കാരും വെള്ളക്കാരും ആയ വീരനായകന്മാരെ സൃഷ്ടിക്കുന്നതിലൂടെയാണ് എഡ്ഗാർ റൈസ് ബറോസ് ഒരെഴുത്തുകാരൻ എന്ന ഖ്യാതി സമ്പാദിക്കുന്നത്. ടാർസനെ സൃഷ്ടിച്ച അതേ വർഷം തന്നെ (1912) ചൊവ്വാ ഗ്രഹത്തിൽ എത്തിയ ജോൺ കാർട്ടർ എന്ന അമേരിക്കൻ നായകനെയും ബറോസ് ഭാവന ചെയ്യുന്നുണ്ട് (ജോൺ കാർട്ടർ ഓഫ് മാർസ്). ടാർസൻ ആഫ്രിക്കയിൽ ചെയ്ത പണി തന്നെയാണ് ജോൺ കാർട്ടർ ചൊവ്വാഗ്രഹത്തിൽ ചെയ്യുന്നത്. ചൊവ്വാ ഗ്രഹത്തിലെ തദ്ദേശീയ ഗോത്രങ്ങളുടെ സംരക്ഷകനായാണ് ജോൺ കാർട്ടർ പ്രവർത്തിക്കുന്നത്. ബാർസൺ സീരീസ് എന്നറിയപ്പെടുന്ന ഒരു പരമ്പര ടാർസന് സമാന്തരമായി വളരെക്കാലം ബറോസ് എഴുതിക്കൊണ്ടിരുന്നു. അമേരിക്കൻ വെള്ളക്കാരന്റെ സുപ്രിമസി തന്നെയാണ് അതിലൂടെയും ബറോസ് പ്രഖ്യാപിച്ചുകൊണ്ടിരുന്നത്.

അമേരിക്കയിലെ മിനിയാപോളിസ് നഗരത്തിൽ ജോർജ് ഫ്ളോയ്ഡ് എന്ന കറുത്ത വംശജനായ ഒരു യുവാവിനെ ഡെറക് ഷോവിൻ എന്ന വെളുത്ത പോലീസ് ഓഫീസർ കാൽകൊണ്ട് കഴുത്തു ഞെരിച്ചു കൊന്നത് കഴിഞ്ഞ വർഷമാണ്. 2020 മെയ് 25ന്. മരണത്തിനു മുമ്പായി അയാൾ അവസാനമായി ഉരുവിട്ട വാക്കുകൾ 'എനിക്ക് ശ്വാസം മുട്ടുന്നു' എന്നാണ്. അത് വകവയ്ക്കാതെ ആ വെള്ളക്കാരൻ തന്റെ ബലിഷ്ഠമായ കാൽമുട്ടുകൾ കൊണ്ട് ജോർജ്ജ് ഫ്ളോയ്ഡ് എന്ന കറുത്ത വംശജന്റെ കഴുത്ത് ഞെരിച്ചമർത്തുകയായിരുന്നു. കറുത്തവന്റെ കഴുത്ത് ഞെരിക്കുന്ന ഡെറക് ഷോവിൻ എന്ന ആ വെള്ളക്കാരനുണ്ടല്ലോ, അയാളിൽ എഡ്ഗാർ

റൈസ് ബറോസ് എന്ന വിഖ്യാതനായ എഴുത്തുകാരനുണ്ട്. അയാൾ സൃഷ്ടിച്ച ടാർസൻ എന്ന കഥാപാത്രവുമുണ്ട്. വെളുത്ത രക്തത്തിന്റെ അഹങ്കാരമാണ് ബറോസിനെക്കൊണ്ട് ടാർസനും ജോൺ കാർട്ടറും എഴുതിച്ചതെങ്കിൽ ആ അഹങ്കാരത്തിന്റെ ഇന്നും തുടർന്നു പോരുന്ന ഒരു പ്രതിനിധിയാണ് ഡെറക്ക് ഷോവിൻ എന്ന ആ വെളുത്ത അമേരിക്കക്കാരൻ. കറുത്തവന്റെ ആ ശ്വാസംമുട്ടൽ നൂറ്റാണ്ടുകൾക്കുമുമ്പ് ആരംഭിച്ചതാണ്. ഇപ്പോഴും അത് തുടർന്നുപോരുന്നു.

കുറിപ്പുകൾ:

1. James Cowels Prichard, 1996, World Civilizations Races, Tribes and Cultures, Aryan Books International, New Delhi.
2. Patricia Hilliard-Nunn, 1998, Representing African American Women in Hollywood Movies, Afro Centric Vision: Studies in Culture and Communication (Ed. Janice D Hamlet), Sage Publication, London, P. 213.
3. Gale Jackson, 1998, The Way We Do, Afro Cetnric Visions, P. 142.
4. Linda James Myers, 1998, The structure of culture, Afro Cetnric Visions.
5. Jim Pines, 1997, The Black presence in American Cinema, The Oxford History of World Cinema (Ed. Geoffrey Nowell), Oxford, New York.
6. Ed Guerrero, 2010, The Spectacle of Black Violence as Cinema, Cinematic Sociology: Social Life in Film (Ed. Jean Anne Sutherland & Kathryn Feltey), Sage Publications Ltd, London.
7. Ptaricia Hilliard, 1998, Representing African Women in Hollywood Movies, P. 175.

(2021)

നീലക്കുയിലിന്റെ കൂട്:
അഭാവത്തിന്റെ രാഷ്ട്രീയം

സിനിമയിലെ ദളിത് പ്രതിനിധാനത്തെക്കുറിച്ചുള്ള ആലോചനകൾ പലപ്പോഴും സാഹിത്യത്തിലെ ദളിത് പ്രതിനിധാനത്തിന്റെ ഒരു തുടർച്ചയെന്ന നിലയിലാണ് ഉയർന്നു വരാറുള്ളത്. സാഹിത്യകൃതികളിലെ അനുകൽപ്പനങ്ങളിലാണ് ദളിത് ജീവിതാവിഷ്കാരങ്ങൾ കൂടുതലും നടന്നിട്ടുള്ളത് എന്ന നിലയ്ക്ക് ഇത് സ്വാഭാവികവുമാണ്. സാഹിത്യത്തിൽ തന്നെ ദളിത് പ്രതിനിധാനം തികച്ചും പരിമിതമോ അഭാവത്തോളമെത്തുന്ന അവഗണനയുടേതോ ആയിരിക്കെ വലിയ മുതൽമുടക്കും ഭൗതിക സൗകര്യങ്ങളും ജനകീയ പിന്തുണയും ആവശ്യമുള്ള സിനിമയിൽ ദളിത് ജീവിതത്തിന്റെ തമസ്കരണം കുറെക്കൂടി തീവ്രമായില്ലെങ്കിലേ അതിശയിക്കേണ്ടതുള്ളൂ. മലയാളത്തെ സംബന്ധിച്ചു മാത്രമല്ല, ഇന്ത്യയിലെവിടെയും ജനപ്രിയ-വാണിജ്യ സിനിമകളുടെ സൗന്ദര്യദർശനം വികസിച്ചു വന്നതും നിലനിൽക്കുന്നതും സവർണാഭിനിവേശങ്ങളുടെയും തൽഫലമായ ദളിത് അവഗണനയുടെയും സ്വഭാവം പ്രകടിപ്പിച്ചു കൊണ്ടാണ്. കലാസിനിമകൾ എന്നറിയപ്പെട്ടവ പോലും ഇതേ സൗന്ദര്യധാരണകളാൽത്തന്നെയാണ് നിയന്ത്രിക്കപ്പെട്ടുപോന്നത്. ഇന്ത്യയിലെ സർഗാത്മകവ്യവഹാരങ്ങളെ എത്രയോ നൂറ്റാണ്ടുകളായി നിയന്ത്രിച്ചുപോരുന്ന സവർണസൗന്ദര്യസങ്കൽപ്പങ്ങളും ശീലങ്ങളും അവയുടെ പൂർണ്ണശൗര്യത്തോടെ ഇടപെട്ടുകൊണ്ടിരിക്കുന്ന ഒരു മേഖലയാണ് സിനിമ. ദളിത് അഭാവം സിനിമയുടെ ഒരു സാധാരണസ്വഭാവമായി തുടർന്നുപോന്നതിന് കാരണവും അതുതന്നെയാണ്.

ഇന്ത്യയിൽ നൂറ്റാണ്ടുകളായി പ്രചരിപ്പിച്ചും പഠിപ്പിച്ചും പോരുന്ന സൗന്ദര്യപദ്ധതികളെല്ലാം തന്നെ വരേണ്യ-സവർണ ജീവിതബോധത്തിന്റെ പ്രയോഗഭേദങ്ങളാണെന്ന് ദളിത് സൗന്ദര്യ

letterboxd.com

ശാസ്ത്രം എന്ന കൃതിയിൽ പ്രദീപൻ പാമ്പിരികുന്ന് (2011:10) വിശദീകരിക്കുന്നുണ്ട്. ആനന്ദത്തെയും ആഹ്ലാദത്തെയും സംബന്ധിക്കുന്ന തത്ത്വങ്ങളെയെല്ലാം അലൗകികതലത്തിൽ പ്രതിഷ്ഠിക്കുകയാണ് ഇന്ത്യൻ കാവ്യസിദ്ധാന്തങ്ങൾ ചെയ്തുപോന്നത്. ആനന്ദത്തിന്റെ പരമപദം ഭാരതീയ കാവ്യമീമാംസകരെ സംബന്ധിച്ച് ബ്രഹ്മാനന്ദമാണ്. ഈ ആനന്ദത്തെ അന്വേഷിക്കുകയാണ് അവർ ചെയ്തുപോന്നത്. ധ്വനി, രസം, അലങ്കാരം, വക്രോക്തി, ഔചിത്യം, കാവ്യദോഷം തുടങ്ങിയ പരികൽപ്പനകളിലെല്ലാം നാഗരികവും വരേണ്യവുമായ ജീവിതബോധമാണ് പ്രവർത്തിച്ചിട്ടുള്ളത്. നാടകത്തിലെ നായകനെപ്പറ്റിയും മഹാകാവ്യത്തിലെ വർണ്ണനാവിഷയങ്ങളെപ്പറ്റിയുമുള്ള വിശദീകരണങ്ങളിലെല്ലാം തെളിഞ്ഞുനിൽക്കുന്നത് ഒരു സവർണ്ണനായകസങ്കല്പം തന്നെയാണ്. ഈ സൗന്ദര്യസങ്കൽപ്പത്തെ പിൻപറ്റിയാണ് ഇന്ത്യൻ ഭാഷാപ്രദേശങ്ങളിലെല്ലാം സാഹിത്യവും മുഖ്യധാരാകലകളും പൊന്തിവന്നിട്ടുള്ളതും. ദളിത് ബഹുജനങ്ങൾ എക്കാലവും ഈ വരേണ്യപൊതുമണ്ഡലത്തിന് പുറത്തായിരുന്നതുകൊണ്ട് ഒരു കാലത്തും വരേണ്യജീവിതത്തിന്റെയോ വരേണ്യസാഹിത്യത്തിന്റെയോ അങ്കണങ്ങളിൽ ദളിത് ജനതയ്ക്ക് പ്രവേശനം ഉണ്ടായിരുന്നില്ല. ഈ പൊതുസങ്കൽപ്പത്തെ പിൻപറ്റി വികസിച്ചുവന്ന മലയാളസാഹിത്യത്തിന്റെയും സ്ഥിതി വ്യത്യസ്തമായിരുന്നില്ല. സവർണകമ്പോളത്തിന്റെ സൃഷ്ടിയാണ് കേരളീയ സാഹിത്യവും അതിന്റെ ചരിത്രവും എന്ന പ്രദീപൻ പാമ്പിരികുന്നിന്റെ (2011:45) നിരീക്ഷണം ഈ യാഥാർത്ഥ്യത്തിലാണ് ഊന്നുന്നത്. കീഴാളജന

ങ്ങൾ സംഘടിതരായി ഉയിർത്തെഴുന്നേൽക്കുകയും പൊതുമണ്ഡലത്തിന്റെ ചാലകശക്തികളായി മാറുകയും ചെയ്തിട്ടും മലയാളത്തിന്റെ മുഖ്യധാരാസാഹിത്യം ദളിത് അവഗണനയുടേതായ ശീലങ്ങളിൽത്തന്നെ തടഞ്ഞുനിൽക്കുകയാണുണ്ടായത്. ഈ അവസ്ഥയുടെ കുറെക്കൂടി രൂക്ഷമായ മുഖമാണ് മലയാള സിനിമ കഴിഞ്ഞ എഴുപത്തഞ്ചു വർഷമായി പ്രകടമാക്കിക്കൊണ്ടിരിക്കുന്നത്. പരമ്പരാഗതമായിത്തന്നെ ഇതര സാഹിത്യനൃത്തനാടകാദി കലകളിലെയും സാംസ്കാരികനിർമിതികളിലെയും പോലെതന്നെ ദളിതർ മലയാള ചലച്ചിത്രത്തിലും അദൃശ്യരും മൂകരുമാണ് എന്ന അജയ് ശേഖറിന്റെ (1999:105) നിരീക്ഷണം മലയാള സിനിമയിലെ ദളിത് പ്രതിനിധാനത്തിന്റെ അവസ്ഥ വ്യക്തമാക്കുന്നുണ്ട്.

സിനിമയുടെ മുഖ്യധാര എക്കാലവും ജനപ്രിയതയുടെയും വാണിജ്യതാൽപ്പര്യങ്ങളുടെയും വ്യവഹാരഭൂമികയിലൂടെയാണ് കടന്നുപോന്നിട്ടുള്ളത്. അതാകട്ടെ സവർണ-വരേണ്യവർഗസൗന്ദര്യബോധത്തെയാണ് പ്രതിനിധാനം ചെയ്യുന്നതും. എന്താണ് മലയാളസിനിമയുടെ ജനപ്രിയതയുടെ അടിസ്ഥാനമെന്ന അന്വേഷണത്തിൽ എത്തിച്ചേരുക ഫ്യൂഡൽ ജീവിതബോധത്തിന്റെ വ്യവസ്ഥാപിത താൽപ്പര്യങ്ങളിൽത്തന്നെയാണ്. വെളുത്തവനും സുന്ദരനും ആദർശവാനും ധീരനും ധാർമികനും രക്ഷകബിംബവും ആയ നായകൻ. പഴയ മഹാകാവ്യങ്ങളിൽ നിന്നോ ശുഭാന്തനാടകങ്ങളിൽ നിന്നോ ആണ് അവന്റെ വരവ്. വിഖ്യാതവംശൻ, ധരാപാലൻ എന്ന വ്യവസ്ഥയുടെ സ്ഥാനത്ത് തറവാടി എന്നൊരു ഭേദം കൽപ്പിക്കണമെന്നേയുള്ളൂ. മലയാള സിനിമാചരിത്രത്തിലെ ബോക്സോഫീസ് ഹിറ്റുകളിൽ ഭൂരിഭാഗത്തിന്റെയും സാംസ്കാരികഭൂമിക തറവാടോ തറവാടിത്തമോ ആണ്. വീട്, വേഷം, ചമയങ്ങൾ, ഭാഷ, ശരീരഭാഷ, പരിസരങ്ങൾ, ആചാരങ്ങൾ തുടങ്ങിയ ചിഹ്നവ്യൂഹങ്ങളെല്ലാം തന്നെ തറവാടിത്തത്തിന്റേതായിരിക്കണമെന്നതാണ് മലയാളസിനിമയുടെ ജനപ്രിയ ഫോർമുല. സമ്പന്നമായ തറവാടിത്തം തന്നെ വേണമെന്നില്ല, ക്ഷയിച്ച തറവാടിത്തമായാലും മതി. ദാരിദ്ര്യം പോലും തറവാടിത്തത്തിന്റെ പൊൻതൂവൽകൊണ്ട് അലങ്കരിക്കുമ്പോൾ ജനപ്രിയമായി മാറുന്നു. ദളിതന്റെ ദാരിദ്ര്യത്തിന് ഇല്ലാത്ത മാർക്കറ്റ് വാല്യൂ തറവാടികളുടെ ദാരിദ്ര്യത്തിനുണ്ട് എന്നർത്ഥം.

സിനിമ എന്തുകൊണ്ട് ഇപ്രകാരം വരേണ്യപക്ഷത്ത് നിലയുറപ്പിക്കുന്നു എന്നത് സിനിമ എന്ന സംവർഗ്ഗത്തിന്റെതന്നെ സ്വഭാവവുമായി ബന്ധപ്പെട്ട ഒരു വിഷയമാണ്. സന്തോഷം അഥവാ ആനന്ദം വിറ്റ് പണമുണ്ടാക്കുക എന്നതാണ് ജനപ്രിയസിനിമകളുടെ സാമ്പത്തികതത്വം. അവയുടെ കലാതത്ത്വവും അതുതന്നെയാണ്. വലിയ മൂലധനവും വാണിജ്യതന്ത്രങ്ങളും ആവശ്യമുള്ള ഒരു മേഖലയാണ് സിനിമ. അതുകൊണ്ടുതന്നെ ബഹുജനങ്ങളെ തീയേറ്ററുകളിലേക്ക് ആകർഷിക്കാനുതകുന്ന ഉപാധികൾ വെച്ചുകൊണ്ടേ ഒരു വാണിജ്യസിനിമയ്ക്ക് പ്രവർത്തിക്കാനാകൂ. അപ്പോൾ സിനിമയുടെ മുഖ്യതാൽപ്പര്യം ജനങ്ങളെ എങ്ങനെ ആഹ്ലാദിപ്പിക്കാം എന്നതായിത്തീരുന്നു. മുഖശ്രീയുള്ള താരശരീരങ്ങൾ, അതിവൈകാരികമായ ജീവിതാവിഷ്കാരങ്ങൾ, കാൽപ്പനികമായ ജീവിതാസക്തികൾ, നൃത്തവും സംഗീതവും പോലുള്ള വിനോദോപാധികൾ, ദൃശ്യവിരുന്നുകൾ ഇവയുടെ അകമ്പടിയോടെയാണ് മിക്ക ജനപ്രിയസിനിമകളും പ്രേക്ഷകനെ സമീപിക്കുന്നത്. ദൃശ്യാത്മകത മറ്റേതൊരു കലയേക്കാളും സിനിമയുടെ ഒരു അധികയോഗ്യതയും അധികബാധ്യതയുമാണ്. പ്രേക്ഷകരെ രണ്ടുരണ്ടര മണിക്കൂർ നേരം ദൃശ്യാനുഭവങ്ങളുടെ ഒരു മായികാന്തരീക്ഷത്തിലൂടെ മടുപ്പുകൂടാതെ കൊണ്ടുപോകുക എന്നതാണ് സിനിമയുടെ തന്ത്രം. അതുകൊണ്ടുതന്നെ ദൃശ്യാത്മകതയെ പൊലിപ്പിക്കുന്ന സന്ദർഭങ്ങളെയും പശ്ചാത്തലങ്ങളെയും ആശ്രയിക്കാൻ സിനിമ നിർബന്ധിതമായിത്തീരുന്നു. നേരത്തേ ചൂണ്ടിക്കാണിച്ച ഫ്യൂഡൽ ജീവിതസാഹചര്യങ്ങളും ജീവിതപശ്ചാത്തലങ്ങളും സവർണസൗന്ദര്യശീലത്തിന് ഇണങ്ങുന്ന വിപുലമായ ദൃശ്യസാധ്യതകളാണ് സിനിമയ്ക്ക് വാഗ്ദാനം ചെയ്യുന്നത്. വലിയ ക്ലേശമൊന്നും കൂടാതെ ജനപ്രിയമായ ദൃശ്യാനുഭവങ്ങൾ സൃഷ്ടിക്കാൻ അത്തരം പശ്ചാത്തലങ്ങൾ അവസരം നൽകുന്നു എന്നു പറയാം. നാലുകെട്ടുകൾ ഉൾപ്പെടെയുള്ള തറവാടുകൾ, ക്ഷേത്രങ്ങൾ, വലിയ തൂണുകളും എടുപ്പുകളുമുള്ള കെട്ടിടങ്ങൾ, കൽപ്പടവുകളുള്ള കുളങ്ങൾ, പടിപ്പുര, അനേകതരം ഗാർഹികോപകരണങ്ങൾ, നിലവിളക്ക്, കിണ്ടി, നിറപറ, ഉരുളി, മണിച്ചിത്രത്താഴുകളുള്ള വാതിലുകൾ, നെറ്റിപ്പട്ടം കെട്ടിയ ആന എന്നിങ്ങനെ ദൃശ്യാത്മകത കൊണ്ട് പ്രേക്ഷകരെ മോഹിപ്പിക്കുന്ന ചിഹ്നങ്ങളാൽ സമ്പന്നമാണ് ഫ്യൂഡൽ ജീവിത

സാഹചര്യങ്ങൾ. പച്ചജീവിതത്തിന്റെ അനലംകൃതമായ പരിസരങ്ങൾ അതുകൊണ്ടുതന്നെ ജനപ്രിയസിനിമയ്ക്ക് അസ്വീകാര്യമായിത്തീരുന്നു. ദളിത് ജീവിതം ജനപ്രിയസിനിമയ്ക്ക് അന്യമാകുന്നതിന്റെ ഒരു യുക്തി ഇതാണ്.

ഈ സിനിമാസങ്കൽപ്പത്തിന് ഒരു ദളിത് ബദൽ എന്തുകൊണ്ട് സൃഷ്ടിച്ചുകൂടാ എന്നൊരു ചോദ്യം ഇവിടെ പ്രസക്തമാണ്. സിനിമയുടെ സൗന്ദര്യശാസ്ത്രപരമായ വിശദീകരണങ്ങൾക്കപ്പുറത്താണ് ഈ ചോദ്യം ചെന്നു തറയ്ക്കുന്നത്. വലിയ മൂലധനവും ഭൗതിക സൗകര്യങ്ങളും ആവശ്യമുള്ള ഒരു മേഖലയാണ് സിനിമ എന്നു നേരത്തെ പറഞ്ഞു. അങ്ങനെ, സമൂഹത്തിലെ സമ്പന്ന, മൂലധനശക്തികൾക്കു മാത്രമേ സിനിമയുടെ കൈകാര്യക്കാരാകാൻ അവസരമുള്ളൂ എന്നു വരുന്നു. സവർണ്ണഹിന്ദുക്കളും സമ്പന്ന ക്രിസ്ത്യൻ മുസ്ലീം വിഭാഗങ്ങളും ഈ സാമ്പത്തികശക്തിയുടെ ബലത്തിൽ സിനിമയിൽ തങ്ങളുടെ പ്രതിനിധാനങ്ങൾ ഉറപ്പിച്ചെടുക്കുന്നുണ്ട്. നിലനിൽക്കുന്ന സാമൂഹിക സാഹചര്യങ്ങളിൽ ദളിത് വിഭാഗങ്ങൾക്ക് ഈ സാമ്പത്തികശക്തി കൈവരിക്കുക എളുപ്പമല്ല. അങ്ങനെ സ്വയം പ്രകാശിപ്പിക്കാനോ മറ്റുള്ളവരാൽ പ്രകാശിപ്പിക്കപ്പെടാനോ അവസരം നൽകാത്ത ഒരു മേഖലയായി ദളിതരിൽ നിന്ന് സിനിമ അകന്നുനിൽക്കുന്നു. വരേണ്യമായ ചില പാർശ്വനോട്ടങ്ങൾക്ക് വിഷയമായി നിന്നുകൊടുക്കാനല്ലാതെ സ്വയം നിർണ്ണയനശേഷിയും വ്യക്തിത്വവുമുള്ള കഥാപാത്രങ്ങളാകാൻ ദളിതർക്ക് അവസരം ലഭിക്കുന്നില്ല. സവർണസൗന്ദര്യശീലങ്ങളെ പിന്തുടരാനോ ഏറ്റുപാടാനോ മാത്രം കഴിയുന്ന ഒരു സൗന്ദര്യശിക്ഷണത്തിന് ഈയവസ്ഥ ദളിതരെ നിർബന്ധിതരാക്കുന്നുണ്ട്. സ്വന്തം അനുഭവങ്ങളെ വിശദീകരിക്കാൻ കഴിയുന്ന കർത്തൃപദവിയിലേക്കെത്താത്ത കീഴാളാവസ്ഥ സവർണവ്യക്തിയുടെ ആസ്വാദനകർത്തൃത്വം സ്ഥാപിക്കപ്പെടാൻ കാരണമായി എന്നാണ് ഈയവസ്ഥ പ്രദീപൻ പാമ്പിരികുന്ന് (2011:12) വിശദീകരിക്കുന്നത്. ചുരുക്കത്തിൽ ദളിത് അനുഭവങ്ങളുടെ തിരസ്കരണത്തിന് സാധ്യമാകുന്ന വിധത്തിലാണ് സിനിമ അതിന്റെ സാമ്പത്തിക ഭൗതിക സാഹചര്യങ്ങൾ സജ്ജീകരിച്ചിട്ടുള്ളതെന്നു പറയാം. അങ്ങനെ സാഹിത്യത്തെക്കാൾ തീവ്രമായ ദളിത് അഭാവവും ദളിത് പ്രതിനിധാനനിഷേധവും സിനിമയുടെ ഒരു പൊതുശീലമായി നിലനിന്നുപോരുകയാണ്.

മലയാളത്തിൽ ശബ്ദസിനിമയുടെ യുഗം ആരംഭിച്ചിട്ട് എഴുപത്തഞ്ച് വർഷമാകുന്നു. ഈ എഴുപത്തഞ്ചു വർഷങ്ങൾകൊണ്ട് ഉണ്ടായിട്ടുള്ള ആയിരക്കണക്കിന് സിനിമകളിൽ ദളിത് അനുഭവങ്ങളെ ഗൗരവപൂർവ്വം അവതരിപ്പിച്ചിട്ടുള്ളവ വിരലിലെണ്ണാവുന്നത്രയേയുള്ളു. പോഷകജനതയുടെ ഭാഗമെന്ന നിലയിൽ വിദൂരപശ്ചാത്തലത്തിൽ സ്ഥാനം നേടുന്നവരായിട്ടുപോലും ദളിതർ പരിഗണിക്കപ്പെടുന്നില്ല എന്നതാണ് യാഥാർത്ഥ്യം. ദളിതരെന്നു കരുതാവുന്ന കഥാപാത്രങ്ങളെപ്പോലും ജാതിസൂചനകൊണ്ട് തെളിച്ചുകാണിക്കാതിരിക്കാൻ ജനപ്രിയസിനിമ മിക്കപ്പോഴും ജാഗ്രത പുലർത്തുന്നു. സിനിമയ്ക്ക് ചേരാത്ത ഒരു സാധനമായിക്കണ്ട് ദളിത് ജീവിതത്തെ അവഗണനയുടെ കറുത്ത തുണികൊണ്ട് മൂടിവെക്കുകയാണ് നമ്മുടെ സിനിമാചരിത്രവും ചെയ്തുപോന്നിട്ടുള്ളത്. അതുകൊണ്ട് സിനിമയെ സംബന്ധിച്ചെങ്കിലും ദളിത് ജീവിതം അഭാവം കൊണ്ടാണ് മുഖ്യമായും സംസാരിക്കുന്നത്. സവർണ്ണ ജീവിതബോധവും സൗന്ദര്യസങ്കല്പങ്ങളും എങ്ങനെയാണ് ദളിത് ജീവിതത്തെ സിനിമാക്ഷേത്രത്തിന്റെ പടിക്കുപുറത്ത് നിർത്തിയത് എന്നതിന്റെ നിശബ്ദസാക്ഷ്യങ്ങളാണ് നമ്മുടെ പൂർവകാലവാണിജ്യസിനിമകളിൽ ഭൂരിഭാഗവും.

തൊള്ളായിരത്തി അമ്പതുകളിലും അറുപതുകളിലും ജനപ്രിയ സിനിമ അതിനാവശ്യമായ വിഭവങ്ങൾ ശേഖരിച്ചിരുന്നത് ജീവിതയാഥാർത്ഥ്യങ്ങളിൽ നിന്നുതന്നെ ആയിരുന്നു. യാഥാർഥ്യബോധത്തോടെയുള്ള ജീവിതാവിഷ്കാരങ്ങൾ ഈ കാലഘട്ടത്തിലെ സിനിമകളുടെ ഒരു സവിശേഷതയുമാണ്. പ്രശസ്തരായ എഴുത്തുകാരുടെ പ്രസിദ്ധ രചനകളുടെ അനുവർത്തനങ്ങളായിരുന്നു അക്കാലത്തെ ശ്രദ്ധേയമായ സിനിമകളിൽ പലതും എന്നതാണ് ഇതിന്റെ പ്രധാനകാരണം. ഇത്തരത്തിൽ സാഹിത്യകൃതികളിലെ കീഴാളജീവിതം സിനിമയുടെ ഇതിവൃത്തത്തിനകത്ത് ചിലപ്പോൾ ഇടം നേടുന്നുണ്ട്. മുട്ടത്തു വർക്കിയുടെ *പാടാത്ത പൈങ്കിളി*യിലും തോപ്പിൽ ഭാസിയുടെ നാടകാനുകൽപ്പനങ്ങളിലും ദളിത് ജീവിതത്തിന് പ്രവേശനം ലഭിക്കുന്നത് ഇപ്രകാരമാണ്. എന്നാൽ, കീഴാളജീവിതം ആവിഷ്കരിക്കുന്ന സിനിമകളിൽപ്പോലും ദളിത് ജീവിതം അതിന്റെ സ്വത്വസവിശേഷതകളോടെ പ്രത്യക്ഷപ്പെട്ടിട്ടില്ല. കീഴാളരുടെ പ്രതിരോധങ്ങൾ ആവിഷ്കരിച്ചിട്ടുള്ള വിപ്ല

വസിനിമകളിൽ പോലും ദലിതർക്കും ദലിത് ജീവിതത്തിനും രണ്ടാം നിരയിലാണ് സ്ഥാനം ലഭിച്ചിട്ടുള്ളതെന്ന് കാണാം.

പോഷകജനതയുടെ ഭാഗമെന്ന നിലയിൽ മലയാളസിനിമയിലെ ആദ്യത്തെ ദളിത് സാന്നിദ്ധ്യം *നവലോകം* (1951) എന്ന സിനിമയിലാണ് ഉണ്ടാകുന്നത്. പൊൻകുന്നം വർക്കിയുടെ നാടകത്തെ അവലംബിച്ച് വി. കൃഷ്ണൻ സംവിധാനം ചെയ്ത സിനിമയാണ് ഇത്. രാഷ്ട്രീയപ്രമേയം ഉൾക്കൊള്ളുന്ന ഈ ചിത്രത്തിലെ കർഷകത്തൊഴിലാളികളും തൊഴിലാളി പ്രവർത്തകരും ദളിത് സ്വത്വം പേറുന്നവരാണെന്ന് സാഹചര്യം കൊണ്ട് ഊഹിക്കാവുന്നതാണ്. എന്നാൽ വ്യത്യസ്തതയുള്ള വ്യക്തിത്വമായി *നവലോകം* ദളിതരെ അവതരിപ്പിച്ചിട്ടില്ല. കീഴാളജാതിയെയല്ല, കീഴാളവർഗത്തെയാണ് ഈ സിനിമ കേന്ദ്രസ്ഥാനത്ത് നിർത്തുന്നത് എന്നതാകാം അതിനു കാരണം. ഇപ്രകാരം മുഖവ്യക്തതയില്ലാത്ത ശരീരങ്ങളായി ദളിത് രൂപങ്ങൾ മലയാളസിനിമയുടെ അൽപ്പവെളിച്ചങ്ങളിലേക്ക് ചിലപ്പോഴൊക്കെ പ്രത്യക്ഷപ്പെട്ടു കാണാം. പി. സുബ്രഹ്മണ്യം സംവിധാനം ചെയ്ത *പാടാത്ത പൈങ്കിളി* (1957) മുതൽ അടൂർ ഗോപാലകൃഷ്ണന്റെ *നാലു പെണ്ണുങ്ങൾ* വരെയുള്ള ചിത്രങ്ങളിൽ ഇങ്ങനെ സവർണ, മേൽജാതി ജീവിതത്തിന്റെ പാർശ്വമേഖലകളിൽ ദളിത് ജീവിതം അവതരിപ്പിക്കപ്പെട്ടുകാണാം.

മുട്ടത്തു വർക്കിയുടെ ജനപ്രിയ നോവലിന്റെ അനുകൽപ്പനമാണ് *പാടാത്ത പൈങ്കിളി.* മുഖ്യകഥാപാത്രമായ ചിന്നമ്മയും അയൽക്കാരായ പുലയരും തമ്മിലുള്ള ബന്ധം അവതരിപ്പിക്കുമ്പോഴും പുലയരെ അനുഭാവപൂർവമല്ല നോവലിസ്റ്റ് സമീപിക്കുന്നത്. എന്നാൽ സവർണ ഹിന്ദുക്കളെക്കാൾ ദലിതരുമായി സഹവർത്തിക്കാൻ അഹിന്ദുവിഭാഗങ്ങൾക്ക് കഴിഞ്ഞിരുന്നുവെന്നും അത്തരം പ്രമേയങ്ങളുടെ ആവിഷ്കരണങ്ങളിൽ ദളിത് ജീവിതത്തിന് ഇടം ലഭിച്ചിരുന്നു എന്നും *പാടാത്ത പൈങ്കിളി* എന്ന നോവലും സിനിമയും തെളിയിക്കുന്നുണ്ട്. അടൂർ ഗോപാലകൃഷ്ണന്റെ സമീപകാല ചിത്രമായ *നാലു പെണ്ണുങ്ങൾ* ദളിത് അനുഭാവം പുലർത്തിയിരുന്ന തകഴി ശിവശങ്കരപ്പിള്ളയുടെ നാലു കഥകളെയാണ് അവലംബമാക്കുന്നത്. സവർണ സ്ത്രീകൾക്ക് ചെന്നുവീഴേണ്ടിവരുന്ന ദുരിതങ്ങളുടെ ആഴം ബോധിപ്പിക്കാനുള്ള ഒരു താരതമ്യവസ്തു എന്ന നിലയിലാണ് ദളിത് ജീവിതം ഈ സിനി

മയിൽ വിന്യസിക്കപ്പെടുന്നത്. റോഡുപണിക്കും ഞാറ്റുപണിക്കും ഇറങ്ങേണ്ടിവരുന്ന സവർണസ്ത്രീകളുടെ ദുർഗതിയോ ദുർവിധിയോ ധ്വനിപ്പിക്കാനുള്ള ഉപാധിയായാണ് ദളിത് സ്ത്രീകളുടെ ജീവിതം സിനിമ അവതരിപ്പിക്കുന്നത്.

തൊള്ളായിരത്തി അറുപതുകളിലും എഴുപതുകളിലും അമേരിക്കൻ സിനിമകളിൽ കറുത്ത വർഗ്ഗക്കാർ അവതരിപ്പിക്കപ്പെട്ട രീതിയുമായി ഇന്ത്യൻ സിനിമകളിലെ ദളിത് പ്രതിനിധാനങ്ങളെ തുലനം ചെയ്തു കാണാറുണ്ട്. തെമ്മാടികളോ മയക്കുമരുന്ന് ഇടപാടുകാരോ അധോലോകപ്രവർത്തകരോ ഒക്കെ ആയിട്ടാണ് ഇക്കാലങ്ങളിൽ കറുത്ത വർഗ്ഗക്കാർ സിനിമകളിൽ അവതരിപ്പിക്കപ്പെട്ടത് എന്ന് *ദ സ്പെക്ടക്കിൾ ഒഫ് ബ്ലാക്ക് വയലൻസ് ആസ് സിനിമ* എന്ന പഠനത്തിൽ എഡ്ഗുറേറോ (2010:72) ചൂണ്ടിക്കാണിക്കുന്നുണ്ട്. 'ബ്ലാക്ക്സ്പ്ലോയിറ്റേഷൻ' എന്നാണ് ഈ രീതി വിശേഷിപ്പിക്കപ്പെടുന്നത്. ഇക്കാലത്തിനു മുമ്പാകട്ടെ വെള്ളക്കാരന്റെ വിടുപണിക്കാരോ സാഹസികസഞ്ചാരികളുടെ ചുമടെടുപ്പുകാരോ വെള്ളക്കാരനെന്ന രക്ഷകബിംബത്തിനു ചുറ്റും തിരിയുന്ന സേവകസംഘങ്ങളോ (ഉദാ: ടാർസൻ സിനിമകൾ) ആയാണ് കറുത്ത വർഗ്ഗക്കാർ സിനിമയിൽ പ്രത്യക്ഷപ്പെട്ടിരുന്നത്. ഏകദേശം ഇതിനു സമാനമാണ് മലയാളസിനിമയിലെ ദളിത് പ്രതിനിധാനങ്ങൾ. സവർണ്ണ-സമ്പന്ന പ്രഭുകുടുംബങ്ങളിലെ പണിക്കാർ എന്ന നിലയിലാണ് ദളിതർക്ക് വല്ലപ്പോഴെങ്കിലും സിനിമയിലേക്ക് കടന്നുവരാൻ അവസരം ലഭിക്കുന്നത്.

നമ്മുടെ ജനപ്രിയസിനിമകൾ ആദിവാസി വിഭാഗങ്ങളെ അവതരിപ്പിച്ചിട്ടുള്ളതും തികച്ചും വികലമായ കാഴ്ചപ്പാടോടെയാണ്. കോമാളിക്കൂട്ടങ്ങൾ എന്ന നിലയിലാണ് നമ്മുടെ പല സിനിമകളിലും ആദിവാസികൾ പ്രത്യക്ഷപ്പെടുന്നത്. നാഗരിക സവർണ്ണ നായകന്റെ സാഹസികതകൾക്ക് വേദിയായ വനത്തിൽ യാഥാർത്ഥ്യവുമായി യാതൊരു ബന്ധവുമില്ലാത്ത വിധത്തിൽ നൃത്തമാടുന്ന സംഘങ്ങളായാണ് പലപ്പോഴും ആദിവാസി സമൂഹങ്ങൾക്ക് സിനിമയിൽ ഇടം കിട്ടിയിട്ടുള്ളത്. ടാർസൻ സിനിമകളെ അനുകരിച്ച് തയ്യാറാക്കിയ *ആന വളർത്തിയ വാനമ്പാടി* (1959) മുതൽ അടുത്ത കാലത്തിറങ്ങിയ *ബാംബൂ ബോയ്സ്* വരെയുള്ള ചിത്രങ്ങൾ ആദിവാസികളെ ഇപ്രകാരം കോമാളിക്കൂട്ടങ്ങളായി

അവതരിപ്പിക്കുന്നതിൽ ഒരേ നിലപാടാണ് പുലർത്തിപ്പോന്നിട്ടുള്ളത്. പി. വത്സലയുടെ *നെല്ല്* എന്ന നോവലിനെ അവലംബമാക്കി രാമു കാര്യാട്ട് സംവിധാനം ചെയ്ത സിനിമയും (1974) ആദിവാസി ജീവിതത്തെ തികഞ്ഞ അലംഭാവത്തോടെ ആവിഷ്കരിച്ചു.

മുഖ്യധാരാസിനിമയുടെ ചിട്ടകൾക്കുള്ളിൽ നിന്നുകൊണ്ടു തന്നെ ദളിത് ജീവിതത്തെ പ്രശ്നവൽക്കരിക്കുന്ന ആദ്യത്തെ മലയാളസിനിമയാണ് *നീലക്കുയിൽ* (1954). നവോത്ഥാനം കേരളീയ ജീവിതത്തിൽ പ്രചരിപ്പിച്ച പുതിയ ഒരു മാനവികബോധത്തിന്റെ പ്രക്ഷേപണമാണ് *നീലക്കുയിൽ* ലക്ഷ്യം വെച്ചത്. ജാതിരഹിതനായ പൗരൻ എന്ന സങ്കൽപ്പം പ്രതിഷ്ഠിച്ചുകൊണ്ട് പ്രാദേശികവിഭാഗീയതയിൽ നിന്ന് വിശാല ദേശീയതയിലേക്കും ദേശരാഷ്ട്രത്തിലേക്കും ആഗോളമാനവികതയിലേക്കും വികസിക്കുന്ന പുതിയ മനുഷ്യനെയാണ് *നീലക്കുയിൽ* വിഭാവന ചെയ്തത്. അതിനുവേണ്ടി ദളിത് ജീവിതത്തേയും ദളിത് പ്രശ്നങ്ങളെയും സിനിമ കഥാകേന്ദ്രത്തിലേക്ക് കൊണ്ടുവരുന്നു. നീലക്കുയിലിലെ മുഖ്യകഥാപാത്രം നീലി എന്ന ദളിത് യുവതിയാണ്. ശ്രീധരൻ എന്ന സ്കൂൾ മാസ്റ്ററുടെ പ്രണയനാട്യമുള്ള കാമാസക്തിയ്ക്കു വിധേയപ്പെട്ട് നീലി ഗർഭിണിയാകുന്നു. എന്നാൽ ദളിതയായ നീലിയെ ഏറ്റെടുക്കാൻ ശ്രീധരൻമാസ്റ്ററുടെ സവർണ്ണബോധം തയ്യാറാകുന്നില്ല. ഇക്കാരണത്താൽ സ്വസമുദായത്തിൽ നിന്നുതന്നെ പുറന്തള്ളപ്പെട്ട നീലി റെയിൽപ്പാതയ്ക്കരികിൽ കിടന്ന് പ്രസവിക്കുകയും ആ പ്രസവത്തോടെ അവൾ മരിക്കുകയും ചെയ്യുന്നു. നീലി പ്രസവിച്ച കുഞ്ഞിനെ ലോകത്തിന്റെ വിലക്കുകൾ മറികടന്ന് ഏറ്റെടുക്കുന്നത് ശങ്കരൻ എന്ന പോസ്റ്റ് മാസ്റ്ററാണ്. ജാതിരഹിതമായ മാനവികതയുടെ പ്രതിനിധിയായ ശങ്കരൻ, "പുലയക്കുട്ടി മനുഷ്യനല്ലേ. അവനീ ഭൂമിയിൽ ഒരവകാശവുമില്ലേ" എന്ന് ലോകത്തിനുനേർക്ക് ഉഗ്രശബ്ദത്തിൽ ചോദിക്കുകയും "ഇവൻ ഈ ലോകത്തിലെ ഒരു പൗരനാണ്" എന്ന് ധീരമായി പ്രഖ്യാപിക്കുകയും ചെയ്യുന്നു. സവർണ്ണപുരുഷാധിപത്യത്തിന്റെ അധികാരഘടന സമൂഹത്തിന്റെ പൊതുധാരയിൽ നിന്ന് നൂറ്റാണ്ടുകളായി അകറ്റിനിർത്തിയ ദളിത് സ്വത്വങ്ങളെ ദേശീയ പൗരത്വത്തിലേക്ക് സ്വീകരിക്കുന്നതിന്റെ, പൊതുസമൂഹത്തിലേക്കുൾപ്പെടുത്തുന്നതിന്റെ പ്രഖ്യാപനമായി ശങ്കരന്റെ വാദങ്ങളെ തിരിച്ചറിയാനാകും. എന്നാൽ

സവർണ്ണതയുടേതായ പൊതുമണ്ഡലം ദളിതത്ത്വത്തിനു നേർക്ക് നീട്ടുന്ന ഒരു ഔദാര്യം പോലെയാണ് ആ പൗരത്വവാഗ്ദാനം അനുഭവപ്പെടുന്നത്. നീലിയെ പ്രണയിച്ച് ഗർഭിണിയാക്കുന്ന ശ്രീധരൻമാസ്റ്റർ മാത്രമല്ല, സ്വസമുദായം തന്നെ നീലിയോട് മനുഷ്യത്വരഹിതമായാണ് പെരുമാറുന്നത്. നീലിയുടെ ദുരന്തത്തിന്റെ ഉത്തരവാദിത്വത്തിൽ വലിയൊരു പങ്ക് ദളിത് സമുദായത്തിനുമേൽ കെട്ടിവച്ചുകൊണ്ട് ശ്രീധരൻമാസ്റ്ററുടെ ചെയ്തിയുടെ മനുഷ്യവിരുദ്ധത സൗന്ദര്യവൽക്കരിക്കാൻ സിനിമ ശ്രമിക്കുന്നു. ശ്രീധരൻമാസ്റ്റർ മാത്രമല്ല, സ്വസമുദായം തന്നെ നീലിയോട് മനുഷ്യത്വരഹിതമായാണ് പെരുമാറുന്നത്. എന്തുകൊണ്ട്? ഇതിനുത്തരം നവോത്ഥാന ആദർശങ്ങളിൽ നിന്ന് ലഭിക്കും. മേൽജാതിയോട് ബന്ധം മോഹിക്കുന്നതുപോലും അപരാധവും സമൂഹവിരുദ്ധതയുമായി ദളിത് സമൂഹം ശീലിപ്പിക്കപ്പെട്ടിരിക്കുന്നു. മാത്രമല്ല, ജാതികൾ അവയ്ക്കുള്ളിൽമാത്രം നിൽക്കുന്നതാണ് ധർമ്മം എന്നു കരുതുന്നു. കുലധർമ്മത്തെക്കുറിച്ചുള്ള "അധർമാഭി ഭവേദ് കൃഷ്ണ പ്രദുഷ്യന്തി കുലസ്ത്രീഃ/ സ്ത്രീഷു ദുഷ്ടാസു വാർഷ്ണേയ ജായതം വർണസങ്കരഃ" എന്ന *ഗീതാവാക്യം* ഓർമ്മിക്കുക. ഇതായിരുന്നു നവോത്ഥാനത്തിന്റെ ഒരു ഉള്ളിലിരുപ്പ്. ഈ ഉള്ളിലിരുപ്പ് അഥവാ മനഃസാക്ഷി സിനിമയും പങ്കിടുന്നു.

ദളിത് സമുദായങ്ങൾ അപരിഷ്കൃതസ്ഥിതിയിലാണെന്നും അവരെ പരിഷ്കരിച്ചു സംരക്ഷിക്കേണ്ടത് പരിഷ്കൃതസമൂഹത്തിന്റെ ഉത്തരവാദിത്തമാണെന്നുമുള്ള ഒരു മുൻവിധി *നീലക്കുയിലി*ന്റെ ആഖ്യാനത്തിൽ പ്രവർത്തിക്കുന്നുണ്ട്. അഥവാ ഒരു സവർണ്ണ ആഖ്യാനകോണിലൂടെയാണ് *നീലക്കുയിലി*ലെ ഇതിവൃത്തം രൂപപ്പെടുന്നത് എന്നു പറയാം. പുലയക്കുട്ടി മനുഷ്യനല്ലേയെന്ന ചോദ്യത്തിൽ ഉദാരമാനവികതയുടേതായ ഒരു സവർണ്ണവീക്ഷണസ്ഥാനമാണ്-കർത്തൃത്വമാണ്- പ്രവർത്തിക്കുന്നത്. സവർണ്ണ ഉദാരതയുടെ ഈ വീക്ഷണമാണ് സിനിമയിൽ നവോത്ഥാനസൃഷ്ടമാന വികദർശനമായി അവതരിപ്പിക്കപ്പെടുന്നത്. നീലിയുടെ കുഞ്ഞിനെ ഏറ്റെടുക്കാൻ പുലയസമുദായത്തിൽ നിന്ന് ആരും തയ്യാറാകുന്നില്ല എന്നതും അതിന് ഒരു അദളിതപൗരൻ തന്നെ വേണ്ടിവന്നു എന്നതും ഈ വീക്ഷണസ്ഥാനത്തിന്റെ മുൻപദ്ധതിയെത്തന്നെയാണ് സൂചിപ്പിക്കുന്നത്. പ്രസവത്തോടെ നീലിയെ മരണത്തിനു

വിട്ടുകൊടുക്കുന്ന സിനിമ അതുവഴി ഭാവിയിൽ നേരിടേണ്ടിവരുമായിരുന്ന വലിയ പ്രതിസന്ധികളിൽ നിന്ന് ശ്രീധരൻമാസ്റ്ററെ രക്ഷിച്ചെടുക്കുകയും ചെയ്യുന്നുണ്ട്. ഇങ്ങനെയാണെങ്കിൽക്കൂടിയും ദളിത് ജീവിതത്തിന്റെ സാമൂഹികസംഘർഷങ്ങളെ സിനിമയുടെ ഫോക്കസിലേക്ക് കൊണ്ടുവരുന്നു എന്ന നിലയിൽ *നീലക്കുയിലി*നുള്ള ചരിത്രപരമായ പ്രസക്തി നിസ്സാരമല്ല. ഉപയോഗിച്ച് വലിച്ചെറിയാവുന്ന ഒരു വസ്തുവായി ദളിതരെ കാണുന്ന, ദളിതരുടെ ദുരന്തങ്ങളെ ദുരന്തങ്ങളായി വിലമതിക്കാൻ കഴിയാത്ത സവർണ്ണ അബോധം ഈ സിനിമ അനാവരണം ചെയ്യുന്നുണ്ട്.

ശ്രീധരൻ മാസ്റ്ററുമായി പ്രണയത്തിലാകുന്ന നീലി അയാളുടെ വശ്യമായ വാക്കുകളിലും കപടമായ ആദർശാത്മകതയിലുമൊക്കെ യഥാർത്ഥ മനുഷ്യത്വത്തെയാണ് കാണുന്നത്. സത്യമല്ലാത്ത ഒന്നിനെ സത്യമായി തെറ്റിദ്ധരിക്കുന്ന അവളുടെ സ്വപ്നാവസ്ഥ പി. ഭാസ്ക്കരൻ രചിച്ച്, കെ. രാഘവൻ സംഗീതം നൽകിയ ഒരു ഗാനത്തിലൂടെയാണ് സിനിമയിൽ അവതരിപ്പിക്കപ്പെടുന്നത്. തന്റെ സവർണ്ണകാമുകനെപ്പറ്റി ലോകം ഉന്നയിച്ച ആശങ്കകളെയെല്ലാം സ്വയം സൃഷ്ടിച്ച കാൽപ്പനികയുക്തികൾ കൊണ്ട് മായ്ച്ചുകളയാൻ അവൾ ശ്രമിക്കുന്നു. “എല്ലാരും ചൊല്ലണ് എല്ലാരും ചൊല്ലണ്, കാടാണ് കരളിലെന്ന്” എന്ന ലോകത്തിന്റെ താക്കീതിനെ നീലി പ്രതിരോധിക്കുന്നത് “ഞാനൊന്ന് കേറിയപ്പോൾ നീലക്കുയിലിന്റെ കൂടാണ് കണ്ടതയ്യാ” എന്ന സൗന്ദര്യയുക്തി കൊണ്ടാണ്. ‘നീലക്കുയിലിന്റെ കൂട്’ എന്ന പ്രയോഗത്തിൽ നീലിയുടെയും അവളുടെ സമുദായത്തിന്റെയും ചരിത്രപരവും പ്രതിനിധാനപരവുമായ ദുരവസ്ഥകളെല്ലാം വ്യഞ്ജിക്കപ്പെടുന്നുണ്ട്. സ്വന്തമായി കൂടില്ലാത്ത, കുടുണ്ടാക്കാത്ത പക്ഷിയാണ് കുയിൽ. എങ്കിൽ നീലി കണ്ട നീലക്കുയിലിന്റെ കൂടിന്റെ യാഥാർത്ഥ്യമെന്താണ്? വാസ്തവത്തിൽ അവൾ കണ്ടത് ഒരു കിനാവ് മാത്രമാണ്. യഥാർത്ഥത്തിൽ ഇല്ലാത്ത ഒന്ന്. ഒരു തെറ്റിദ്ധാരണ. അല്ലെങ്കിൽ മായക്കാഴ്ച. സവർണ്ണകാമുകൻ തനിക്ക് ഒരു കൂടൊരുക്കിത്തരും എന്ന പ്രതീക്ഷ തന്നെയാണ് അവൾ കണ്ട നീലക്കുയിലിന്റെ കൂട്. അയഥാർത്ഥമായ ഒരു പ്രതീക്ഷയാണത്, നീലക്കുയിലിന്റെ കൂടുപോലെതന്നെ. അതിനപ്പുറത്ത്, സവർണ്ണതയുടെ ലോകങ്ങളിൽ ദളിത് ജീവിതത്തിന് ലഭിക്കുന്ന പ്രതിനിധാനത്തിന്റെ രൂപകമാവാനും നീലക്കു

യിലിന്റെ കൂടിന് കഴിയുന്നുണ്ട്. നവോത്ഥാനവും ഇതുതന്നെയാണ് ചെയ്തത്. കിട്ടാത്ത കനികാട്ടി കൊതിപ്പിച്ച് ഒടുവിൽ കറിവേപ്പില പോലെ വലിച്ചെറിയപ്പെട്ട ജനതയുടെ ചരിത്രമുഹൂർത്തമാണ് നീലി; നവോത്ഥാനം എന്ന സവർണ്ണകാമുകൻ തനിക്ക് ഒരു കൂടൊരുക്കിത്തരുമെന്ന് വിശ്വസിച്ച അസന്നിഹിതദളിത് ചരിത്രം. ദളിതത്വത്തിനു ചരിത്രത്തിലും സാഹിത്യത്തിലും സിനിമയിലുമൊക്കെ ലഭിച്ചുപോരുന്ന ഇടത്തിന്റെ മൊത്തം രൂപകമായി ആ പ്രയോഗത്തെ ഇന്ന് മനസ്സിലാക്കാവുന്നതാണ്.

*നീലക്കുയിലി*നുശേഷം മലയാളസിനിമയിൽ ദളിത് ജീവിതം മുഖ്യ ഇതിവൃത്തമായി വരുന്നത് *രണ്ടിടങ്ങഴി*യിലാണ് (1958). തകഴിയുടെ പ്രസിദ്ധമായ നോവലിന് പി. സുബ്രഹ്മണ്യം തയ്യാറാക്കിയ അനുകൽപ്പനമാണിത്. ഇതിവൃത്തപരമായി നോവലിന്റെ ഉള്ളടക്കം തന്നെയാണ് സിനിമയ്ക്കും. കുട്ടനാട്ടിലെ ദളിത് കർഷകരുടെ ജീവിതസംഘർഷങ്ങളെ ഒരു ത്രികോണപ്രണയകഥയുടെ പശ്ചാത്തലത്തിൽ അവതരിപ്പിക്കുകയാണ് തകഴി. ദളിത് ജീവിതമാണെങ്കിലും ത്രികോണപ്രണയം സാഹിത്യത്തിനും സിനിമയ്ക്കും ഒരുപോലെ ഹിതകരമാണ്. ദളിത് ജീവിതകഥയെക്കാൾ സിനിമാക്കാരെ മോഹിപ്പിച്ചത് ഈ പ്രണയകഥയുടെ വാണിജ്യസാധ്യതകളാണ്. *നീലക്കുയിലി*ന്റെ ആഖ്യാനതന്ത്രങ്ങൾ അതേപടി പിന്തുടർന്നുകൊണ്ടാണ് *രണ്ടിടങ്ങഴിക്ക്* ചലച്ചിത്രരൂപം നൽകിയിട്ടുള്ളത്. *നീലക്കുയിൽ* ആരംഭിക്കുന്നത് ജിഞ്ചക്കം താരോ എന്ന സംഘഗാന-നൃത്തരംഗത്തോടെയാണ്. ദളിത് കർഷകത്തൊഴിലാളികളാണ് ഇത് അവതരിപ്പിക്കുന്നത് എന്നാണ് സിനിമയിലെ സൂചന. ഈ രംഗത്തിന്റെ ഒരു ആവർത്തനം പോലെയാണ് *രണ്ടിടങ്ങഴി*യിലെ 'ഓട

en.m.wikipedia.org

ക്കുഴലൂതുന്നേ...' എന്ന ഗാന-നൃത്തരംഗവും രൂപപ്പെടുത്തിയിട്ടുള്ളത്. *നീലക്കുയിലിൽ* നീലിയായി വേഷമിട്ട മിസ് കുമാരിതന്നെ *രണ്ടിടങ്ങഴി*യിൽ ചിരുതയായി രംഗത്തുവന്നു എന്നതും രണ്ട് സിനിമകളും ഒരേ താൽപ്പര്യത്തെത്തന്നെയാണ് പങ്കുവെക്കുന്നത് എന്നതിന്റെ സൂചനയാണ്.

ദളിത് ജീവിതയാഥാർത്ഥ്യങ്ങളിലല്ല അതിവൈകാരികതയിലൂന്നിയ പ്രമേയങ്ങളിലാണ് രണ്ടു സിനിമകളും ശ്രദ്ധിക്കുന്നത്. *നീലക്കുയിൽ* സിനിമയിൽ നീലിയെ സമുദായഭ്രഷ്ടയാക്കുന്ന സന്ദർഭത്തിൽ മാത്രമാണ് ദളിത് പരിസരങ്ങളുടെ ഒരു ഏകദേശ ചിത്രമെങ്കിലും കാണാനാകുന്നത്. മറ്റുള്ളിടങ്ങളിൽ വരേണ്യസിനിമയുടെ കാർണിവൽസ്വഭാവം തന്നെയാണ് *നീലക്കുയിലി*ലും പ്രകടമാകുന്നത്. നീലിയുടെ സ്ഥാനത്ത് സമുദായഭ്രഷ്ടയായ സവർണ്ണയുവതിയായാലും കഥാഗതി ഇങ്ങനെയൊക്കെത്തന്നെ ആകാനേ തരമുള്ളൂ എന്ന തോന്നൽ സിനിമ ഉളവാക്കുന്നു. അതിനപ്പുറം, ഒരു ദളിത് സ്ത്രീക്ക് നേരിടേണ്ടിവരുന്ന സാമൂഹികതിരസ്കരണത്തിന്റെ തീവ്രത അനുഭവിപ്പിക്കാൻ സിനിമ ശ്രദ്ധിക്കുന്നില്ല. അഥവാ, സമ്പന്ന കാമുകനാൽ ഉപേക്ഷിക്കപ്പെട്ട ദരിദ്ര ഗ്രാമീണസ്ത്രീയുടെ അതിവൈകാരികതകളിലാണ് സിനിമയുടെ താൽപ്പര്യങ്ങൾ മുഖ്യമായും പ്രവർത്തിക്കുന്നതെന്നു സാരം. *രണ്ടിടങ്ങഴി*യിലും ഈ അവസ്ഥയ്ക്ക് ഭേദമില്ല. വ്യക്തിപരവും വൈകാരികവുമായ പ്രശ്നങ്ങളിലാണ് *രണ്ടിടങ്ങഴി*യുടെയും ഊന്നൽ. മാത്രമല്ല, ജാതിസ്വത്വത്തിൽ നിന്ന് കർഷകത്തൊഴിലാളി എന്ന വർഗ്ഗസ്വത്വത്തിലേക്ക് കൂടുമാറുന്ന കോരനെയാണ് *രണ്ടിടങ്ങഴി* അവതരിപ്പിച്ചത്. അങ്ങനെ ജാതിസ്വത്വത്തിൽ നിന്ന് രക്ഷപ്പെടാനുള്ള വഴി വർഗ്ഗസ്വത്വം തിരിച്ചറിയലാണെന്ന ഒരു മാർക്സിയൻ പരിഹാരനിർദ്ദേശത്തിലേക്ക് *രണ്ടിടങ്ങഴി* അതിവേഗം എത്തിച്ചേരുന്നു. ദളിതത്വത്തിന്റെ അനേകവിധമായ പീഡിതാവസ്ഥകളെ ഒറ്റയടിക്ക് റദ്ദ് ചെയ്യാൻ അങ്ങനെ *രണ്ടിടങ്ങഴി* ശ്രമിക്കുന്നു.

സെറ്റ് സാരിയുടുത്ത് സംഘനൃത്തമാടുന്നവരായി *നീലക്കുയിലി*ലും *പാടാത്ത പൈങ്കിളി*യിലും *രണ്ടിടങ്ങഴി*യിലും ദളിത് സ്ത്രീകൾ പ്രത്യക്ഷപ്പെടുന്നുണ്ട്. സിനിമയും സിനിമയിലെ നൃത്തരംഗങ്ങളും സവർണ്ണതാൽപ്പര്യങ്ങളാൽ എത്രമേൽ നിയന്ത്രിതമാണെന്നതിന് ഈവക സന്ദർഭങ്ങൾ തെളിവാകുന്നുണ്ട്.

നീലക്കുയിലും രണ്ടിടങ്ങഴിയും നിർമ്മിക്കപ്പെട്ടത് തൊള്ളായിരത്തി അമ്പതുകളിലാണ്. കാൽപ്പനിക വ്യാമോഹങ്ങൾ അവതരിപ്പിക്കുമ്പോഴും അന്നത്തെ സിനിമകൾ യാഥാർത്ഥ്യത്തിന്റേതായ ഒരു തറയിൽ നിലയുറപ്പിക്കാൻ ആഗ്രഹിച്ചിരുന്നു. യാഥാർത്ഥ്യബോധത്തിന്റെ ഈ നേർത്ത വിതാനം ദളിത് ജീവിതചിത്രീകരണത്തിന് സഹായകരമായ ഒരു ഘടകവുമായിരുന്നു. ഈ യാഥാർത്ഥ്യബോധത്തിന്റെ രൂപീകരണത്തിൽ രണ്ട് ഘടകങ്ങളുടെ പങ്കാളിത്തമുണ്ട്. ഒന്ന്, ബ്ലാക്ക് ആന്റ് വൈറ്റ് ഫിലിമുകളിലുള്ള ചിത്രീകരണമാണ്. വർണവൈവിധ്യത്തിന്റെ പിന്തുണയില്ലാത്തതിനാൽ ദൃശ്യാത്മകതകൊണ്ട് ഏറെ അഭ്യാസമൊന്നും കാണിക്കാൻ സിനിമയ്ക്ക് കഴിയുമായിരുന്നില്ല. അതുകൊണ്ട് ജീവിതാഖ്യാനങ്ങളിൽ സിനിമയ്ക്ക് കൂടുതലായി ശ്രദ്ധിക്കേണ്ടിവന്നു. മറ്റൊന്ന്, അക്കാലത്തെ താരശരീരങ്ങളുടെ ഉപയോഗമാണ്. സിനിമ വിജയിക്കണമെങ്കിൽ താരപിന്തുണ അനിവാര്യമാണെന്ന ധാരണ അന്നും പ്രബലമായിരുന്നു. എന്നാൽ അതേ താരശരീരങ്ങളെത്തന്നെ ദളിത് കഥാപാത്രങ്ങൾക്കിണങ്ങുന്ന രീതിയിൽ തന്മയത്വത്തോടെ ഉപയോഗിക്കാൻ രണ്ടു സിനിമകൾക്കും സാധിക്കുന്നുണ്ട്. കോരനായി പി.ജെ. ആന്റണിയെയും ചാത്തനായി മുത്തയ്യയെയുമാണ് സംവിധായകൻ അവതരിപ്പിച്ചത്. അത്രത്തോളം ദളിത് ജീവിതത്തോട് ആത്മാർത്ഥത പുലർത്താൻ ആ സിനിമയ്ക്ക് സാധിക്കുകയും ചെയ്തിട്ടുണ്ട്.

അറുപതുകളിൽ ദളിത് ജീവിതത്തോട് താൽപ്പര്യവും അനുഭാവവും പുലർത്തിയ ഒരു സിനിമാക്കാരൻ തോപ്പിൽ ഭാസിയാണ്. കമ്മ്യൂണിസ്റ്റ് ആശയങ്ങളും ആദർശങ്ങളും പ്രചരിപ്പിക്കുക എന്ന ഉദ്ദേശ്യത്തോടെ താനെഴുതിയ നാടകങ്ങൾ മിക്കതും പിൽക്കാലത്ത് അദ്ദേഹം സിനിമാരൂപത്തിൽ പുനഃസൃഷ്ടിച്ചിട്ടുണ്ട്. സാമൂഹികവിമോചനം, സാമൂഹികസമത്വം തുടങ്ങിയ പ്രഖ്യാപിത കമ്മ്യൂണിസ്റ്റ് ആശയങ്ങളുടെ പ്രയോഗം എന്ന നിലയിൽ വ്യത്യസ്ത സാമൂഹിക വിഭാഗങ്ങളേയും ജാതികളെയും തികച്ചും ബോധപൂർവമായിത്തന്നെ ഭാസി നാടകങ്ങളിലേക്ക് കൊണ്ടുവന്നു. എന്നാൽ അപ്പോഴും സവർണപൗരുഷവും അധികാരഘടനയും തമ്മിൽ നടക്കുന്ന സംഘർഷങ്ങളെന്ന നിലയിലാണ് ആ നാടകങ്ങളിലെ സാമൂഹികപ്രമേയങ്ങൾ രൂപപ്പെട്ടത്. സവർണജീവിതത്തിന്റെ മുഖ്യധാ

indiancine.ma

രയിലല്ല, പാർശ്വമേഖലകളിലാണ് ദളിത് കഥാപാത്രങ്ങൾക്ക് ഭാസി ഇടം നൽകിയത്. സവർണ്ണ-വിപ്ലവ നായകന്റെ പരിവർത്തികളായി പ്രവർത്തിക്കുവാനല്ലാതെ ആ നായകനുമായി സമാനപദവി പങ്കുവെക്കാൻ ഭാസി ദളിതർക്ക് ഒരിക്കലും അവസരം നൽകുന്നില്ല. “അടിയൻ ലച്ചിപ്പോം” മട്ടിൽ ചാടിവീണ് സവർണ്ണനായകനു ചുറ്റും സുരക്ഷാവലയം തീർക്കുകയാണ് ആ ദളിതർക്ക് ഭാസി നൽകുന്ന ദൗത്യം. *നിങ്ങളെന്നെ കമ്മ്യൂണിസ്റ്റാക്കി* (1961) എന്ന നാടകത്തിലെ മുഖ്യകഥാപാത്രമായ ഗോപാലന്റെ കമ്മ്യൂണിസ്റ്റ് കൂട്ടാളിയാണ് മാല എന്ന ദളിത് യുവതി. ഗോപാലന്റെ സാമൂഹികാദർശങ്ങളിലും സമത്വവാദത്തിലും മയങ്ങി മാല അയാളിൽ അനുരക്തയായിത്തീരുന്നു. എന്നാൽ ഗോപാലന് പഥ്യമായിരുന്നത് ജന്മിപുത്രിയുമായുള്ള പ്രണയമാണ്. ദളിത് യുവതി നായർ യുവാവിനെ മോഹിക്കുകയോ എന്നൊരു അസഹിഷ്ണുത നാടകത്തിന്റെ തന്നെ അബോധത്തിൽ പ്രവർത്തിക്കുന്നു. ഗോപാലൻ ‘മാറ്റുവിൻ ചട്ടങ്ങളെ’ എന്ന വിപ്ലവഗാനം ആലപിക്കുന്നത് മാലയോടൊപ്പമല്ല, പെട്ടെന്നൊരു ദിവസം വിപ്ലവപ്രേമം തലയ്ക്കു കേറിയ ജന്മിപുത്രിയോടൊപ്പമാണ്. തികച്ചും ജനപ്രിയമായ ഒരു പ്രണയസൂത്രവാക്യം നീക്കുപോക്കില്ലാതെ അനുസരിക്കുന്നതിനിടയിൽ സിനിമ ആ പ്രണയസൂത്രവാക്യത്തിന് ചേരാത്ത ദളിത് ജീവിതങ്ങളെ പാടേ വിസ്മരിച്ചുപോകുകയാണ്.

മലയാളത്തിലെ വിപ്ലവസിനിമാക്കാർ പോലും ദളിത് ജീവിതത്തെ വിഷയമാക്കിയത് ഒരു സവർണ്ണ ഔദാര്യമെന്ന നിലയിലായിരുന്നു എന്ന് തെളിയിക്കുന്നവയാണ് ഭാസിയുടെ മിക്ക നാടകങ്ങളും. ദളിതരോടൊപ്പം പ്രവർത്തിക്കുന്നത് തന്റെ ഉദാരതയായി

സവർണ്ണനായകനും സവർണ്ണനായകനുവേണ്ടി ത്യാഗം ചെയ്യാൻ കഴിയുന്നത് സ്വന്തം ഭാഗ്യമായി ദളിത് കഥാപാത്രങ്ങളും കരുതുന്ന പ്രതീതിയാണ് ഭാസിയുടെ നാടകങ്ങൾ ഉളവാക്കുന്നത്. *മൂലധനം* എന്ന സിനിമയിലും ഈ വിധത്തിലുള്ള ദളിത് പരിചരണമാണ് കാണാനാവുക. സവർണ്ണനും വിപ്ലവനായകനുമായ രവിക്ക് ഒളിവിൽ കഴിയാൻ ഇടം കൊടുക്കുന്നത് വെളുത്തകുഞ്ഞ് എന്ന ദളിത് വൃദ്ധനും മകൾ ചിന്നമ്മയുമാണ്. വീടിനുള്ളിൽ വേറേ സ്ഥലമില്ലാത്തതുകൊണ്ട് അടുപ്പുകല്ല് ഇളക്കിമാറ്റിയാണ് രവിക്ക് കിടന്നുറങ്ങാൻ ചിന്നമ്മ സ്ഥലമൊരുക്കുന്നത്. പട്ടുമെത്തയിൽ കിടന്നാലും ഈ അനുഭവം കിട്ടില്ല എന്ന രവിയുടെ പ്രസ്താവത്തിൽ ദളിത് ജീവിതത്തോട് സിനിമയ്ക്കുള്ള അനുഭാവം പ്രകടമാണ്. എന്നാൽ അവിടെയും സവർണ്ണനായകനെ പരിചരിക്കുന്ന, അയാൾക്കുവേണ്ടി ഏത് അപകടവും ഏറ്റെടുക്കുന്ന സേവകരാകുക എന്നതിൽ കവിഞ്ഞ ഒരു പദവിയും സിനിമ ദളിതർക്ക് അനുവദിച്ചു കൊടുക്കുന്നില്ല. കമ്മ്യൂണിസ്റ്റ് സ്വർഗ്ഗം വന്നാൽ ആ സ്വർഗ്ഗത്തിലെ നേതൃസ്ഥാനം സവർണ്ണർക്കായിരിക്കുമെന്നും അവരുടെ സേവകരായിരിക്കാൻ ദളിതർക്ക് അവസരമുണ്ടെന്നുമാണ് ഭാസി സ്വന്തം നാടകങ്ങളിലൂടെയും സിനിമകളിലൂടെയും പറഞ്ഞുകൊണ്ടിരുന്നത്. സിവിക് ചന്ദ്രൻ എഴുതിയ *നിങ്ങളാരെ കമ്മ്യൂണിസ്റ്റാക്കി* എന്ന പ്രതിനാടകം ഈ പ്രശ്നത്തെ അഭിസംബോധന ചെയ്യുന്നു.

*രണ്ടിടങ്ങഴി*യിലും *നീലക്കുയിലി*ലും താരശരീരങ്ങളെ ഉപയോഗിച്ചതുപോലെ ഉചിതമായല്ല *മൂലധന*ത്തിൽ അവ ഉപയോഗിക്കപ്പെട്ടത്. മാലയായി അഭിനയിച്ച ജയഭാരതിയുടെ ശരീരവടിവുകളിലാണ് ക്യാമറ പലപ്പോഴും ശ്രദ്ധിക്കുന്നത്. ദളിതത്വം എന്ന ഘടകത്തിൽ വളരെ ദുർലഭമായിമാത്രമേ സംവിധായകന്റെ ശ്രദ്ധ പതിയുന്നുള്ളൂ. മാത്രമല്ല, തികഞ്ഞ അച്ചടിഭാഷയിലാണ് ജയഭാരതിയുടെ മാല സംസാരിക്കുന്നത്. (പിന്നീട് *നെല്ല്* എന്ന സിനിമയിൽ മാര എന്ന ആദിവാസി യുവതിയായി ഇതേ ജയഭാരതി തന്നെ വന്നു, ഭാഷയുടെ കാര്യത്തിൽ ഒരു മാറ്റവും കൂടാതെ). ദളിത് ജീവിതത്തെ യാഥാർത്ഥ്യബോധത്തോടെ ആവിഷ്കരിക്കാൻ കമ്മ്യൂണിസ്റ്റ് ഐഡിയോളജിയുടെ പ്രത്യക്ഷവക്താവായിരുന്ന തോപ്പിൽ ഭാസിക്കും കഴിയുകയുണ്ടായില്ല എന്നാണ് ഇതിൽ നിന്ന്

വ്യക്തമാവുന്നത്.

രാഷ്ട്രീയബോധത്തിലും ജനാധിപത്യവിശ്വാസത്തിലും മുൻപന്തിയിൽ നിൽക്കുന്ന കേരളത്തിൽ ദളിതർ സിനിമയിൽ ഏറെക്കുറെ അസന്നിഹിതരായിത്തന്നെ തുടരുകയാണെന്നാണ് സിനിമകളുടെ മൊത്തത്തിലുള്ള കണക്കെടുപ്പിൽനിന്ന് ബോധ്യമാവുന്നത്. എന്നാൽ, ജാതിരാഷ്ട്രീയവും ദളിത് വിരുദ്ധതയും വളരെ പ്രകടമായ തമിഴ്നാട്ടിൽ നിന്നുള്ള സിനിമകളിൽ ഈ കാലയളവിൽ ദളിത് പ്രതിനിധാനം കേരളത്തെ അപേക്ഷിച്ച് വളരെ കൂടുതലാണെന്ന് കാണാം. ദ്രാവിഡ രാഷ്ട്രീയത്തിന്റെ പൊതുബോധം അവിടെ ശക്തമായിരിക്കുന്നതുകൊണ്ടാകാം ഇങ്ങനെ സംഭവിക്കുന്നത്. മലയാളത്തെ അപേക്ഷിച്ച് തമിഴ് സിനിമയിൽ പ്രാദേശിക സ്വത്വാവിഷ്കാരങ്ങൾ (നേറ്റിവിറ്റി സിനിമകൾ) ധാരാളമായി ഉണ്ടാകുന്നുണ്ട്. പ്രാദേശിക ജീവിതമെന്നാൽ തമിഴ്നാടിനെ സംബന്ധിച്ച് ഗ്രാമസംസ്കൃതിയുടെയും ജാതിബന്ധങ്ങളുടെയുമാണ്. ജാതിരാഷ്ട്രീയത്തെ കേന്ദ്രസ്ഥാനത്ത് നിർത്തുന്ന നിരവധി സിനിമകൾ തമിഴിൽ ഉണ്ടാവുന്നുണ്ട്. (ഉദാ: *തേവർമകൻ*). ദളിത് ജീവിതത്തെ കേന്ദ്രസ്ഥാനത്ത് പ്രതിഷ്ഠിക്കുന്ന *അറവാൻ*പോലുള്ള സിനിമകൾ തമിഴിൽ സാധ്യമാകുന്നതും അതുകൊണ്ടുതന്നെയാണ്.

പ്രമേയം വഴി മാത്രമല്ല, അനേകതരം മതാത്മക-സാമൂഹികചിഹ്നങ്ങളിലൂടെയും തമിഴ് സിനിമകളിൽ ദളിത് ജീവിതം സംഗതമാവുന്നുണ്ട്. മതാത്മകതയുടെയും വിശ്വാസങ്ങളുടെയും ചിഹ്നങ്ങൾ വഴി തമിഴ് സിനിമ എങ്ങനെയാണ് ദളിത് ജീവിതത്തെ അടയാളപ്പെടുത്തുന്നതെന്ന് 'ബ്രിങ്ങിംഗ് ദ അമ്മൻ ഇന്റു പ്രസൻസ് ഇൻ തമിഴ് സിനിമ' എന്ന പഠനത്തിൽ കൽപ്പനാ റാം (2008:46) ചൂണ്ടിക്കാണിച്ചിട്ടുണ്ട്. എന്നാൽ ഇത്തരത്തിൽപോലും മലയാള സിനിമയിൽ ദളിത് പ്രതിനിധാനം സാധ്യമാകുന്നില്ല. ദളിത് ജനതയുടെ തദ്ദേശീയ ആരാധനാരീതികൾ പലതും - കാവ്, വെളിച്ചപ്പാട്, അനുഷ്ഠാനങ്ങൾ - സിനിമയിൽ ചില കോമാളിവേഷങ്ങളുടെ തമാശക്കളികളായി വക്രീകരിക്കപ്പെടുകയാണ് പതിവ്. ഇതിനപ്പുറം, ദളിത് ജീവിതത്തെ അടയാളപ്പെടുത്താൻ കെൽപ്പുള്ള സന്ദർഭങ്ങളോ ചിഹ്നങ്ങൾപോലുമോ നമ്മുടെ വരേണ്യസിനിമകളെ സംബന്ധിച്ച് അസ്പൃശ്യമായി തുടർന്നുപോരികയാണുണ്ടായത്.

ദളിത് ജീവിതത്തെ രാഷ്ട്രീയവും ചരിത്രപരവുമായ സാഹ

ചര്യങ്ങളിൽ വിശകലനം ചെയ്യുന്ന സിനിമകൾ ഉണ്ടാകുന്നത് തൊണ്ണൂറുകൾ മുതലാണ്. ടി.വി. ചന്ദ്രന്റെ *പൊന്തൻമാട*യാണ് (1994) ഇത്തരത്തിൽ രാഷ്ട്രീയമായ ദളിത് വിശകലനത്തിൽ ശ്രദ്ധിച്ച ആദ്യത്തെ മലയാളസിനിമ. ഒരു ദളിത് കർഷകത്തൊഴിലാളിയായ മാടയെ മുൻനിർത്തി കേരള രാഷ്ട്രീയത്തിലെ ചില ചരിത്രസന്ദർഭങ്ങളെ വിചാരണ ചെയ്യുവാനുള്ള ശ്രമം ഈ സിനിമ നടത്തുന്നുണ്ട്. ഇംഗ്ലണ്ടിൽനിന്ന് തിരിച്ചെത്തി ഒരുതരം ഏകാന്തജീവിതം നയിക്കുന്ന ശീമത്തമ്പുരാനും സാഹചര്യവശാൽ അയാളുടെ വാത്സല്യത്തിനു പാത്രീഭവിക്കുന്ന മാടയും തമ്മിലുള്ള സവിശേഷമായ ആത്മബന്ധത്തിലൂടെ ഫ്യൂഡലിസത്തിന്റെ ചില ആന്തരികനന്മകളെ ഉയർത്തിക്കാണിക്കാൻ സംവിധായകൻ ശ്രമിക്കുന്നുണ്ട്. എന്നാൽ അതിനിടയിലും ഭൂപരിഷ്കരണം പോലുള്ള രാഷ്ട്രീയനടപടികൾക്ക് പ്രയോഗതലത്തിൽ സംഭവിച്ച വീഴ്ചകളെ വിമർശനബുദ്ധ്യാ പരിശോധിക്കാൻ സിനിമ തയ്യാറാകുന്നു. വയലിലിറങ്ങി നിന്ന് ജീവിതകാലം മുഴുവൻ പണിയെടുത്ത കർഷകത്തൊഴിലാളിക്ക് ഭൂപരിഷ്കരണം കൊണ്ട് എന്തു നേട്ടമാണുണ്ടായത് എന്നൊരു ചോദ്യം സിനിമയിൽ ഉന്നയിക്കപ്പെടുന്നുണ്ട്. യജമാനന്റെ ഉൽക്കർഷത്തിനുവേണ്ടി ചേറിലും വെയിലിലും നിന്ന് സ്വന്തം അധ്വാനം മുഴുവൻ ചെലവഴിച്ച കർഷകത്തൊഴിലാളികളിൽ ഭൂരിഭാഗവും ദളിതരായിരുന്നു എന്നത് ഈ ചോദ്യത്തെ ദളിത് വിരുദ്ധതയുടേതായ ഒരു രാഷ്ട്രീയചരിത്രത്തിന്റെ വിചാരണയാക്കി മാറ്റുന്നു. കൃഷിഭൂമിയിൽ നിന്ന് അന്യവൽക്കരിക്കപ്പെടുന്ന ദളിത് കർഷകരുടെ പ്രാതിനിധ്യവും മാടയ്ക്കുണ്ട്. ചരിത്രത്തിലുടനീളം തോൽപ്പിക്കപ്പെട്ടവരും തമസ്ക്കരിക്കപ്പെട്ടവരുമാണ് ദളിത് ബഹുജനങ്ങൾ. സാമൂഹിക പ്രത്യയശാസ്ത്രങ്ങളിൽ ഊന്നിയ ആധുനിക രാഷ്ട്രീയ പ്രസ്ഥാനങ്ങൾ പോലും ആ തോൽവിയുടെ ആക്കം കൂട്ടുന്ന തരത്തിലാണ് പ്രവർത്തിച്ചിട്ടുള്ളതെന്നാണ് ഈ സിനിമ പ്രഖ്യാപിക്കുന്നത്.

ഇന്ന് ഇന്ത്യൻ സിനിമ പൊതുവേതന്നെ ദളിത് ജീവിതത്തെ ചരിത്രസാഹചര്യങ്ങളിൽ പുനർവായിച്ചുകൊണ്ട് ഒരു പുതിയ ദൃശ്യസംസ്കാരത്തിലേക്ക് പ്രവേശിച്ചുകൊണ്ടിരിക്കുകയാണ്. ഇന്ത്യയ്ക്കു പുറത്തുപോലും ഇത്തരത്തിലുള്ള ചില പുനർനിർമിതികൾ നടന്നുകൊണ്ടിരിക്കുന്നുണ്ട്. ബിനോയ് യാക്കൂബ് സംവിധാനം ചെയ്ത *ദ അൺടച്ചബിൾ* (2006) എന്ന ഇംഗ്ലീഷ് സിനിമ

ഇത്തരത്തിലുള്ള ഒരു ശ്രമം എന്ന നിലയിലാണ് ശ്രദ്ധേയമാകുന്നത്. ജെയ്ൻ എന്ന ഫ്രഞ്ചുകാരി തന്റെ പിതാവായ ദളിതനെ തിരക്കി ഇന്ത്യയിലെത്തുന്നതും ആ യാത്രയിൽ ദളിത് വിരുദ്ധതയുടെ അനേകം സന്ദർഭങ്ങൾക്ക് സാക്ഷ്യം വഹിക്കേണ്ടിവരുന്നതുമാണ് സിനിമയുടെ വിഷയം. ഇന്ത്യയിലെ ദളിത് ജീവിതത്തിന്റെ ബഹുവിധമായ സംഘർഷങ്ങളെയും സമ്മർദ്ദങ്ങളെയും ലോകത്തിനുമുമ്പിൽ തുറന്നുകാട്ടുന്ന ഒരു ചിത്രമാണിത്. ഈ നിലയിൽത്തന്നെ പരിഗണിക്കേണ്ടുന്ന ഒരു സിനിമയാണ് തമിഴിൽ നിന്നുള്ള *അറവാൻ* (2012, സംവിധാനം വസന്തബാലൻ). തമിഴ്നാട്ടിലെ ക്ഷേത്രനഗരത്തിന്റെ പശ്ചാത്തലത്തിൽ ദളിത്ജീവിതത്തെയും ദളിത് മുന്നേറ്റങ്ങളെയും രാഷ്ട്രീയ നിലപാടുകളോടെ അവതരിപ്പിക്കുന്ന ചിത്രമാണിത്.

ആഗോളവൽക്കരണത്തിന്റെ പുതിയ രാഷ്ട്രീയ-സാമൂഹിക-സാമ്പത്തിക സാഹചര്യങ്ങളിലും ദേശീയതലത്തിൽ സജീവമായിക്കഴിഞ്ഞ ദളിത് സംവാദങ്ങളുടെ പശ്ചാത്തലത്തിലും ദളിത് ജീവിതത്തെ പ്രശ്നവൽക്കരിക്കുന്ന ഒട്ടേറെ സിനിമകൾ ഇന്ന് മലയാളത്തിൽ ഉണ്ടായിക്കൊണ്ടിരിക്കുന്നുണ്ട്. *ചിതറിയവർ* (2005, സംവിധാനം - ലാൽജി), *തകരച്ചെണ്ട* (2007, അവിര റബേക്ക), *മേൽവിലാസം* (2011, മാധവ് രാമദാസൻ), *പപ്പലിയോ ബുദ്ധ* (2012, ജയൻ ചെറിയാൻ) എന്നീ ചിത്രങ്ങൾ ദളിത് പക്ഷത്ത് നിലയുറപ്പിച്ചുകൊണ്ട് സവർണ്ണേതരമായ ഒരു പുതിയ ചലച്ചിത്രഭാഷ ഉണ്ടാക്കിയെടുക്കാനുള്ള ശ്രമം നടത്തുന്നു. സവർണ്ണശീലങ്ങളിൽ നിന്ന് വഴിമാറി നടക്കാൻ താൽപ്പര്യമില്ലാത്ത പ്രേക്ഷകസമൂഹം ഈ ചിത്രങ്ങളെ ഗൗരവപൂർവ്വം പരിഗണിക്കുന്നില്ല എന്നത് ഒരു യാഥാർത്ഥ്യം തന്നെയാണ് എങ്കിലും ചലച്ചിത്രസംവാദങ്ങളിലെ ഒരു പ്രധാനവിഷയമായി ഈ സിനിമകൾ ഉയർന്നുവരിക തന്നെ ചെയ്യുന്നുണ്ട്.

ശാസ്ത്രത്തിൽ ബിരുദാനന്തരബിരുദമുള്ള ഒരു ദളിത് യുവാവ് സാമുദായിക സംവരണത്തെ നിരസിച്ചുകൊണ്ട് ജാതിരഹിതമായ വ്യക്തിത്വപ്രകാശനത്തിനുള്ള ഉപാധികൾ അന്വേഷിക്കുന്നു. എന്നാൽ ജീവിതപ്രാരബ്ധങ്ങൾ അയാളുടെ ശ്രമങ്ങളെയൊക്കെ പരാജയപ്പെടുത്തിക്കളയുന്നു. ഒടുവിൽ തന്റെ പിതാവിന്റെ കുലത്തൊഴിലായ മന്ത്രവാദത്തിന്റെ വഴിയേതന്നെ സഞ്ചരിക്കാൻ അയാൾ നിർബന്ധിതനായിത്തീരുകയാണ്. ഇതാണ് *ചിതറിയവർ*

എന്ന സിനിമയുടെ ഇതിവൃത്തം. സർക്കാരിന്റേതായാലും സ്വകാര്യമേഖലയുടേതായാലും എല്ലാ തൊഴിൽ മേഖലകളും കടുത്ത ദളിത് വിരുദ്ധതയുടേതായ പ്രത്യയശാസ്ത്രമാണ് പിന്തുടർന്നുപോരുന്നത്. സവർണ്ണഹിന്ദുക്കളും മുസ്ലീങ്ങളും ക്രിസ്ത്യാനികളും അടങ്ങുന്ന തൊഴിൽദാതാക്കളുടെ ലോകത്ത് ദളിതൻ എപ്പോഴും അകറ്റി നിർത്തപ്പെടേണ്ടുന്നവനാണ്. സംവരണത്തിന്റെ ബലത്തിലല്ലാതെ സർക്കാർ സർവ്വീസിലും ദളിതന് സ്വീകാര്യതയില്ല. ലിബറൽ ഐഡന്റിറ്റി കാംക്ഷിക്കുന്ന ഒരു ദളിതനെ അംഗീകരിക്കാനോ പ്രോത്സാഹിപ്പിക്കാനോ ഒരുതരത്തിലും തയ്യാറല്ലാത്ത ഒരു സമൂഹമാണ് ഇന്ത്യയുടേത് എന്ന യാഥാർത്ഥ്യമാണ് ഈ സിനിമ വിളിച്ചുപറയുന്നത്.

വരേണ്യമായ ജീവിതസാഹചര്യങ്ങളിൽ പ്രവേശമില്ലാത്ത കീഴാളരും ദളിതരുമടങ്ങുന്ന മനുഷ്യരാണ് നഗരത്തിൽ ചേരികളായി രൂപം കൊള്ളുന്നത്. പ്രത്യക്ഷത്തിൽ ഒരു ദളിത് പ്രശ്നവും മുന്നോട്ട് വെയ്ക്കുന്നില്ലെങ്കിലും *തകരച്ചെണ്ട* അതിന്റെ കീഴാള ജീവിതവിവരണങ്ങളിലൂടെ നിശ്ശബ്ദമായി തുറന്നുകാണിക്കുന്നത് ദളിത് അവസ്ഥകളെത്തന്നെയാണ്. ആധുനികനാഗരികത എങ്ങനെയാണ് നിസ്വരായ ദളിത് ജനതകളെ ബഹിഷ്കരിക്കുന്നതെന്നും ആ ദളിത് ജനത എങ്ങനെയാണ് പുതിയ സാമൂഹിക സാഹചര്യങ്ങളുടെ അവശിഷ്ടങ്ങളായിത്തീരുന്നതെന്നും സിനിമ വ്യക്തമാക്കുന്നു.

പപ്പിലിയോ ബുദ്ധ എന്ന സിനിമ ദളിത് അനുഭവങ്ങളുടെ പുതിയ സംഘർഷഭൂമികളിലേക്കാണ് ശ്രദ്ധ ക്ഷണിക്കുന്നത്. അമേരിക്കൻ ഗവേഷകനായ ജാക്കിന്റെ കൂടെ കേരളത്തിലെത്തുന്നു ജെ.എൻ.യു. വിദ്യാർത്ഥിയായ ശങ്കരൻ. ആ യാത്രയിൽ കേരളത്തിലെ ആദിവാസികൾ നേരിടുന്ന പീഢനങ്ങളും യാതനകളും നേരിട്ടറിയാനിടയാകുന്ന ശങ്കരൻ അവരോടൊപ്പം പ്രവർത്തിക്കാൻ ആരംഭിക്കുന്നു. എന്നാൽ ദളിത് ജനങ്ങളെ ആത്യന്തികമായി സഹായിക്കാൻ അയാൾക്കും കഴിയുന്നില്ല. മതം മാറുകയോ സ്വന്തം ആവാസഭൂമിയിൽ നിന്ന് പലായനം ചെയ്യുകയോ അല്ലാതെ സ്വന്തം ഐഡന്റിറ്റി നിലനിർത്തിക്കൊണ്ടുള്ള ജീവിതം ആദിവാസികളെ സംബന്ധിച്ച് അസാധ്യമായിത്തീരുകയാണ്. ഇതാണ് ഈ സിനിമ ഉന്നയിക്കുന്ന രാഷ്ട്രീയപ്രശ്നം. ആദിവാസി ഭൂസമരങ്ങളുടെ

രാഷ്ട്രീയപശ്ചാത്തലത്തിൽ രൂപപ്പെടുത്തിയ ഈ ചിത്രം ദളിതനുഭവങ്ങളെ പ്രശ്നവൽക്കരിക്കുന്നു എന്ന നിലയിൽ പുതിയൊരു ചലച്ചിത്രസംസ്കാരത്തിന് വേദിയാകുന്നു.

മലയാളസിനിമയ്ക്ക് പുതിയൊരു വ്യാകരണം തന്നെ ഉണ്ടാക്കിക്കൊടുത്ത ചിത്രമാണ് *മേൽവിലാസം*. അടച്ചിട്ട മുറിയ്ക്കകത്ത് നടക്കുന്ന കോർട്ടുമാർഷലാണ്- സൈനികവിചാരണയാണ്-സിനിമയുടെ വിഷയം. അതിനിടയിലൂടെ വലിയൊരു ദളിത് പ്രശ്നത്തെ ഈ സിനിമ വിശകലനം ചെയ്യുന്നു. രാമചന്ദ്രൻ എന്ന ദളിതനായ ജവാന് സവർണ്ണരായ മേലുദ്യോഗസ്ഥരിൽനിന്ന് ജാതീയമായ അധിക്ഷേപങ്ങൾ നിരന്തരം നേരിടേണ്ടിവരുന്നു. ആ അവമതി താങ്ങാനാവാതെ അയാൾ സ്വന്തം മേലുദ്യോഗസ്ഥനെ വെടിവെച്ചു കൊല്ലുന്നു. തുടർന്ന് കോർട്ടുമാർഷലിന് വിധേയനാകുന്ന അയാൾ സവർണ്ണരായ മേലുദ്യോഗസ്ഥരിൽ നിന്നോ നിയമങ്ങളിൽ നിന്നോ യാതൊരു അനുഭാവവും പ്രതീക്ഷിക്കാനില്ലെന്ന ഉറപ്പിൽ തനിക്കുള്ള ശിക്ഷ ഏറ്റുവാങ്ങാൻ തയ്യാറെടുക്കുകയാണ്. ഇന്ത്യയുടെ ഭരണമേഖലകളിലും അധികാരത്തിന്റെ വ്യത്യസ്ത തട്ടകങ്ങളിലും നിത്യേന അരങ്ങേറിക്കൊണ്ടിരിക്കുന്ന ദളിത് പീഡനങ്ങളുടെ ഹിംസാത്മകമായ മുഖമാണ് *മേൽവിലാസം* എന്ന ചിത്രം അവതരിപ്പിക്കുന്നത്.

m.facebook.com

അടിച്ചമർത്തപ്പെടുകയും അവഗണിക്കപ്പെടുകയും ചെയ്യുന്ന ദളിത് ബഹുജനങ്ങളുടെ നാവായി മാറാൻ സിനിമ പ്രാപ്തി നേടിക്കൊണ്ടിരിക്കുന്നു എന്ന് ഇത്തരം ചിത്രങ്ങൾ തെളിയിക്കുന്നു. ഇത്തരത്തിൽ നിരവധി സിനിമകൾ അണിയറയിൽ ഒരുങ്ങിക്കൊ

ണ്ടിരിക്കുന്നുണ്ട്. ബികാഷ് മിശ്ര സംവിധാനം ചെയ്യുന്ന *ചൗരങ്ക* എന്ന ഹിന്ദി സിനിമയെക്കുറിച്ചുള്ള റിപ്പോർട്ടുകൾ ദളിത് ജീവിതാനുഭവങ്ങളെ പ്രശ്നവൽക്കരിക്കാനുള്ള ഉദ്യമമാണ് ആ സിനിമയെന്ന് സൂചിപ്പിക്കുന്നുണ്ട്.

വ്യവസ്ഥാപിത താരസങ്കൽപ്പങ്ങളെ മാറ്റി നിർത്തിക്കൊണ്ടല്ലാതെ ദളിത് സ്വത്വാവിഷ്കാരങ്ങൾ സാധ്യമല്ല എന്നും പുതിയ സിനിമ മനസ്സിലാക്കിക്കഴിഞ്ഞിട്ടുണ്ട്. *പൊന്തൻമാട*യിൽ മമ്മൂട്ടിയുടെ താരപ്പൊലിമയെ മുൻനിർത്തിയാണ് ടി.വി. ചന്ദ്രൻ ഒരു ദളിത് കഥാപാത്രത്തിന് രൂപം നൽകിയത്. എന്നാൽ, രണ്ടായിരത്തിനു ശേഷമുള്ള സിനിമകളിൽ കൂടുതൽ യാഥാർത്ഥ്യബോധത്തോടെയുള്ള കാസ്റ്റിങ് ആണ് കാണാനാകുന്നത്. മലയാളസിനിമയ്ക്ക് ഏറ്റവും സ്വീകാര്യമായ ദളിത് ശരീരമാതൃക ഇന്ന് ശ്രീനിവാസന്റേതാണ്. *തകരച്ചെണ്ട, ചിതറിയവർ, കഥ പറയുമ്പോൾ* തുടങ്ങിയ ചിത്രങ്ങളിൽ ശ്രീനിവാസന്റെ ശരീരഭാഷയിലൂടെയാണ് ദളിത് കഥാപാത്രങ്ങൾ പ്രത്യക്ഷപ്പെടുന്നത്. *മേൽവിലാസം* എന്ന ചിത്രത്തിലെ പാർത്ഥിപൻ എന്ന തമിഴ് നടന്റെ കാസ്റ്റിങ്ങും *അച്ഛനുറങ്ങാത്ത വീട്* എന്ന ചിത്രത്തിലെ സലിംകുമാറിന്റെ കാസ്റ്റിങ്ങും സവർണ്ണേതരമായ ഒരു പുതിയ നായകസങ്കൽപ്പത്തെ പിൻപറ്റുന്നുണ്ട്. ദളിത് ജീവിതത്തിന്റെ ആവിഷ്കാരങ്ങൾ സിനിമയുടെ സവർണ്ണസൗന്ദര്യശീലങ്ങളെ എങ്ങനെയെല്ലാം മാറ്റി മറിക്കുമെന്നതിന് മികച്ച തെളിവുകളാണ് ഈ ചിത്രങ്ങൾ.

നിലനിൽക്കുന്ന സവർണ്ണസൗന്ദര്യസങ്കൽപ്പങ്ങളെ അട്ടിമറിച്ചുകൊണ്ടേ ദളിത് ജീവിതത്തിന്റെ യാഥാർത്ഥ്യബോധത്തോടുകൂടിയ പ്രതിനിധാനം സിനിമയിൽ സാധ്യമാകൂ. സവർണ്ണേതരമായ ആ സൗന്ദര്യസങ്കൽപ്പം രൂപപ്പെടുത്തിയെടുക്കാനുള്ള ശ്രമം ചെറിയ തോതിലാണെങ്കിലും സജീവമായിത്തന്നെ മലയാളസിനിമയിൽ നടന്നുവരികയാണ്.

ഗ്രന്ഥസൂചി

അജയ്ശേഖർ 2009: *മലയാളചലച്ചിത്രവും ദളിത് പ്രതിനിധാനവും, ദളിത് തിരിച്ചറിവുകൾ,* വിദ്വാൻ പി.ജി. നായർ സ്മാരകഗവേഷണകേന്ദ്രം, യു.സി. കോളേജ്, ആലുവ.

പ്രദീപൻ പാമ്പിരികുന്ന്, 2011: *ദളിത് സൗന്ദര്യശാസ്ത്രം*, ഡി.സി. ബുക്സ്,

കോട്ടയം.

Guerrero 2010: 'The Spectacle of Black Voilence as Cinema', *Social Life in Film,* (Ed.) Jean Anne Sutherland & Kathryn Felty, Pine Forge Press, California.

Kalpana Ram 2008: 'Bringing the Amman into presence in Tamil Cinema', *Tamil Cinema: The Cultural Politics of Indian Other Film Industry,* (Ed) SelvarajVelayudham, Routledge, London.

(2013)

സിനിമയിലെ കാട്: കാഴ്ചയും അനുഭവവും

കഥയായാലും സിനിമയായാലും ജനങ്ങളെ വളരെയേറെ ആകർഷിക്കുന്ന വിഷയമാണ് വനജീവിതം. വനജീവിതവുമായി ബന്ധപ്പെട്ട കഥകൾ കേട്ടാണ് ഏതു മനുഷ്യനും അവന്റെ ബാല്യഭാവനകളെ സമ്പന്നമാക്കിയിട്ടുള്ളത്. ലോകത്തെവിടെയുമുള്ള ഭാഷകളിൽ ഇത്തരം കഥകളുടെ പാരമ്പര്യവും ശേഖരവും ഉണ്ടാകും. നാടോടിക്കഥകളിൽ വലിയൊരു പങ്കും വനകഥകൾ, അതിൽ തന്നെ ജന്തുകഥകൾ ആണ്. പുരാണങ്ങളായാലും ഇതിഹാസങ്ങളായാലും വനത്തിന്റെ അന്തരീക്ഷവും വനജീവിതത്തിന്റെ ആവിഷ്കാരവും തികച്ചും ഉദ്വേഗജനകവും അതുകൊണ്ടുതന്നെ വായനക്കാരന്റെ ജിജ്ഞാസയെ സജീവമാക്കി നിർത്തുന്നതുമായ വിഷയങ്ങളാണ്. വനജീവിതത്തോടുള്ള ഈ അഭിനിവേശം ആധുനികസാഹിത്യത്തിലും വലിയ സ്വാധീനം ചെലുത്തി നിലനിന്നുപോരുന്നുണ്ട്. എന്നാൽ ആധുനികകാലത്ത് സാഹിത്യത്തേക്കാൾ കൂടുതലായി സിനിമയിലാണ് ഈ അഭിനിവേശം പ്രകടമാകുന്നത്. കഥ നടക്കുന്ന പശ്ചാത്തലം എന്ന നിലയിൽ മാത്രമല്ല, സവിശേഷമായ അനുഭവലോകം എന്ന നിലയിലും ദൃശ്യപരമായ വിഭവശേഷികൊണ്ട് വിപണിമൂല്യം വർദ്ധിപ്പിക്കുന്ന ഘടകം എന്ന നിലയിലുമൊക്കെയാണ് സിനിമയിൽ വനം പലപ്പോഴും കടന്നുവരുന്നത്.

നാഗരികജീവിതത്തിന്റെ ഒരു അപരം എന്ന നിലയിലാണ് അഥവാ നാട്-കാട് എന്ന വിരുദ്ധദ്വന്ദ്വത്തിന്റെ അടിസ്ഥാനത്തിലാണ് വനവും വനജീവിതവും സാഹിത്യത്തിനും സിനിമയ്ക്കും വിഷയമായിട്ടുള്ളത്. അതുകൊണ്ടുതന്നെയാണ് കാട് ഒരു കാഴ്ചവസ്തുവായി മാറുന്നതും. നാട്ടിൽ, അല്ലെങ്കിൽ നഗരത്തിൽ ജീവിക്കുന്നവരെ സംബന്ധിച്ച് അന്യവും അപരിചിതവും നിഗൂഢവുമായ ഒരു

malayalachalachitram.com

ലോകമാണ് കാട്. ഇരുണ്ട അന്തരീക്ഷവും സസ്യനിബിഡതയും വന്യജീവികളുടെ സാന്നിദ്ധ്യവും അപ്രവചനീയ സ്വഭാവമുള്ള കാട്ടുവാസികളുടെ സങ്കേതം എന്ന നിലയിലുള്ള ഭയജനകതയും മറ്റും വനത്തെ നാട്ടുവാസികളെ സംബന്ധിച്ച് അന്യവും അപ്രാപ്യവുമാക്കുന്നുണ്ട്. ആഗ്രഹിച്ചാലും അതിനുള്ളിൽ നേരിട്ട് കയറാൻ പൊതുവെ അവർ മുതിരാറില്ല. അപ്പോഴും വൈചിത്ര്യങ്ങളുടേതായ ആ നിഗൂഢലോകം കാണാനുള്ള കൗതുകം അവരിൽ പ്രവർത്തിച്ചുകൊണ്ടിരിക്കുകയും ചെയ്യും. ഈ കൗതുകം കെട്ടുകഥകളിലൂടെ, കേട്ടുകേൾവികളിലൂടെ, സങ്കല്പങ്ങളിലൂടെ, ഭാവനകളിലൂടെ സഫലമാക്കാനുള്ള ശ്രമം നിരന്തരം നടന്നുകൊണ്ടിരിക്കുന്നുണ്ട്. കാട്ടനുഭവങ്ങളുടെ വിവരണങ്ങളും കാട്ടുകഥകളും മറ്റും ഈ ശ്രമത്തിന്റെ ചില പ്രയോഗരീതികളാണ്. തനിക്കു ചെന്നുപറ്റാൻ കഴിയാത്ത കാട് എന്ന വിസ്മയലോകത്തിലെ അനുഭവങ്ങളെയും ഭാവനയുടെ തലത്തിൽ സ്വന്തമാക്കാനുള്ള ആഗ്രഹമാണ് വനജീവിതാവിഷ്കാരങ്ങളിലേക്ക് അവരെ നയിക്കുന്നത്. വനജീവിതം ആവിഷ്കരിക്കുന്ന സാഹിത്യവും സിനിമയും മനുഷ്യരെ അത്രമേൽ ആകർഷിക്കുന്നതിന്റെ പ്രധാനകാരണവും ഇതുതന്നെ.

പ്രാചീനജീവിതത്തിന്റെ ആദിരൂപപരമായ സ്മരണകൾ ഉണർത്തുന്നു എന്ന നിലയ്ക്കും കുട്ടിക്കാലം മുതൽ കേട്ടുപഴകിയ അനേകതരം നാടോടിക്കഥകളിലെ പശ്ചാത്തലം എന്ന നിലയ്ക്കും സാധാരണക്കാരായ മനുഷ്യർക്ക് കാടിനോട് സഹജമായിത്തന്നെ ഒരു താൽപ്പര്യം ഉണ്ട്. നഗരത്തിൽ ജീവിക്കുന്ന മനുഷ്യനിലും ഒരു കാട്ടുമനുഷ്യൻ മറഞ്ഞിരിക്കുന്നുണ്ട് എന്നു പറയുന്നതിന്റെ താൽപ്പര്യം ഇതാണ്. കാട് കാണുമ്പോൾ പ്രാചീനമായ വനജീവിതത്തിന്റെ ചില ആസക്തികൾ അബോധാത്മകമായി സജീവമാകുന്നുണ്ട്. കാട് പ്രമേയമോ പശ്ചാത്തലമോ ആയി വരുന്ന കഥകളുടെ നേർക്കുള്ള താൽപ്പര്യത്തിനു പിന്നിൽ പ്രവർത്തിക്കുന്നത് ഈ പിൻവിളികൾ കൂടിയാണ്. സിനിമയിലേക്ക് വരുമ്പോൾ ഈ താൽപ്പര്യം കുറേക്കൂടി ശക്തമാകുന്നു. സിനിമയിലാവുമ്പോൾ കാട് ഒരു കാഴ്ചാനുഭവം കൂടിയാണ്. കാട്ടിലൂടെ സഞ്ചരിക്കുന്ന, കാട്ടുദൃശ്യങ്ങൾക്ക് സാക്ഷ്യം വഹിക്കുന്ന ഒരു അനുഭവം സിനിമയിലെ കാട് കാഴ്ചക്കാർക്ക് നൽകുന്നുണ്ട്. കാട്ടിലൂടെ സഞ്ചരിക്കുന്ന, കാട്ടിൽ എത്തിപ്പെടുന്ന, നാട്ടുവാസികളുടെ അനുഭവങ്ങൾ എന്ന നിലയിലാണ് വനം പ്രമേയമാക്കിയുള്ള മിക്കവാറും സിനിമകൾ തയ്യാറാക്കപ്പെട്ടിട്ടുള്ളത്. അഥവാ ഒരു അപരം എന്ന നിലയിലാണ് സിനിമയിൽ കാട് പലപ്പോഴും സ്ഥാനം നേടുന്നത് എന്ന് പറയാം. നാട്ടുവാസി നായകസ്ഥാനത്തും വനം അല്ലെങ്കിൽ വനവാസികൾ പ്രതിയോഗിയുടെ സ്ഥാനത്തും നിൽക്കുന്നതായിരുന്നു പല വനസിനിമകളുടെയും രീതി. സമീപകാലം വരെയും വനസിനിമകൾ ഈ പാറ്റേൺ ആണ് പിന്തുടർന്നുപോന്നിട്ടുള്ളത്. എന്നാൽ മാറിയ കാഴ്ചപ്പാടിന്റെ ഫലമെന്ന നിലയിൽ നാട്ടുവാസി പ്രതിയോഗിയായി വരുന്ന സിനിമകളും അടുത്ത കാലത്ത് ധാരാളമായി ഉണ്ടാവുന്നുണ്ട്. (*അപോകാലിപ്റ്റോ, അവതാർ, 10000 BC*). എങ്ങനെ ആയിരുന്നാലും കാട് കേന്ദ്രമാവുന്ന സിനിമകൾ വീരം, അത്ഭുതം, ഭയാനകം എന്നീ രസങ്ങൾ ഉണർത്തുന്നതിലൂടെ സാധാരണ പ്രേക്ഷകരെ വലിയ തോതിൽ ആകർഷിച്ചുപോന്നിട്ടുണ്ട്. അഡ്വഞ്ചർ, ഹൊറർ, ത്രില്ലർ, ക്രീച്ചർ, ജേർണി, കാനിബാൾ തുടങ്ങിയ ജനുസ്സുകളിൽ ഉൾപ്പെടുന്ന സിനിമകൾക്ക് ഏറ്റവും അനുയോജ്യമായ പശ്ചാത്തലമായി വനം വളരെക്കാലം മുമ്പേ തന്നെ സ്വീകരിക്കപ്പെട്ടുപോരുന്നു.

m.imdb.com

കലാപരമായ ഒരു സാധ്യതയെന്ന നിലയിലും കാട് സിനിമകളിൽ സ്ഥാനം നേടുന്നുണ്ട്. ചലച്ചിത്രം മുഖ്യമായും കണ്ണിന്റെ കലയാണല്ലോ. ദൃശ്യേന്ദ്രിയത്തിന്റെ സജീവപങ്കാളിത്തമാണ് സിനിമയുടെ പരമപ്രധാനമായ ആകർഷകത്വം. വാണിജ്യസിനിമകളുടെ കാര്യത്തിൽ ഇത് ഒരു പ്രധാനഘടകവുമാണ്. വർണ്ണങ്ങളുടെ ആഘോഷം സൃഷ്ടിക്കുന്ന നൃത്തരംഗങ്ങൾക്കും ചടുലചലനങ്ങൾക്കും ഷോട്ടുകളുടെ അതിവേഗത്തിലുള്ള മാറ്റങ്ങൾക്കും സവിശേഷമായ പ്രകാശവിന്യാസത്തിനുമൊക്കെ സിനിമയിലുള്ള പ്രസക്തി ദൃശ്യഗുണം കൂട്ടുക എന്നതാണ്. ഇതുപോലെ ദൃശ്യാത്മകതയെ വിപുലീകരിക്കുന്ന ഒരു ഘടകമാണ് ലൊക്കേഷൻ. കാട്, മരുഭൂമി, കായൽപ്രദേശങ്ങൾ, വലിയ കെട്ടിടങ്ങൾ, മലമ്പ്രദേശങ്ങൾ, മഞ്ഞുമലകൾ, പുഴയോരങ്ങൾ, ഉദ്യാനങ്ങൾ, പ്രാചീനനഗരിയുടെ അവശിഷ്ടങ്ങൾ ഇവ ദൃശ്യാത്മകത വർദ്ധിപ്പിക്കുന്ന സ്ഥലപശ്ചാത്തലങ്ങളാണ്. (ഇത്തരത്തിലുള്ള പല ലൊക്കേഷനുകൾ ചേർത്ത് ഉണ്ടാക്കപ്പെട്ടിട്ടുള്ള ഹോളിവുഡ് സിനിമകൾ ഓർക്കുക) ഈ വക സിനിമകൾ പ്രേക്ഷകർക്ക് മിനിമം ഗാരണ്ടി നൽകുന്നതായി അവ നേടുന്ന വാണിജ്യവിജയം തെളിവ് നൽകുന്നുണ്ട്. ഇങ്ങനെ ദൃശ്യാത്മകതക്കു വേണ്ടിയും ചലച്ചിത്രകാരന്മാർ വനപശ്ചാത്തലങ്ങളെ ആശ്രയിച്ചുപോരുന്നു.

blimey.pro

അപോകാലിപ്റ്റോ എന്ന സിനിമയിലെ ഒരു ദൃശ്യം

മനുഷ്യമനസ്സിന്റെ ഇരുണ്ട തലങ്ങളെ പ്രകാശിപ്പിക്കുന്ന ഇടമായും രൂപകമായും കാട് കഥകളിലും സിനിമകളിലും സ്ഥാനം നേടുന്നുണ്ട്. വന്യതയുടെ മൂർത്തരൂപം എന്നു പറയാം. അത് വികാരമാകാം സ്വഭാവമാകാം അനുഭവമാകാം. മനസ്സിന്റെയും ജീവിതത്തിന്റെയും നിഗൂഢതകളിലേക്കോ നൈസർഗ്ഗികവികാരങ്ങളിലേക്കോ ഉള്ള പ്രവേശകമായും അങ്ങനെ കാടിന് പ്രവർത്തിക്കാൻ കഴിയും. *ദി ഡെഡ് ലാന്റ്* പോലുള്ള സിനിമകളിൽ കാട് ഇങ്ങനെയും പ്രസക്തമാവുന്നുണ്ട്.

വനത്തിന്റെ ഒരു പ്രത്യേകത അത് സ്വാഭാവികപ്രകൃതിയുടെ ഒരു പരിച്ഛേദം തന്നെയാണ് എന്നതാണ്. പരിഷ്കൃതലോകം തൊട്ടു മുഷിക്കാത്ത പ്രകൃതിയുടെ ഏറ്റവും സ്വാഭാവികമായ അവസ്ഥയാണത്. സഹസ്രാബ്ദങ്ങളായി നിലനിൽക്കുന്ന ആവാസവ്യവസ്ഥ. നമ്മുടെയെല്ലാം ഉള്ളിൽ ഗുപ്തമായി പ്രവർത്തിക്കുന്ന പ്രകൃതിയുടെ ബാഹ്യരൂപം. അതുകൊണ്ട് കാടിന്റെ സാന്നിദ്ധ്യത്തിൽ നമ്മുടെയുള്ളിലെ പ്രകൃതിയും പ്രകൃതിസഹജമായ വാസനകളുമൊക്കെ സജീവമായി ഉണർന്നുവരും. സൂക്ഷ്മതലത്തിൽ ഈ പ്രകൃ

തിയുടെ ആവിഷ്കാരം എന്ന നിലയ്ക്കും സിനിമയിലെയും സാഹിത്യത്തിലെയും കാടിനെ നമുക്ക് വിലമതിക്കാൻ സാധിക്കും.

വനത്തിന്റെ നിഗൂഢസ്വഭാവം സിനിമക്ക് എക്കാലവും പ്രിയപ്പെട്ട വിഷയമായിരുന്നു. വനത്തിലൂടെ സഞ്ചരിക്കുന്നത് സാഹസികതയുടെ പര്യായമായി കാണുന്ന ഒരു ലോകത്ത് / കാലത്ത് സാഹസികകഥകളുടെ പശ്ചാത്തലമായി കാട് സ്വീകരിക്കപ്പെടുക സ്വാഭാവികമാണ്. ഇത്തരം സിനിമകൾ ഒരേസമയം തന്നെ കാടിന്റെ സഹജമായ ഉദ്വേഗജനകതയെ സാഹസികതയോടും ഭയാനകതയോടും ചേർത്തുവയ്ക്കുക വഴി ഇരട്ടവിനോദമൂല്യം നേടിയെടുക്കുന്നുണ്ട്. വീരരസപ്രധാനമായ സാഹസികകഥകൾക്കും ഭയാനകരസപ്രധാനമായ ഹൊറർ കഥകൾക്കും പശ്ചാത്തലമായി വനം പലപ്പോഴും സ്വീകരിക്കപ്പെടുന്നത് ഇതുകൊണ്ടാണ്. അത്തരം സിനിമകൾ വലിയ വാണിജ്യവിജയം നേടുകയും ചെയ്യുന്നു. ഭയവും വീരരസവും സൃഷ്ടിക്കുന്നതിൽ വനം പശ്ചാത്തലം മാത്രമായല്ല, കഥാപാത്രമായിത്തന്നെ പ്രവർത്തിക്കുന്നതായി കാണാം. വനം പ്രതിയോഗിയുടെ അഥവാ വില്ലന്റെ സ്ഥാനത്ത് നിൽക്കുന്നു എന്നർത്ഥം. കാട്ടിൽ നഷ്ടപ്പെട്ടു എന്നു കരുതുന്ന കുട്ടിയ തേടുന്ന *ദി ഫോറസ്റ്റ്* (2016) ഇതിന് ഒരു ഉദാഹരണമാണ്.

ക്രീച്ചർ ഫ്രം ദി ബ്ലാക് ലഗൂൺ (1954), *അനക്കോണ്ട* (1997), *കോംഗോ* (1995), *കിങ്കോങ്* (1933, 2005) തുടങ്ങിയ മോൺസ്റ്റർ സിനിമകൾക്കും *ദ ഗോസ്റ്റ് ആന്റ് ഡാർക്ക്നസ്* (1995), *ഫോറസ്റ്റ്* (1982) തുടങ്ങിയ ഹൊറർ സിനിമകൾക്കും *കാനിബാൾ ഹോളോകോസ്റ്റ്* (1980), *മൗണ്ടൻ ഓഫ് ദ കാനിബാൾ ഗോഡ്* (1978) തുടങ്ങിയ കാനിബാൾ സിനിമകൾക്കും *ഡയമണ്ട് ഓഫ് കിളിമാഞ്ജാറോ, ഇൻഡ്യാനാ ജോൺസ് ആന്റ് ദി കിങ്ഡം ഓഫ് ക്രിസ്റ്റൽ സ്കൾ* തുടങ്ങിയ സാഹസിക സിനിമകൾക്കും കാട് പശ്ചാത്തലമാവുന്നത് കാടിന്റെ വികാരപരമായ സാധ്യത മുൻനിർത്തിയാണ്. സാഹസികനായകൻ കടന്നുപോകുന്ന പ്രതികൂലസ്ഥാനങ്ങൾ എന്ന നിലയിൽ ജയിംസ് ബോണ്ട് സിനിമകളിലും ജാക്കി ചാൻ സിനിമകളിലും പോലും വനപശ്ചാത്തലം കടന്നുവരുന്നതു കാണാം. *ദി ലോസ്റ്റ് സിറ്റി ഓഫ് ഇസഡ്* എന്ന വനസിനിമയിൽ നായകരുടെ വീരത്വം തെളിയിക്കാനുള്ള ഉപാധി കൂടിയായി വനം സ്ഥാനം നേടുന്നു. ഈ നായകന്മാർ നാട്ടിൽ നിന്ന് കാട്ടിലേക്ക്

വരുന്നവരാണ്. *ദി ഡെഡ് ലാന്റ്* എന്ന സിനിമയിലാകട്ടെ വനത്തിനുള്ളിലെ ഗോത്രവീരന്മാർ തന്നെയാണ് നായകസ്ഥാനത്തുള്ളത്. കാടിനു പുറത്തുള്ളവരിലേക്ക് ഈ സിനിമ സഞ്ചരിക്കുന്നില്ല.

ഒരു കാലത്ത് വാണിജ്യസിനിമയുടെ നിരവധി വിജയഫോർമുലകളിൽ ഒന്നായി വനജീവിതം സിനിമകളിൽ സ്ഥാനം നേടിയിരുന്നു. ഒരു കഥാപാത്രം വഴി തെറ്റി കാട്ടിലെത്തുന്നു. അയാളോ അയാളെ തേടിയെത്തുന്നവരോ വനവാസികളുടെ പിടിയിൽ അകപ്പെടുന്നു. വനവാസികൾ അവരെ രക്ഷപ്പെടുത്തുക അല്ലെങ്കിൽ അവർ വനവാസികളിൽ നിന്ന് സാഹസികമായി രക്ഷപ്പെടുക ഇങ്ങനെയൊക്കെ കഥാഘടനയെ കൃത്രിമമായി സംവിധാനം ചെയ്തുകൊണ്ടാണ് വനത്തെ സിനിമയിലേക്ക് തിരുകികയറ്റുന്നത്. ഇന്ത്യൻ സിനിമകളിലാണെങ്കിൽ അതിനിടയിൽ അങ്ങേയറ്റം കൃത്രിമമായ ഒരു ഗോത്രനൃത്തം തിരുകിക്കയറ്റാനും അവസരം കണ്ടെത്തും.

വനത്തിന്റെ അവിഭാജ്യഘടകമാണ് വനവാസിജീവിതം. വനവാസികളെ നായകസ്ഥാനത്തും പ്രതിനായകസ്ഥാനത്തും കേവലം പോഷകജനതയുടെ സ്ഥാനത്തും അവതരിപ്പിക്കുന്ന സിനിമകൾ ഉണ്ടായിട്ടുണ്ട്. ആദ്യകാലങ്ങളിൽ നിഷ്ഠുരരോ ബുദ്ധികെട്ടവരോ ആയി അവരെ അവതരിപ്പിക്കുന്ന ചിത്രങ്ങളാണ് കൂടുതൽ ഉണ്ടായിട്ടുള്ളത്. നിഷ്ഠൂരന്മാരായ പ്രതിയോഗികൾ (*മൗണ്ടൻ ഓഫ് കാനിബാൾ ഗോഡ്, കിങ്ങ് കോങ്ങ്*) സാഹചര്യവശാൽ വനത്തിൽ ജീവിക്കേണ്ടിവരുന്ന നാഗരികമനുഷ്യന്റെ സഹവാസികൾ (ടാർസൻ സിനിമകൾ) വനത്തിൽ താൽക്കാലികമായി വന്നുപെടുന്നവരുടെ രക്ഷകർ (ഹൂ ആം ഐ) നാഗരികരാൽ വേട്ടയാടപ്പെടുന്നവർ (*അപോകാലിപ്റ്റോ, അവതാർ, ബി.സി. 10,000)* നായകന് തോൽപ്പിക്കാനുള്ള കോമാളിരൂപങ്ങൾ (*പൈറേറ്റ്സ് ഓഫ് കരീബിയൻസ്, ആർമർ ഓഫ് ഗോഡ്*) ആധുനിക ലോകത്തിന്റെ പരിഷ്കാരങ്ങൾ പരിചയമില്ലാതെ പ്രകൃതിയോടൊപ്പം നിഷ്കളങ്കമായി ജീവിച്ചുപോകുന്നവർ (*ഗോഡ് മസ്റ്റ് ബി ക്രേസി, എംബ്രൈസ് ഓഫ് ദി സർപന്റ്*-2016) സാഹസികരായ വീരനായകർ *(ദ ഡെഡ് ലാന്റ്")* വനത്തിലൂടെ കടന്നുപോകുന്ന നാഗരികനായകന്റെ പശ്ചാത്തലത്തിൽ നിൽക്കുന്നവർ *(ദ ലോസ്റ്റ് സിറ്റി ഓഫ് ഇസഡ്, ഫിറ്റ്സ് കരാൾഡോ)* ഇങ്ങനെ പല രീതികളിൽ വനവാസികളുടെ ജീവിതം

പാശ്ചാത്യസിനിമകളിൽ ആവിഷ്കരിക്കപ്പെട്ടിട്ടുണ്ട്. നാഗരികരോട് ഏറ്റുമുട്ടുന്ന തദ്ദേശീയ വീരന്മാർ എന്ന നിലയിൽ നായകസ്ഥാനത്തോ പ്രതിനായകസ്ഥാനത്തോ സ്ഥാപിക്കാനാവാത്ത രീതികളിലുള്ള വനവാസികളെയും ചില സിനിമകളിൽ കാണാം. *ദി ലാസ്റ്റ് ഓഫ് മോഹിക്കൻസ്* (1992), *ദി ലോസ്റ്റ് സിറ്റി ഓഫ് ഇസഡ്* (2016) എന്നീ സിനിമകളിലെ ഗോത്രവർഗ്ഗക്കാർ സ്വയംരക്ഷക്കുവേണ്ടി നാഗരികരോട് ഏറ്റുമുട്ടാൻ നിർബ്ബന്ധിതരാവുന്നവരാണ്. എങ്കിലും ഈ സിനിമകളുടെയും വീക്ഷണസ്ഥാനം നാഗരികരുടേതാകയാൽ പലപ്പോഴും പ്രതിനായകസ്ഥാനം അവരിൽ ആരോപിതമാവുന്നുണ്ട്. ഈ സിനിമകളിലും വനം കേവലം പശ്ചാത്തലം മാത്രമായല്ല, കഥാപാത്രമെന്ന നിലയിലുമാണ് പലപ്പോഴും സ്ഥാനം നേടുന്നത്.

കാടിന്റെ യാഥാർത്ഥ്യങ്ങളല്ല, കാടിനെക്കുറിച്ചുള്ള നാട്ടുവാസികളുടെ ഭാവനകളാണ് പലപ്പോഴും ഇത്തരം വനസിനിമകളിൽ പ്രേക്ഷകർ കാണുന്നത്. വനജീവിതമോ വനത്തിനുള്ളിൽ യഥാർത്ഥത്തിൽ നടക്കുന്ന കാര്യങ്ങളോ ഈ സിനിമകൾ പലതും നമ്മുടെ മുന്നിൽ എത്തിക്കുന്നില്ല. അത് അവരുടെ ഉദ്ദേശ്യവുമല്ല. ഒരു വനവാസിയെ സംബന്ധിച്ച് എന്താണ് കാട് എന്നത് വനവാസിക്ക് മാത്രം വിശദീകരിക്കാൻ കഴിയുന്ന കാര്യമാണ്. എന്നാൽ വനവാസിക്കു പകരം നാട്ടുവാസി/നാഗരികൻ തന്നെയാണ് സിനിമകളിൽ അത് വിശദീകരിക്കുന്നതും വ്യാഖ്യാനിക്കുന്നതും. ഇങ്ങനെ നാഗരികന്റെ കാഴ്ചപ്പാടിലൂടെ രൂപീകരിക്കപ്പെട്ട വനാനുഭവങ്ങളാണ് പല സിനിമകളിലും പ്രേക്ഷകർ കാണുന്നത്. പൊതുവെ, വാണിജ്യസിനിമകളിൽ വനം അവതരിപ്പിക്കപ്പെട്ടിട്ടുള്ളത് ഈ രീതിയിലാണ്. വാണിജ്യവിജയം ലക്ഷ്യം വെയ്ക്കുന്നതുകൊണ്ട് പലപ്പോഴും കാല്പനികമായ രീതിയിൽ വനത്തെ അവതരിപ്പിക്കാൻ ചലച്ചിത്രകാരന്മാർ നിർബ്ബന്ധിതരാവുന്നു എന്നതും ഒരു യാഥാർത്ഥ്യമാണ്.

കാട് മലയാളസിനിമയിൽ

വനസിനിമകൾ പൊതുവെ ഭാവനാത്മകമായ വനത്തെയാണ് ആവിഷ്കരിക്കാറുള്ളത് എന്നു പറഞ്ഞു. ഇതിന്റെ പൊതുമാതൃകരൂപം കൊണ്ടിട്ടുള്ളത് എഡ്ഗാർ റൈസ് ബറോസ് രചിച്ച ടാർസൻ എന്ന വനനായകനെ കേന്ദ്രീകരിച്ച് ഉണ്ടായിട്ടുള്ള സിനിമകളിൽ

നിന്നാണ്. 1918ലാണ് ടാർസൻ എന്ന നോവലിനെ അധികരിച്ച് ആദ്യമായി സിനിമയുണ്ടാവുന്നത്. ഈ സിനിമയ്ക്ക് ലഭിച്ച വാണിജ്യവിജയം ടാർസൻ സിനിമകളുടെ ഒരു പരമ്പരക്കു തന്നെ വഴിവച്ചു. ഒളിമ്പിക് ചാമ്പ്യൻമാരെ നടന്മാരാക്കിക്കൊണ്ട് പുറത്തിറങ്ങിയ ടാർസൻ സിനിമകൾ ലോകമെമ്പാടും വലിയ സ്വീകാര്യതയാണ് നേടിയത്. ഈ സിനിമകളുടെ അനുകരണം എന്ന നിലയിലാണ് ഇന്ത്യൻ സിനിമകളിൽ വനജീവിതം പ്രധാനമായും കടന്നുവരുന്നത്. വനം ആവിഷ്കരിക്കുന്നതിൽ ഹോളിവുഡിൽ നിന്നുള്ള ആദ്യകാല ടാർസൻ സിനിമകളും വലിയ മികവൊന്നും പുലർത്തിയിരുന്നില്ല. ഈ സിനിമകളുടെ അനുകരണം എന്ന നിലയിൽ കൂടുതൽ ദുർബ്ബലമായ വനജീവിതചിത്രീകരണമാണ് ഇന്ത്യയിൽ പൊതുവെയും കേരളത്തിൽ വിശേഷിച്ചും നടന്നത്.

വനമെന്നാൽ കുറെ മരങ്ങളാണ് എന്ന ധാരണയോടെയാണ് പല വനസിനിമകളും വനത്തെ സമീപിക്കുന്നത്. അതുകൊണ്ട് കുറെ മരങ്ങൾ കൂടിനിൽക്കുന്ന ഇടത്തെ ലൊക്കേഷനാക്കുക എന്ന തന്ത്രമാണ് പൊതുവെ മലയാളസിനിമ സ്വീകരിച്ചുപോന്നിട്ടുള്ളത്. നടന്മാരും സാങ്കേതികവിദഗ്ദ്ധരും സഹായികളും മറ്റുമടക്കം ഒരു വലിയ ടീമിന്റെ പങ്കാളിത്തം ആവശ്യമുള്ളതിനാൽ യഥാർത്ഥ വനത്തിൽ പോയി സിനിമ ഷൂട്ട് ചെയ്യുക എന്നത് അത്ര എളുപ്പമുള്ള പണിയല്ല. അതുകൊണ്ട് വനമെന്നു തോന്നിപ്പിക്കുന്ന കുറെ ദൃശ്യങ്ങൾ ഉണ്ടാക്കിയെടുക്കുകയാണ് പലപ്പോഴും ചലച്ചിത്രകാരന്മാർ ചെയ്തുപോന്നിട്ടുള്ളത്. യഥാർത്ഥവനത്തിൽ തന്നെ സിനിമ ഷൂട്ട് ചെയ്യുന്നതിന് ലോകസിനിമയിൽ ഒട്ടേറെ മാതൃകകളുണ്ട്. വെർണർ ഹെർസോഗിന്റെ *അഗിറേ ദി റാത്ത് ഓഫ് ഗോഡ്* (1972), *ഫിറ്റ്സ്കരാൾഡോ* (1982) തുടങ്ങിയ ചിത്രങ്ങൾ ഓർക്കുക. 1985ൽ ജോൺ ബൂർമാൻ സംവിധാനം ചെയ്ത *എമറാൾഡ് ഫോറസ്റ്റ്* എന്ന സിനിമ ചിത്രീകരിച്ചത് കഥാപശ്ചാത്തലമായ ആമസോൺ കാടുകളിൽ തന്നെയാണ്. ഇതുപോലെ കാടിന്റെ ഗൂഢഭംഗികൾ തെളിച്ചത്തോടെ ആവിഷ്കരിക്കുന്ന എത്രയോ സിനിമകൾ ഹോളിവുഡിൽ ഉണ്ടായിരിക്കുന്നു. വലിയ മുടക്കുമുതൽ ആവശ്യമുള്ള ചിത്രീകരണങ്ങൾ ആണ് അവയിലുള്ളത്. അതിനുള്ള പ്രാപ്തി ഇല്ലാത്തവരെ സംബന്ധിച്ച് പരിമിതമായ സാഹചര്യങ്ങൾ ഉപയോഗിച്ച് വനദൃശ്യങ്ങൾ ചിത്രീകരിക്കാനേ സാധിക്കൂ. ചുരുങ്ങിയ ചെല

വിൽ സിനിമ നിർമ്മിക്കുന്ന പ്രാദേശികഭാഷകളിലെ വനചിത്രീകരണങ്ങൾക്ക് ഗുണനിലവാരം കുറഞ്ഞുപോകുന്നതിന് കാരണവും ഇതുതന്നെ.

മലയാളത്തിലെ ആദ്യത്തെ വനചിത്രം 1951ൽ പ്രദർശനത്തിനെത്തിയ *വനമാല*യാണെങ്കിലും വലിയ വാണിജ്യവിജയം നേടിയ ആദ്യത്തെ വനചിത്രം 1960ൽ വന്ന *ആന വളർത്തിയ വാനമ്പാടി* ആണ്. ഈ രണ്ടു ചിത്രങ്ങളും ടാർസൻ സിനിമകളുടെ വാണിജ്യവിജയത്തിൽ ആവേശം കൊണ്ട് ഉണ്ടാക്കപ്പെട്ട ഹിന്ദി സിനിമകളുടെ അനുകരണങ്ങളാണ്. ടാർസൻ വനനായകനാണെങ്കിൽ ഈ രണ്ടു സിനിമകളിലും നമ്മൾ കാണുന്നത് വനനായികമാരെയാണ്. അതാകട്ടെ ഹിന്ദി -തമിഴ് സിനിമകളിൽ നിന്ന് പകർത്തിയതുമാണ്. *ജങ്കിൾ ക്വീൻ* (1936, സംവിധാനം: നന്ദൻലാൽ ജസ്വന്ത് ലാൽ), *ജങ്കിൾ കിങ്* (1939, നരിഘടൃാലി), *ജങ്കിൾ പ്രിൻസസ്* (1942, ഹോമി വാഡിയ) എന്നീ ഹിന്ദി ചിത്രങ്ങളും *വനരാജാ കാർസൻ* (1938), *വനമോഹിനി* (1941) എന്നീ തമിഴ് സിനിമകളും 1951നു മുമ്പേ പ്രേക്ഷകർക്ക് മുന്നിലെത്തുകയും വലിയ ജനപ്രീതി നേടുകയും ചെയ്തിരുന്നു. സൂക്ഷിച്ചുനോക്കിയാൽ ഇവയെല്ലാം ടാർസന്റെ കുഞ്ഞുങ്ങൾ തന്നെ ആണെന്നു കാണാം. ഈ ടാർസൻ പാരമ്പര്യത്തിന് മലയാളത്തിൽ തുടക്കം കുറിച്ചു എന്ന നിലയിൽ *വനമാല*യ്ക്ക് ചരിത്രത്തിൽ ഒരു സ്ഥാനമുണ്ടെന്നും പറയാം.

ml.m.wikipedia.org

m.timesofindia.com

പി. സുബ്രഹ്മണ്യം

വനസിനിമ ആണെങ്കിലും അക്കാലത്തെ മലയാള തമിഴ്സിനിമകളുടെ സ്ഥിരം കഥാഘടന തന്നെയാണ് *വനമാല* എന്ന സിനിമയിലും കാണാനാവുന്നത്. സെമിന്ദാറിന്റെ കൈക്കുഞ്ഞിനെ സെക്രട്ടറി പ്രസാദ് കാട്ടിലെറിയുന്നു. ആ കുഞ്ഞിനെ കാട്ടുദമ്പതികൾ വളർത്തുന്നു. കുഞ്ഞായിരിക്കുമ്പോൾ മുതൽ ഒരു ആനയാണ് അവൾക്കു കൂട്ട്. കാലങ്ങൾക്കുശേഷം പ്രസാദിന്റെ മകൻ കാട്ടിൽ വച്ച് അവളെ കണ്ടെത്തുന്നതും പ്രണയിക്കുന്നതും അവൾ സെമിന്ദാരുടെ മകളാണെന്ന സത്യം ഒടുവിൽ പുറത്തുവരുന്നതുമാണ് കഥ. ടാർസൻ സിനിമകളുടെ ഫ്രെയിമിൽ ഉണ്ടാക്കിയെടുത്തതാണ് ഈ സിനിമ എന്ന് ഒറ്റനോട്ടത്തിൽ തന്നെ വ്യക്തമാണ്. നെയ്യാറ്റിങ്കര കോമളം എന്ന നടിയാണ് ടാർസന്റെ സ്ത്രീപ്പതിപ്പ് ആയി അഭിനയിച്ചത്. ഇതേ കഥാപാത്രം തന്നെ *ആന വളർത്തിയ വാനമ്പാടി*യിൽ മല്ലി എന്ന വനനായികയായി വന്നു. തിക്കുറിശ്ശിയുടെ തിരക്കഥയിൽ പി. സുബ്രഹ്മണ്യം സംവിധാനം ചെയ്ത ചിത്രമാണിത്. വിമാനാപകടത്തെ തുടർന്ന് കാട്ടിൽ അകപ്പെട്ടുപോകുന്ന പെൺകുഞ്ഞിനെ കാട്ടിൽ ജീവിക്കുന്ന ഒരു മനുഷ്യനും അയാളുടെ ആനയും ചേർന്ന് സംരക്ഷിക്കുന്നതാണ് കഥ. ആദ്യസിനിമയെക്കാൾ ടാർസന്റെ ഹാങ്ങ് ഓവർ കൂടുതലുള്ള ചിത്രവും ഇതാണ്. കേരളത്തിലെ വനങ്ങളിൽ ഇല്ലാത്ത ചിമ്പാൻസി ഈ സിനിമയിലേക്ക് കയറിവരുന്നത് ടാർസൻ സിനിമകളിൽ നിന്നുതന്നെ. രണ്ടു സിനിമകളിലും നായികമാരുടെ സന്തതസഹചാരി ആനയാണ്. ഇതും ടാർസന്റെ ആന തന്നെ. (ഈ ആന പിൽക്കാലത്തും വനസിനിമകളുടെ അവിഭാജ്യഘടകമായി സ്ഥാനം നേടുന്നുണ്ട്.)

തികച്ചും ദുർബലമായ വനജീവിതചിത്രീകരണമാണ് ഈ സിനിമയിൽ കാണാനാവുക. സ്റ്റുഡിയോസെറ്റുകളാണെന്ന് പ്രത്യക്ഷത്തിൽ തന്നെ ബോധ്യപ്പെടുത്തുന്നു പല കാട്ടുദൃശ്യങ്ങളും. കാസ്റ്റിംഗ് മുതൽ ലൊക്കേഷൻ വരെ സർവ്വകാര്യങ്ങളിലും നാഗരികരുടെ ജീവിതവീക്ഷണമാണ് പ്രകടമാകുന്നത്. കാട്ടുജീവിതം

വിദൂരമായിപ്പോലും പരിചയമില്ലാത്തവരുടെ ഭാവനാസൃഷ്ടി മാത്രമാണ് ഈ സിനിമയിലെ കാട്. ഈ സിനിമയിൽ കാട്ടുവാസി നൃത്തത്തിന്റെ പശ്ചാത്തലമായി കേൾക്കുന്ന 'ജുമ്പാ ഹോ...'. 'ഓം കാളി മഹാകാളി' തുടങ്ങിയ ഗാനങ്ങൾ പിന്നീട് മലയാളത്തിലെ വന സിനിമകളുടെ ഒരു സ്ഥിരം ഫോർമുലയായി മാറി.

പി. സുബ്രഹ്മണ്യം നിർമ്മിച്ച (സംവിധാനം: എം. കൃഷ്ണൻനായർ) മറ്റൊരു വനസിനിമയാണ് *കാട്ടുമൈന* (1963). ഇതിൽ ഒരു കാട്ടുപ്രണയവും മുൻ വനസിനിമകളിലെന്നപോലെ കാട്ടുപെണ്ണിനോട് നാഗരികന് ഉണ്ടാകുന്ന പ്രണയവും ഉണ്ട്. വനമാലയിൽ നാഗരികനായ അശോകൻ കാട്ടിൽ വളരുന്ന നളിനിയെ പ്രണയിക്കുന്നു. *വാനമ്പാടി*യിൽ കാട്ടിലെത്തുന്ന ശേഖർ എന്ന പ്രൈവറ്റ് ഡിറ്റക്ടീവ് ആണ് കാട്ടിൽ വളരുന്ന മാലയെ പ്രണയിക്കുന്നത്. ഇതേ പാറ്റേൺ പിന്തുടർന്നുകൊണ്ട് *കാട്ടുമൈന*യിൽ നഗരത്തിൽ നിന്നും നഗരത്തിൽ നിന്നും എത്തുന്ന ഒരു ജിയോളജിസ്റ്റാണ് (നസീർ) കാട്ടുവാസിയായ നീലിയെ (ഷീല) പ്രണയിക്കുന്നത്. രണ്ടു ഗോത്രങ്ങൾ തമ്മിലുള്ള സംഘർഷം അവതരിപ്പിക്കുന്ന സിനിമയിൽ രണ്ടു ഗോത്രങ്ങളെ തമ്മിൽ ഇണക്കാനുള്ള ഘടകമായി ഗോത്രത്തിൽപ്പെട്ടവർ തമ്മിലുള്ള പ്രണയവും കടന്നുവരുന്നു.

യഥാർത്ഥകാടിന്റെ അനുഭവം സൃഷ്ടിക്കുക പി. സുബ്രഹ്മണ്യം തയ്യാറാക്കിയ സിനിമകളുടെ ഒരു ലക്ഷ്യമേ ആയിരുന്നില്ല. കേവലം വിനോദത്തിനു വേണ്ടിമാത്രം കാടു കയറുന്ന സിനിമകളായിരുന്നു അവ. കാട് കണ്ടിട്ടില്ലാത്ത പ്രേക്ഷകരെ ഇതാണ് കാട് എന്ന് മോഹിപ്പിച്ച് ഭാവനാത്മകമായ ഒരു കാട്ടിലേക്ക് കൊണ്ടുപോവുക, കാടിന്റെ പശ്ചാത്തലത്തിൽ ഉദ്വേഗജനകമായ ഒരു കഥ നാടകീയമായി പറയുക - അതാണ് ഈ സിനിമകളുടെ താൽപ്പര്യം. *വാനമ്പാടി*യിൽ കാട്ടിൽ വളരുന്ന മല്ലിയെ പ്രേമിക്കുന്ന നാഗരികൻ കാട്ടുകള്ളന്മാരെ പിടിക്കാൻ കാട്ടിലെത്തുന്ന അവളുടെ മുറച്ചെറുക്കൻ തന്നെയാണ്. അവർ തമ്മിൽ പ്രണയത്തിലാവുന്നതും കഥാന്ത്യത്തിൽ അവൾ യഥാർത്ഥത്തിൽ തന്നെ തന്റെ മുറപ്പെണ്ണാണെന്ന് വെളിപ്പെടുന്നതുമൊക്കെ അക്കാലത്തെ വാണിജ്യസിനിമകളുടെ സ്ഥിരം വിഷയമാണ്. കാട് കൂടി കടന്നുവരുന്നതോടെ കഥയുടെ വിപണിമൂല്യം പതിന്മടങ്ങ് വർദ്ധിക്കുന്നു.

മലയാളത്തിലെ വനസിനിമകൾ യഥാർത്ഥജീവിതവുമായി വിദൂരബന്ധം പോലുമില്ലാതെയാണ് വികസിച്ചുവന്നത് എന്ന് ഈ സിനിമകളെല്ലാം തെളിയിക്കുന്നുണ്ട്. പിന്നീട് പി. വത്സലയുടെ 'നെല്ല്' എന്ന നോവൽ സിനിമയാക്കിയ രാമു കാര്യാട്ട് പോലും ഒരളവിൽ ഈ രീതി തന്നെയാണ് പിന്തുടർന്നത് എന്നത് നമ്മളെ അതിശയിപ്പിക്കുന്നുണ്ട്. ടാർസൻ സിനിമകളിൽ നിന്നാണ് മലയാളസിനിമ കാട് പരിചയപ്പെട്ടതും കാടിനെ അവതരിപ്പിച്ചതും. അതുകൊണ്ടുതന്നെ വനജീവിതമല്ല വനത്തെക്കുറിച്ച് ടാർസൻ സിനിമകൾ പകർന്നുതന്ന ധാരണകളും വനത്തെ സംബന്ധിച്ച വെറും ഭാവനകളുമാണ് മലയാളത്തിലെ ചലച്ചിത്രകാരന്മാർ മിക്കവാറും അവതരിപ്പിച്ചുപോന്നത്.

കാട് അവതരിപ്പിക്കുക ഒരു ആവേശമായി കണ്ട ചലച്ചിത്രകാരനാണ് പി. സുബ്രഹ്മണ്യം. *വാനമ്പാടി*യും *കാട്ടുമൈന*യും സൃഷ്ടിച്ച അദ്ദേഹം ഈ സിനിമകൾക്ക് ലഭിച്ച വാണിജ്യവിജയം കൊണ്ടാവാം കാട് എന്ന പേരിൽത്തന്നെ ഒരു സിനിമ സംവിധാനം ചെയ്തത് (1973). *കാട്ടുമൈന*യിലെ ഗോത്രപ്രണയം ഈ സിനിമയിലും ആവർത്തിക്കുന്നു. ബാങ്ക് കൊള്ളയടിച്ച് കാട്ടിൽ ഒളിച്ചു കഴിയുന്ന കൊള്ളസംഘവും അവരെ പിടികൂടാനെത്തുന്ന പോലീസുകാരും കാട്ടുമനുഷ്യരുമൊക്കെ ചേർന്നാണ് കഥാഗതിയെ നിയന്ത്രിക്കുന്നത്. ആനപ്പുറത്ത് സഞ്ചരിക്കുന്ന ഒരു വനനായകൻ (വിൻസന്റ്) ഈ സിനിമയിലും ഉണ്ട്. ടാർസനെപ്പോലെ അവശ്യഘട്ടങ്ങളിൽ കൂവി വിളിക്കുമ്പോൾ ഈ ആന വന്ന് രക്ഷപ്പെടുത്തുന്ന നിരവധി സന്ദർഭങ്ങളും ഉണ്ട്.

യഥാർത്ഥകാടിന്റെ അനുഭവം സൃഷ്ടിക്കുക ലക്ഷ്യമല്ലാത്തതുകൊണ്ട് വനവാസികളുടെ ജീവിതം അവതരിപ്പിക്കുന്നതും യാഥാർത്ഥ്യവുമായി യാതൊരു ബന്ധവുമില്ലാത്ത രീതിയിലാണ്. തൂവൽപ്പാവാടയെന്നു തോന്നിപ്പിക്കുന്ന വേഷമാണ് പുരുഷന്മാരുടേത്. കൊള്ളസംഘങ്ങൾക്ക് ഒത്താശ ചെയ്തുകൊടുക്കുന്ന വില്ലൻ സ്വഭാവമുള്ള കഥാപാത്രങ്ങളായാണ് *വാനമ്പാടി*യിലും *കാടി*ലും വനവാസികൾ പ്രധാനമായും പ്രത്യക്ഷപ്പെടുന്നത്. കാട് എന്ന സിനിമയിൽ കാട്ടുരാജ്യവും അവിടത്തെ പ്രജകളുമാണ് കഥാകേന്ദ്രമെങ്കിലും നാട്ടുരാജ്യങ്ങളിലെ വസ്ത്രങ്ങളും ചമയങ്ങളുമാണ് അവർക്ക് നൽകിയിരിക്കുന്നത്. പ്രച്ഛന്നവേഷമത്സരത്തെ ഓർമ്മി

പ്പിക്കുന്ന വസ്ത്രസംവിധാനം. വനവാസിസ്ത്രീ പ്രേതമായിക്കഴിയുമ്പോൾ ആ വേഷം വിട്ട് വെളുത്ത സാരിയുടുത്ത് കാട്ടിൽ അലഞ്ഞുനടക്കുന്നതും കാണാം. (സത്യത്തിൽ അത് അവളുടെ ഒരു അഭിനയമാണ്. പ്രേതമാകണമെങ്കിൽ വെളുത്ത സാരി ഉടുക്കണമെന്നും പാട്ടുപാടി കൂരിരുട്ടത്ത് അലഞ്ഞുനടക്കണമെന്നുമുള്ള മലയാളസിനിമയുടെ ഒരു കാലത്തെ പ്രമാണം കാട്ടുവാസിയായ സ്ത്രീപോലും മനസ്സിലാക്കി വച്ചിരിക്കുന്നു!)

കാട് വാണിജ്യവിജയത്തിനുള്ള ഒരു ഫോർമുലയായി മലയാളസിനിമ എക്കാലവും കൊണ്ടുനടന്നിട്ടുണ്ട്. വനജീവിതം വിഷയമാവുന്ന സിനിമകൾ തന്നെ ധാരാളമുണ്ട്. വനജീവിതം കേന്ദ്രസ്ഥാനത്ത് വരാത്ത സിനിമകളും പ്രേക്ഷകരെ രസിപ്പിക്കാനുള്ള ഒരു ചേരുവ എന്ന നിലയിൽ കാടിനെ സ്വീകരിക്കുന്നതായി കാണാം. (ഹരിതസിനിമ എന്ന ഗ്രന്ഥത്തിൽ എ. ചന്ദ്രശേഖരൻ ഇത്തരം സിനിമകളുടെ വിശദമായ ഒരു പട്ടിക തന്നെ അവതരിപ്പിച്ചിട്ടുണ്ട്). കൂടാതെ ഹോളിവുഡ്ഡിൽ നിന്നും ഇതര ഇന്ത്യൻ ഭാഷകളിൽ നിന്നും ഈ ഗണത്തിൽ പെടുത്താവുന്ന നിരവധി സിനിമകൾ കേരളത്തിലേക്ക് വന്നുകൊണ്ടുമിരിക്കുന്നു. ഇവയ്ക്കും വലിയ സ്വീകാര്യത ലഭിച്ചുപോരുന്നുണ്ട്.

വനസിനിമകളിൽ ശ്രദ്ധേയമായ ഒരു മാറ്റം ആദ്യമായി നമ്മൾ കാണുന്നത് രാമു കാര്യാട്ട് സംവിധാനം ചെയ്ത *നെല്ലിൽ* (1974) ആണ്. തിരുനെല്ലിയിലെ ആദിവാസികളുടെ ജീവിതത്തെ കേന്ദ്രീകരിച്ച് പി. വത്സല എഴുതിയ അതേ പേരിലുള്ള നോവലിന്റെ അനുകല്പനം ആയിരുന്നു ആ സിനിമ. കിട്ടാവുന്നതിൽ വച്ച് ഏറ്റവും മികച്ച കലാകാരന്മാരുടെ പങ്കാളിത്തത്തോടെയാണ് കാര്യാട്ട് ഈ സിനിമ ഒരുക്കിയത്. വയനാടൻ കാടുകളുടെയും പ്രകൃതിയുടെയും സ്വാഭാവികവും മനോഹരവുമായ ദൃശ്യങ്ങൾ ഈ സിനിമയിൽ നമുക്ക് കാണാം (ഛായാഗ്രഹണം : ബാലുമഹേന്ദ്ര). കാടിനെ കാടായി മലയാളസിനിമ ആദ്യം കണ്ടത് ഈ ചിത്രത്തിലാകണം. എന്നാൽ വാണിജ്യവിജയം ലക്ഷ്യം വച്ച് കഥാഗതിയിൽ വരുത്തിയ മാറ്റങ്ങളും അഭിനേതാക്കളുടെ തിരഞ്ഞെടുപ്പുമൊക്കെ സിനിമയെ നോവലിൽ നിന്നും യാഥാർത്ഥ്യങ്ങളിൽ നിന്നും ബഹുദൂരം അകറ്റിക്കളഞ്ഞു. അക്കാലത്തെ ഗ്ലാമർ നടനായ മോഹനെ ആ ഗ്ലാമർ നിലനിർത്തിക്കൊണ്ടുതന്നെ ആദിവാസിക

ഥാപാത്രമായ മല്ലനായി അവതരിപ്പിക്കുകയായിരുന്നു കാര്യാട്ട്. ജയഭാരതിയെ ആദിവാസിയുവതിയാക്കുക വഴി *വാനമ്പാടി*യുടെ പാരമ്പര്യം അദ്ദേഹവും പിന്തുടരുകയായിരുന്നു. വനം പശ്ചാത്തലമായെങ്കിലും വനജീവിതത്തോട് നീതി പുലർത്താൻ അങ്ങനെ ഈ സിനിമയ്ക്കും കഴിയാതെ പോയി.

m.imdb.com

വനാനുഭവത്തെയും വനവാസിജീവിതത്തെയും വളരെ സ്വാഭാവികമായി അവതരിപ്പിക്കുന്ന ചിത്രം എന്ന നിലയിൽ കെ.പി. കുമാരന്റെ *കാട്ടിലെ പാട്ട്* (1982) എന്ന സിനിമ ശ്രദ്ധേയമായ വ്യത്യസ്തത പുലർത്തുന്നു. കേരളത്തിലെ വനവാസികൾ കെട്ടുകാഴ്ചകൾ എന്ന നിലയിലല്ലാതെ യാഥാർത്ഥ്യബോധത്തോടെ ഈ സിനിമയിൽ അവതരിപ്പിക്കപ്പെടുന്നു. യുവതിയാണെങ്കിലും കുട്ടികളുടെ സ്വഭാവമുള്ള മകൾ പ്രിയയുമൊത്ത് ഭാര്യ മരിച്ചതിന്റെ വിഷമങ്ങളിൽ നിന്ന് രക്ഷപ്പെടാനായി കാട്ടിലെ ടൂറിസ്റ്റ് ബംഗ്ലാവിലെത്തുന്ന പിതാവ്. അവിടെ വച്ച് പരിചയപ്പെടുന്ന ചിന്നൻ എന്ന വനവാസിയുവാവിനോട് പ്രിയയ്ക്ക് അടുപ്പമുണ്ടാവുന്നു. പ്രകൃതിയുടെ സ്വാഭാവികമായ അന്തരീക്ഷത്തിൽ വച്ച് പ്രിയയുടെ ഉള്ളിൽ പ്രണയം - വിശാലമായ അർത്ഥത്തിൽ രതി - ഉണർന്നുവരുന്നു. നഗരമല്ല, വനമാണ് അഥവാ പ്രകൃതിയാണ് അവളെ തിരിച്ചറിയുന്നത്, സ്വയം തിരിച്ചറിയാൻ അവളെ പ്രാപ്തയാക്കുന്നത്. സിനിമ അവസാനിക്കുന്നത് ചിന്നനോടൊപ്പം ആ പ്രകൃതിയിൽ മറയുന്ന പ്രിയയെ അവതരിപ്പിച്ചുകൊണ്ടാണ്. കാട് എന്നത് കേവലം കാഴ്ചയല്ലെന്നും മനുഷ്യന്റെ ആന്തരികതലങ്ങളിൽ പ്രവർത്തിക്കുന്ന പ്രകൃതിയുടെ മൂർത്തരൂപമാണെന്നും അതിലൂടെ ധ്വനിപ്പിക്കാൻ സിനിമക്ക് സാധിക്കുന്നു. കാട് കാഴ്ച എന്നതിനേക്കാൾ അനുഭവമായി മാറുന്നതിന്

മലയാളസിനിമാചരിത്രത്തിലെ ഏറ്റവും മികച്ച ഉദാഹരണമാണ് ഈ ചിത്രം.

കാടിനെ കാഴ്ചവസ്തുവായി അവതരിപ്പിക്കുന്നതാണ് *കാട്ടിലെ പാട്ട്* വരുന്നതുവരെയും നമ്മൾ കണ്ടത്. കുടുംബപ്രേക്ഷകരെ വിശേഷിച്ചും കുട്ടികളെ ആകർഷിക്കുന്ന വനദൃശ്യങ്ങൾ ഉരുളയ്ക്ക് ഉപ്പേരി പോലെ ഇടയ്ക്കിടെ തിരുകിക്കയറ്റുന്നത് ഈ സിനിമകളുടെ ഒരു സ്ഥിരം രീതിയായിരുന്നു. (ടാർസൻ സിനിമകളിൽ നിന്നുള്ള പകർപ്പെടുപ്പുതന്നെ ഇവയും). കടുവ, പുലി, സിംഹം, മുതല, പെരുമ്പാമ്പ്, മാൻ, ആന, കുരങ്ങ് തുടങ്ങിയ മൃഗങ്ങളെയും വനജീവികളെയും കാണാൻ സജ്ജമാക്കി വച്ചിട്ടുള്ള കാഴ്ചബംഗ്ലാവുകൾ കൂടിയായിരുന്നു പല വനസിനിമകളും. യഥാർത്ഥ ലൊക്കേഷനുകളിൽ ചിത്രീകരിക്കുക എളുപ്പമല്ലാത്തതുകൊണ്ട് ആർക്കൈവിൽ നിന്നെടുത്ത് ഈ ദൃശ്യങ്ങൾ ആവശ്യാനുസരണം എഡിറ്റു ചെയ്തു ചേർക്കുകയാണ് ചെയ്തിട്ടുള്ളത്.

വനദൃശ്യങ്ങളോടുള്ള പ്രേക്ഷകരുടെ താൽപ്പര്യത്തിന് ഇപ്പോഴും കുറവു വന്നിട്ടില്ല എന്നു തെളിയിച്ചുകൊണ്ട് വനസിനിമകളും വനസന്ദർഭങ്ങളും സിനിമയിൽ ഇപ്പോഴും ഉണ്ടായിക്കൊണ്ടിരിക്കുന്നുണ്ട്. കഥ നടക്കുന്ന പശ്ചാത്തലമായും (*കാടു പൂക്കുന്ന നേരം*), സാഹസികതയുടെ അരങ്ങായും (*പുലിമുരുകൻ, ശിക്കാരി ശംഭു*), നിഗൂഢതകളിലേക്കുള്ള വഴിയായും (*കാർബൺ, ലോഡ് ലിവിങ്സ്റ്റൺ 7000 കണ്ടി*), വന്യമായ മനോഭാവത്തിന്റെ സൂചകമായും (*ഇയ്യോബിന്റെ പുസ്തകം, അതിരൻ, ചോല*) മറ്റും വനം പുതിയ സിനിമകളിൽ പ്രത്യക്ഷമാവുന്നുണ്ട്. വനം കേവലം കാഴ്ച എന്ന നിലയിൽ നിന്നുമാറി അനുഭവത്തിന്റെ നില കൈവരിക്കുന്നതാണ് ഈ സിനിമകളിൽ നമ്മൾ കാണുന്നത്. കാടിനെ വൈകാരികമായും പ്രതീകാത്മകമായും ആവിഷ്കരിക്കാൻ ഈ സിനിമകൾ ശ്രദ്ധിക്കുന്നു.

ചരിത്രത്തിലും കലയിലും കാട് ഒരു രാഷ്ട്രീയവിഷയം കൂടിയാണ്. രാഷ്ട്രീയപ്രതിയോഗികൾക്ക് ഭരണകൂടത്തിന്റെയോ അധികാരവ്യവസ്ഥയുടെയോ പിടിയിൽ പെടാതെ മറഞ്ഞിരിക്കാനും അധികാരരൂപങ്ങളെ എതിരിടാനും ഉള്ള സങ്കേതം എന്ന നിലയിൽ ചരിത്രത്തിലുടനീളം കാട് ഉപയോഗക്ഷമമായിട്ടുണ്ട്.

ചെറുസംഘങ്ങളുടെ പ്രതിരോധതന്ത്രമായ ഒളിയുദ്ധങ്ങളുടെ പ്രധാനസങ്കേതവും കാട് തന്നെ. ബൊളീവിയൻ കാടുകളിലിരുന്നുകൊണ്ട് ചെ ഗുവേര നയിച്ച ഗറില്ലായുദ്ധമുറ ലോകചരിത്രത്തിൽ തന്നെ സ്ഥാനം നേടിയിട്ടുള്ളതാണ്. കാട്ടിലിരുന്നുകൊണ്ട് നാട്ടിലെ മേലാളൻമാരെ കൊള്ളയടിക്കുകയോ അധികാരവ്യവസ്ഥയെ വെല്ലുവിളിക്കുകയോ ചെയ്യുന്ന കൊള്ളസംഘങ്ങൾക്കുപോലും ഈ നിലയിലുള്ള രാഷ്ട്രീയ പ്രസക്തിയുണ്ട്. ചമ്പൽക്കാട്ടിലെ കൊള്ളക്കാരെക്കുറിച്ചുള്ള നമ്മുടെ കേട്ടറിവുകളും അത്തരത്തിലുള്ളതാണ്. സമൂഹത്തിൽ നിന്നോ രാഷ്ട്രീയസംവിധാനത്തിൽ നിന്നോ പുറത്താക്കപ്പെട്ടവരുടെ - അവരിൽ രാഷ്ട്രീയ പ്രതിയോഗികളും കൊള്ളക്കാരും കള്ളന്മാരും തിരസ്കൃതസ്ത്രീകളും ഉൾപ്പെടും - താവളം എന്ന നിലയിൽ സാഹിത്യത്തിലും പുരാവൃത്തങ്ങളിലും കാട് നിരന്തര സാന്നിദ്ധ്യമാണ്.

ഇത്തരം വിഷയങ്ങൾ സാഹിത്യത്തിലോ സിനിമയിലോ അവതരിപ്പിക്കപ്പെടുമ്പോൾ കാട് കേവലം പശ്ചാത്തലം എന്നതിനപ്പുറം ഒരു രാഷ്ട്രീയ ഇടം എന്ന നിലയിലും പ്രാധാന്യം നേടും. അങ്ങനെ സ്ഥലപരമായ ബദൽ എന്ന നിലയിൽ കാട് പ്രവർത്തിക്കുന്നു. ചെ ഗുവേരയുടെ രാഷ്ട്രീയ ജീവിതം അടിസ്ഥാനമാക്കി 2008ൽ സ്റ്റീവൻ സോഡൻബർഗ് സംവിധാനം ചെയ്ത *ചെ* എന്ന ചിത്രം (രണ്ടു ഭാഗങ്ങൾ) തന്നെയാണ് ഇതിന് ഏറ്റവും മികച്ച ആഗോളമാതൃക.

രാഷ്ട്രീയ ഇടം എന്ന നിലയിൽ കൂടി കാട് പ്രസക്തമാവുന്ന മലയാള ചിത്രങ്ങളാണ് *പഞ്ചവൻകാട്* (1971), *പഴശ്ശിരാജാ* (2009), *മലമുകളിലെ ദൈവം* (1983), *ഉയരും ഞാൻ നാടകെ* (1985), *ഫോട്ടോഗ്രാഫർ* (2006), *ആരണ്യകം* (1988), *തലപ്പാവ്* (2008), *ഗുൽമോഹർ* (2008), *ശിക്കാർ* (2010) എന്നിവ. ആദ്യത്തെ രണ്ടിന്റെയും ഉള്ളടക്കം ചരിത്രവിഷയങ്ങളാണ്. മാർത്താണ്ഡവർമ്മ രാജാവ് കഴുവേറ്റിയ രാമനാമഠം പിള്ളയുടെ സഹോദരിയും മകളും ഒളിവിൽ കഴിയുന്ന ഇടം എന്ന നിലയിലാണ് *പഞ്ചവൻകാടിൽ* കാട് വരുന്നത്. ആ രീതിയിൽ രാഷ്ട്രീയസൂചന ഉണ്ട് എന്നതിനപ്പുറം കാട് ഈ സിനിമയിൽ ഒരു കാഴ്ചയോ അനുഭവമോ ആവുന്നില്ല. ബ്രിട്ടീഷുകാർക്കെതിരെ പടയൊരുക്കം നടത്തുന്നതിനായി പഴശ്ശിരാജായും പരിവാരങ്ങളും താവളമാക്കുന്ന ഇടം എന്ന നില

യിൽ *പഴശ്ശിരാജാ*യിൽ കാടിന് അനുഭവപരമായ പ്രാധാന്യമുണ്ട്. കാട് വളരെ സജീവമായ സാന്നിദ്ധ്യമാണ് ഈ സിനിമയിൽ. ഈ രണ്ടു സിനിമകൾ ഒഴികെ ഈ പട്ടികയിലുള്ള സിനിമകളിലെല്ലാം വിമോചനരാഷ്ട്രീയമാണ് വിഷയമാവുന്നത്.

കെ.പി. കുമാരന്റെ *കാട്ടിലെ പാട്ട്* എന്ന ചിത്രം വനസിനിമകളെക്കുറിച്ചുള്ള കാഴ്ചപ്പാടിൽ വലിയ മാറ്റം ഉണ്ടാക്കിയിട്ടുണ്ട് എന്ന് തെളിയിക്കുന്ന ചിത്രങ്ങളാണ് തൊട്ടടുത്ത വർഷങ്ങളിൽ പുറത്തുവന്ന *മലമുകളിലെ ദൈവം, ഉയരും ഞാൻ നാടാകെ* എന്നീ സിനിമകൾ. അടിമത്തത്തിൽ നിന്നുള്ള കാട്ടുവാസികളുടെ വിമോചനം വിഷയമാവുന്ന സിനിമകളാണ് ഇവ രണ്ടും. തന്റെ മരിച്ചുപോയ മാതാപിതാക്കളെ കണ്ടെത്താൻ ബാണാസുരൻ മലയുടെ മുകളിൽ കയറാൻ ആഗ്രഹിക്കുന്ന ഒരു അനാഥബാലൻ. അവനെ നിരുത്സാഹപ്പെടുത്തുന്ന സമുദായം. എന്നാൽ ഒരു ദിവസം തന്റെ ലക്ഷ്യം തേടി അവൻ യാത്രയാവുന്നു. ചില നല്ല മനുഷ്യരുടെ സഹായം കൊണ്ട് വിദ്യാഭ്യാസം നേടി അവൻ ഒരു ഉയർന്ന ജോലിയിലെത്തുന്നു. തുടർന്നു തന്റെ ഗോത്രഗ്രാമത്തിൽ തിരിച്ചെത്തുന്ന അവൻ അവരെ വിമോചനത്തിന്റെ പാഠങ്ങൾ പഠിപ്പിക്കുന്നു. 'അടിമത്തം നമ്മുടെ ശീലമാണ്. നാം ഉയരേണ്ടത് നമ്മുടെ മനസ്സിലാണ്.'- ഇതാണ് അവൻ തന്റെ സഹജീവികൾക്ക് നൽകുന്ന സന്ദേശം. *മലമുകളിലെ ദൈവം* എന്ന സിനിമയുടെ ഉള്ളടക്കം ഇതാണ്. ആദിവാസികളെ പല രീതികളിൽ ചൂഷണം ചെയ്യുന്ന ഒരു ജന്മി ഈ ചിത്രത്തിൽ ഉണ്ട്. ഇതേ പ്രമേയം തന്നെയാണ് താരനിബിഡമായ *ഉയരും ഞാൻ നാടാകെ* എന്ന സിനിമയിലും കാണാനാവുക. കെ. പാനൂർ രചിച്ച 'കേരളത്തിലെ ആഫ്രിക്ക' എന്ന ഗ്രന്ഥത്തെ അവലംബിച്ച് ഉണ്ടാക്കിയതാണ് കഥ. ആദിവാസി വിഭാഗങ്ങളെ ചൂഷണം ചെയ്യുന്ന ജന്മി ഈ സിനിമയിലും കടന്നുവരുന്നു. ആ ചൂഷണങ്ങൾക്കെതിരെ ആദിവാസിജനത ഉണർന്നെഴുന്നേൽക്കുന്നതാണ് സിനിമയുടെ അവസാനഭാഗത്ത് കാണുന്നത്. *മലമുകളിലെ ദൈവ*ത്തിൽ ജനത ആശയപരമായി ഉണരുന്നതേയുള്ളുവെങ്കിൽ *ഉയരും ഞാൻ നാടാകെ*യിൽ ജന്മിയെ സായുധമായി നേരിടുന്ന ജനതയെയാണ് കാണാനാവുക. ചൂഷണവിധേയരായ ജനതകളുടെ വിപ്ലവോന്മുഖതയിലേക്കുള്ള വികാസം രണ്ടു സിനിമകൾക്കും വിഷയമാണ്. കേരളത്തിലെ ആദിവാസിവിഭാഗങ്ങളുടെ

ജീവിതവും സംസ്കാരവും കെട്ടുകാഴ്ചകൾ കൂടാതെ യാഥാർത്ഥ്യ ബോധത്തോടെ ആവിഷ്കരിക്കാൻ രണ്ടു സിനിമകളും ശ്രമിക്കുന്നു. 2006ൽ രഞ്ചൻ പ്രമോദ് സംവിധാനം ചെയ്ത *ഫോട്ടോഗ്രാഫർ* എന്ന സിനിമയിലും വനജീവിതവും വനവാസിജീവിതവും ഈ രീതിയിൽ കടന്നുവരുന്നുണ്ട്. എന്നാൽ ഈ സിനിമയിൽ ആദിവാസജീവിതത്തിനു മേൽ അതിക്രമം നടത്തുന്നത് അധികാരവ്യവസ്ഥയാണ് എന്ന വ്യത്യാസമുണ്ട്.

ഈ പറഞ്ഞ മൂന്ന് സിനിമകളിലും ഏതെങ്കിലും രാഷ്ട്രീയ പ്രസ്ഥാനത്തിന്റെയോ രാഷ്ട്രീയ പ്രത്യയശാസ്ത്രത്തിന്റെയോ പ്രത്യക്ഷമായ ഇടപെടൽ കാണാനാവുകയില്ല. എന്നാൽ *ആരണ്യകം, തലപ്പാവ്, ഗുൽമോഹർ, ശിക്കാർ* എന്നിവ നവ ഇടതുപക്ഷരാഷ്ട്രീയം, ഒന്നുകൂടി തെളിച്ചുപറഞ്ഞാൽ നക്സലൈറ്റ് രാഷ്ട്രീയം നേരിട്ടു വിഷയമാവുന്ന ചിത്രങ്ങളാണ്. കാട് സങ്കേതമാക്കിക്കൊണ്ട് വിപ്ലവ പ്രവർത്തനങ്ങൾ സംഘടിപ്പിക്കുന്ന കഥാപാത്രങ്ങൾ നാല് സിനിമകളിലും ഉണ്ട്. *ആരണ്യകം, ശിക്കാർ* എന്നീ സിനിമകളിൽ ഒളിസങ്കേതം എന്ന നിലയിലാണ് കാടിന് സ്ഥാനമെങ്കിൽ *തലപ്പാവ്, ഗുൽമോഹർ* എന്നീ സിനിമകളിൽ കാട് രാഷ്ട്രീയ ഇടം എന്ന നിലയിൽ തന്നെ പ്രാധാന്യം നേടുന്നു. ഇക്കാര്യത്തിൽ മുൻപറഞ്ഞ *മലമുകളിലെ ദൈവം, ഉയരും ഞാൻ നാടാകെ* എന്നീ സിനിമകളുടെ തുടർച്ചയായി ഈ സിനിമകളെ വില

themoviedb.org

യിരുത്താവുന്നതാണ്. ഈ സിനിമകളിൽ പലതിലും കാഴ്ച എന്ന നിലയിൽ കാടിന്റെ സാന്നിദ്ധ്യം വളരെ പരിമിതമാണ്. എന്നാൽ വിമോചന/വിപ്ലവ രാഷ്ട്രീയത്തിന്റെ പ്രയോഗസ്ഥാനം എന്ന നിലയിൽ കാട് സൂക്ഷ്മമായ ഒരു അനുഭവവുമാണ്. ഇങ്ങനെ കാടും രാഷ്ട്രീയവും തമ്മിലുള്ള ബന്ധം പ്രകടമാക്കുന്ന സിനിമകൾ ഉണ്ടായിട്ടുണ്ടെങ്കിലും കാടിനെ ശക്തമായ രാഷ്ട്രീയാനുഭവമാക്കി മാറ്റുന്ന സിനിമകൾ മലയാളത്തിൽ ഇതുവരെയും ഉണ്ടായിട്ടില്ല.

വനത്തിനു മേലുള്ള കൈയേറ്റം അഥവാ പ്രകൃതിക്കുമേലുള്ള അതിക്രമം ഒരു വലിയ പ്രശ്നമായി നമ്മുടെ മുന്നിൽ നിൽക്കുമ്പോൾ ആ പ്രശ്നം സിനിമകൾക്ക് വിഷയമാകേണ്ടതാണ്. പരിസ്ഥിതി ചിത്രങ്ങൾ എന്ന നിലയിൽ ശ്രദ്ധേയമാകുന്ന വനസിനിമകൾ പാശ്ചാത്യനാടുകളിൽ ധാരാളമായി ഉണ്ടാവുന്നുണ്ട്. *എമറാൾഡ് ഫോറസ്റ്റ്* (1985), *ഗൊറില്ലാസ് ഇൻ ദി മിസ്റ്റ്* (1988) തുടങ്ങിയ ചിത്രങ്ങൾ ഇതിന് മികച്ച ഉദാഹരണങ്ങളാണ്. ആമസോൺ കാടുകൾക്ക് മേൽ നടക്കുന്ന നാഗരികതയുടെ അധിനിവേശം *എമറാൾഡ് ഫോറസ്റ്റിന്* വിഷയമാണ്. ആഫ്രിക്കൻ കാടുകളിൽ സന്ദർശനത്തിനെത്തുന്ന ഒരു ശാസ്ത്രജ്ഞ അവിടത്തെ ഗൊറില്ലകളെ നായാട്ടുകാരിൽ നിന്ന് രക്ഷിക്കാൻ നടത്തുന്ന ശ്രമങ്ങളാണ് രണ്ടാമത്തെ സിനിമയുടെ വിഷയം. നാഗരികരുടെ വീക്ഷണകോണിന്റെ സ്ഥാനത്ത് വനത്തിന്റെ അഥവാ പ്രകൃതിയുടെ വീക്ഷണകോൺ സ്വീകരിക്കുന്നു എന്നത് ഈ സിനിമകളെ അഗാധമായ വനാനുഭവത്തിന്റെ ആവിഷ്കാരങ്ങളാക്കി മാറ്റുന്നു. മലയാളത്തിൽ ഈ നിലയിലുള്ള ഒരു ശ്രമം നടത്തിയത് 2001ൽ തയ്യാറാക്കപ്പെട്ട *ദ ഗാർഡ്* എന്ന ഏകാംഗസിനിമയാണ്. വനംവകുപ്പിൽ ഗാർഡ് ആയി നിയമനം കിട്ടുന്ന അപ്പുക്കുട്ടൻ നായർ എന്ന യുവാവ് വനചൂഷകർക്കെതിരെ നടത്തുന്ന പോരാട്ടമാണ് ഈ സിനിമയുടെ വിഷയം. “കാട്ടിൽ ഭയപ്പെടേണ്ടത് മൃഗങ്ങളെയല്ല, മനുഷ്യരെയാണ്” എന്ന ഗാർഡിന്റെ തിരിച്ചറിവ് പ്രകൃതിയുടെ പക്ഷത്തുനിന്നുകൊണ്ടുള്ള ഒരു കാഴ്ചപ്പാടാണ്. ഒരു മരത്തിൽ അമ്മ എന്നെഴുതി ആ മരത്തെ ആലിംഗനം ചെയ്യുന്ന ഗാർഡ് ഉദാത്തമായ ഒരു പരിസ്ഥിതിദർശനവും സമകാലികമായ പരിസ്ഥിതിരാഷ്ട്രീയവും ഒരേ സമയം അവതരിപ്പിക്കുന്നുണ്ട്.

*ദ ഗാർഡിനു*ശേഷം വനത്തെ ഒരു പാരിസ്ഥിതാകാനുഭവം

എന്ന നിലയിൽ അവതരിപ്പിച്ച ശ്രദ്ധേയമായ ചിത്രം *ലോർഡ് ലിവിങ്സ്റ്റൺ 7000 കണ്ടി* ആണ്. പുറംലോകത്തിന്റെ കണ്ണിൽപ്പെടാതെ ഉൾക്കാട്ടിൽ ജീവിക്കുന്ന ഗോത്രജനതയുടെ ഗ്രാമമാണ് 7000 കണ്ടി. 150 വർഷം മുമ്പ് ഉണ്ടാക്കിയ ഒരു കരാറിന്റെ ബലത്തിൽ വ്യവസായനാഗരികത ആ കാട്ടുപ്രദേശം കൈയേറാനും അവിടത്തെ മരങ്ങൾ മുറിച്ചുമാറ്റാനും തുടങ്ങുമ്പോൾ ഫിലിപ്പോസ് എന്ന പ്രകൃതിസ്നേഹിയായ യുവാവ് അതിനെ ചെറുക്കാൻ തന്ത്രങ്ങൾ മെനയുന്നു. ഗോത്രജനതയുടെയും നാട്ടിൽ നിന്നു വിളിച്ചുവരുത്തുന്ന ഏതാനും സമാനഹൃദയരുടെയും പിന്തുണയോടെ ആ അധിനിവേശത്തെ താൽക്കാലികമായി പരാജയപ്പെടുത്താൻ അയാൾക്ക് സാധിക്കുകയും ചെയ്യുന്നു. ഇതാണ്ഈ സിനിമയുടെ ഉള്ളടക്കം. കാടിനെ മാത്രമല്ല, തനതായ വൈജ്ഞാനികബലം കൊണ്ട് സ്വയം പര്യാപ്തത നേടി വനത്തിൽ ജീവിക്കുന്ന ആദിമനിവാസികളെയും അധിനിവേശശക്തികളിൽ നിന്ന് സംരക്ഷിക്കേണ്ടതുണ്ടെന്ന സന്ദേശമാണ് ഈ സിനിമ നൽകുന്നത്. ഇങ്ങനെ പരിസ്ഥിതിരാഷ്ട്രീയത്തെ അതിശക്തമായി വിളംബരം ചെയ്യുന്നുണ്ട് *എമറാൾഡ് ഫോറസ്റ്റ്* മുതൽ *അവതാർ* വരെയുള്ള പല ഹോളിവുഡ് സിനിമകളെയും ഓർമ്മപ്പെടുത്തുന്ന ഈ സിനിമ. വനദൃശ്യങ്ങളെ ഇത്ര മേൽ മിഴിവോടെയും സുന്ദരമായും അവതരിപ്പിച്ച മറ്റൊരു മലയാളസിനിമ ഉണ്ടെന്നു തോന്നുന്നില്ല. ഹോളിവുഡ് സിനിമകളിലേതുപോലുള്ള സാങ്കേതികമികവ് അവകാശപ്പെടാവുന്ന സന്ദർഭങ്ങൾ കൊണ്ടും സമ്പന്നമാണ് ഈ ചിത്രം.

എന്നാൽ ഈ സിനിമ മലയാളി പ്രേക്ഷകർക്കു മുന്നിൽ ചില സന്ദേഹങ്ങൾ അവശേഷിപ്പിക്കുന്നുണ്ട്. യഥാർത്ഥത്തിലുള്ള വനജീവിതമാണോ അതോ വനജീവിതത്തെക്കുറിച്ചുള്ള ഭാവനകളാണോ ഈ സിനിമയിൽ അവതരിപ്പിക്കപ്പെടുന്നത്? കൊടുങ്കാടുകൾ വിസ്മൃതമായിക്കൊണ്ടിരിക്കുന്ന ഒരു പ്രദേശമാണ് ഇന്ന് കേരളം. നിരന്തരമായ കുടിയേറ്റവും കൈയേറ്റവും കൊണ്ട് വനവിസ്തൃതി വലിയ തോതിൽ കുറഞ്ഞുകഴിഞ്ഞു. നാട്ടുജീവിതത്തെ ആശ്രയിച്ചുനിൽക്കുന്ന ഒന്നായി വനവാസികളുടെ ജീവിതം തന്നെ മാറിക്കഴിഞ്ഞു. വനംവകുപ്പിന്റെ നിരീക്ഷണം എത്താത്ത വനപ്രദേശങ്ങൾ ദുർല്ലഭമായി. അങ്ങനെ കാടിന്റെയും കാട്ടുജീവിതത്തിന്റെയും നിഗൂഢത മിക്കവാറും നഷ്ടപ്പെട്ടുകഴിഞ്ഞു. അതുകൊ

ണ്ടുതന്നെ പുറംലോകത്തിന് അജ്ഞാതമായ, സ്വയംപര്യാപ്തത യോടെ ജീവിക്കുന്ന പുരാതനമായ ഒരു ഗോത്രജനതയുടെ അസ്തിത്വം വിശ്വസനീയമായി അനുഭവപ്പെടുകയില്ല. അവർ നട ത്തുന്ന പോസ്റ്റ് മോഡേൺ 'ജൂമ്പാഹോ' നൃത്തവും വാനമ്പാടി ഭാവനയുടെ തുടർച്ചയായാണ് അനുഭവപ്പെടുന്നത്. എന്നാൽ, കല യാഥാർത്ഥ്യത്തിന്റെ മാത്രമല്ല, ആദർശങ്ങളുടെയും ഭാവനയുടെയും ആവിഷ്കാരമാണ് എന്ന യുക്തി കൊണ്ട് ഇത്തരം പ്രശ്നങ്ങളെ ന്യായീകരിക്കാവുന്നതേയുള്ളു. ലോകത്തെവിടെയും അരങ്ങേറുന്ന ഒരു പാരിസ്ഥിതികപ്രശ്നം അവതരിപ്പിക്കുന്നു എന്ന നിലയ്ക്കും ഈ സിനിമയെ വിലയിരുത്താനാവും. അങ്ങനെ ആഗോളീയാമായ പാരിസ്ഥിതികരാഷ്ട്രീയം ചർച്ച ചെയ്യുന്നു എന്ന നിലയിൽ ഈ സിനിമയ്ക്ക് ഇന്ന് വലിയ പ്രസക്തിയും പ്രാധാന്യവുമുണ്ട്. പുതിയ കാലം ഇത്തരത്തിലുള്ള വനസിനിമകളാണ് കൂടുതൽ ആവശ്യ പ്പെടുന്നത്.

(2021)

നെല്ല്-നോവൽ Vs സിനിമ

വയനാട്ടിലെ ആദിവാസികളുടെ ജീവിതമാണ് പി. വത്സല രചിച്ച 'നെല്ല്' എന്ന നോവലിന്റെ പ്രമേയവും പശ്ചാത്തലവും. രണ്ടു കഥാവസ്തുക്കളും അവയെ ആശ്രയിക്കുന്ന രണ്ടു ജീവിത മേഖലകളും ഈ നോവലിൽ സമാന്തരമായി മുന്നേറുന്നുണ്ട്. ഒന്ന്, വയനാട്ടിലെ ആദിവാസികളുടെ പരിസ്ഥിതിജീവിതവും അതിനു മേൽ വന്നുവീഴുന്ന പുതിയ ജീവിതസമ്മർദ്ദങ്ങളും ആ സമ്മർദ്ദങ്ങളെ അതിജീവിക്കാൻ വേണ്ടിയുള്ള ഉദ്യമങ്ങളും ഗോത്രജീവിതത്തിന്റെ അന്തഃസംഘർഷങ്ങളും എല്ലാം ഉൾച്ചേർന്ന ഒരു പ്രമേയ പരിസരമാണ്. രണ്ട്, ആദിവാസികളെ അടിമകളായും പണിയാളരായും ഉപയോഗിക്കുന്ന ഭൂവുടമകളുടെ ജീവിതാസക്തികളും ജീവനോപാധികളും ആണ്. ഇക്കൂട്ടത്തിൽ ആദ്യത്തേതാണു നോവലിൽ മുഖ്യസ്ഥാനം നേടുന്നത്. മനയിലെ തമ്പുരാക്കന്മാരുടെ വയലിനു കാവൽ കിടക്കുന്ന മല്ലൻ എന്ന ആദിവാസി യുവാവിനെ അവതരിപ്പിച്ചുകൊണ്ടാണ് നോവൽ ആരംഭിക്കുന്നത്. കാട്ടുജീവിതത്തിന്റെ വെല്ലുവിളികളും ആദിവാസിജീവിതത്തിന്റെ പുതിയ സാമൂഹികസമ്മർദ്ദങ്ങളും മല്ലനെ മുൻനിർത്തി ഒന്നാം അധ്യായത്തിൽ തന്നെ നോവലിസ്റ്റ് വിശദീകരിക്കുകയും ചെയ്യുന്നു.

പരിസ്ഥിതിയുടെയും പരിസ്ഥിതിജീവിതത്തിന്റെയും ആഖ്യാനം എന്ന നിലയിലാണ് 'നെല്ല്' എന്ന നോവലിനെ പ്രാഥമികമായി പരിചയപ്പെടുത്തേണ്ടത്. വയനാട്ടിലെ വന്യപ്രകൃതിയും കാർഷിക പ്രകൃതിയുമാണ് നോവലിന്റെ പശ്ചാത്തലം. എന്നാൽ, പശ്ചാത്തലം എന്നതിനുമപ്പുറം നോവലിലെ ഒരു വൈകാരികാനുഭവം എന്ന നിലയിൽത്തന്നെ പ്രകൃതി പ്രവർത്തിക്കുന്നുണ്ട്. കാടുമായി ഇഴുകിച്ചേർന്നു ജീവിച്ചിരുന്ന ആദിവാസികൾ ചരിത്രത്തിന്റെ ഒരു പ്രത്യേകഘട്ടത്തിൽ വെച്ചാണ് കാർഷികജീവിതത്തിലേക്ക് പറിച്ചുനടപ്പെടുന്നത്. വയനാട്ടിൽ ഇതു വളരെ വൈകി

reporterlive.com

പി. വത്സല

മാത്രം സംഭവിച്ച ഒരു കാര്യമാണ്. പുറത്തുനിന്നുള്ള കുടിയേറ്റക്കാർ ആദിവാസികളെ ഉപയോഗിച്ച് കാടു വെട്ടിത്തെളിച്ച് കൃഷിയൊരുക്കുകയും ആ കൃഷിത്തൊഴിലുകളിലേക്ക് ആദിവാസികളെ വഴിമാറ്റിക്കൊണ്ടു വരികയുമാണ് ചെയ്തത്. കാടുനീങ്ങിയ സ്ഥലത്ത് അങ്ങനെ നെൽപ്പാടങ്ങൾ സമൃദ്ധമായി ഉയർന്നുവന്നു. ഈ മാറ്റം ആദിവാസികളെ സ്വന്തം ഭൂമിയിൽത്തന്നെ അന്യവൽക്കരിക്കാൻ കാരണമായിത്തീർന്നു. ഭക്ഷണശീലത്തിലാണ് ഈ അന്യവൽക്കരണം പ്രധാനമായും സംഭവിച്ചത്. കാട്ടുവിഭവങ്ങൾ ഭക്ഷണമാക്കി ജീവിച്ചുപോന്നവരാണ് ആദിവാസികൾ. എന്നാൽ, നെൽകൃഷി ഒരു ജീവിതരീതിയായി മാറിയതോടെ നെല്ല് അവരുടെയും പ്രധാന ഭക്ഷണവിഭവമായി മാറി. കൃഷിക്കുവേണ്ടി കാട് നശിപ്പിച്ചതോടെ കാട്ടിൽ നിന്ന് കാര്യമായ ഭക്ഷണം ലഭിക്കാത്ത സാഹചര്യവും വന്നുചേർന്നു. ആദിവാസികളെ അടിമകളാക്കി മാറ്റുന്നതിൽ ഭക്ഷണശീലത്തിലെ ഈ മാറ്റം വലിയ പങ്കു വഹിച്ചിട്ടുണ്ട്. കൃഷിപ്പണിക്കു കൂലിയായി ആദിവാസിക്കു ലഭിക്കുന്നത് ഒരു നേരം കഞ്ഞിവെക്കാനുള്ള നെല്ലു മാത്രമാണ്. അങ്ങനെ നെല്ല് അവരുടെ ജീവിതായോധനങ്ങളുടെയാകെ കേന്ദ്രബിന്ദുവായി മാറുന്നു. ആർക്കോ നെല്ല് ഉണ്ടാക്കിക്കൊടുക്കാൻ വേണ്ടിയുള്ള അദ്ധ്വാനം. ഒരു പിടി നെല്ലിനുവേണ്ടിയുള്ള ജീവിതം. അതിനിടയിൽ അവർക്കു തങ്ങളുടെ യഥാർത്ഥ ആവാസഭൂമിയായ കാടുമായി സംഘർഷത്തിലാവേണ്ടിയും വന്നു.

കാർഷിക പ്രകൃതിയുടെ കഥയാണ് നെല്ല് എന്ന നോവലിൽ വത്സല പറയുന്നത്. അഥവാ, കാർഷികപ്രകൃതിയുടെ പക്ഷത്താണ് വത്സല നിൽക്കുന്നത്. അടിസ്ഥാനപരമായി കൃഷി പ്രകൃതിവിരുദ്ധമായ ഒരു പ്രക്രിയയാണ്. എന്നാൽ, അതിജീവനത്തിനുവേണ്ടിയുള്ള ഒരു ശ്രമം എന്ന നിലയിലും സ്വാഭാവികപ്രകൃതിയെ നശി

പ്പിക്കുന്നുവെങ്കിലും തൽസ്ഥാനത്തു പുതിയൊരു പ്രകൃതിയെ - കാർഷികപ്രകൃതിയെ - അവരോധിക്കുന്നു എന്ന നിലയിലും കൃഷി പ്രകൃതിയുമായി ഒരു ഒത്തുതീർപ്പ് സാധ്യമാക്കുന്നുണ്ട്. അഥവാ പ്രകൃതിയുമായി മനുഷ്യന്റെ ഒരു ഉടമ്പടിയാണ് കൃഷി. പ്രകൃതിയെ ചൂഷണം ചെയ്യുക എന്നതിനേക്കാൾ പ്രകൃതിയുമായി സമരസപ്പെട്ടുകൊണ്ടു സ്വന്തം നിലനിൽപ്പ് സാധ്യമാക്കുക എന്നതാണ് കൃഷിയുടെ സന്ദേശം. ഈ നിലയിൽ കൃഷിക്കു പ്രകൃതിവിരുദ്ധമല്ലാത്ത ഒരു മുഖമുണ്ടെന്നു കാണാം. 'നെല്ലി'ലെ കൃഷിയെ ഈ രീതിയിൽ ഒരു പരിസ്ഥിതിജീവിതമായിത്തന്നെയാണ് വിലയിരുത്തേണ്ടത്. കാർഷിക പ്രകൃതി നേരിടുന്ന വെല്ലുവിളികൾ പലതാണ്. വിള തിന്നാനെത്തുന്ന പന്നികളെയും കുടിൽ തകർക്കാനെത്തുന്ന ആനകളെയും പ്രതിരോധിക്കേണ്ടത് അങ്ങനെ ആദിവാസികളുടെയും ഒരു ചുമതലയായി മാറുന്നു. കൃഷിക്കു കാവൽ കിടക്കുന്ന മല്ലൻ ഇപ്രകാരം വന്യപ്രകൃതിയിൽ നിന്നു കാർഷികപ്രകൃതിയിലേക്കു ഗതി മാറ്റിവിട്ട ആദിവാസിജീവിതത്തിന്റെ ഒരു പ്രതിനിധിയാണ്.

സ്വാഭാവികപ്രകൃതിക്കുമേൽ മനുഷ്യാധ്വാനത്തിന്റെ ഇടപെടൽ ഉണ്ടാവുമ്പോഴാണ് അതു കാർഷികപ്രകൃതിയായി മാറുന്നത്. അതുകൊണ്ടുതന്നെ കാർഷിക പ്രകൃതിയെ കേന്ദ്രീകരിക്കുന്ന ഒരു കൃതി അദ്ധ്വാനത്തേയും കേന്ദ്രീകരിക്കാതെ വയ്യ. അദ്ധ്വാനത്തിൽ അധിഷ്ഠിതമായ ഉത്പാദനവ്യവസ്ഥ ചൂഷണത്തിന്റെ വ്യവസ്ഥയായി മാറാൻ എളുപ്പമാണ്. അദ്ധ്വാനിക്കുന്ന ഒരു വർഗ്ഗവും സ്വയം അദ്ധ്വാനിക്കാതെ അവരുടെ അദ്ധ്വാനം ചൂഷണം ചെയ്ത് സുഭിക്ഷമായി ജീവിക്കുന്ന മറ്റൊരു വർഗ്ഗവും ഉണ്ടായിത്തീരുന്നു എന്നതാണ് അതിന്റെ പ്രധാനഫലം. ഈയവസ്ഥ നെല്ല് എന്ന നോവലിലും കാണാം. ആദിവാസികൾ അടിമകളായി മാറുകയും ഭൂവുടമകൾ അവരെ കഠിനമായി പണിയെടുപ്പിക്കുകയും ചെയ്യുന്നതിന്റെ പരുക്കൻ ദൃശ്യങ്ങൾ നോവലിലുണ്ട്. നെല്ല് എന്ന നോവൽ എഴുതാനുള്ള മുഖ്യപ്രേരണ തന്നെ ആദിവാസികൾ നേരിടുന്ന അടിമത്തത്തെക്കുറിച്ചുള്ള തിരിച്ചറിവാണെന്ന് ഒരു അഭിമുഖത്തിൽ പി. വത്സല വ്യക്തമാക്കിയിട്ടുമുണ്ട് (നിശ്ശബ്ദനിലവിളികൾ : ഒരു ഗ്രാമപുരാവൃത്തം, പുറം 48).

ഇങ്ങനെ വന്യപ്രകൃതിയും കാർഷികപ്രകൃതിയും തമ്മിൽ

നടക്കുന്ന സംഘർഷങ്ങളുടെയും വർഗ്ഗപരമായ വൈരുദ്ധ്യങ്ങളുടെയും പശ്ചാത്തലത്തിലാണ് നെല്ല് എന്ന നോവലിൽ പരിസ്ഥിതിയുടെ ആഖ്യാനം നിർവ്വഹിക്കപ്പെടുന്നത്. സ്വസ്ഥവും സുരക്ഷിതവുമായ ഒരു ജൈവസാന്നിദ്ധ്യമായും അനേകം സംഘർഷങ്ങളിലൂടെ മനുഷ്യനെ നയിക്കുന്ന പ്രതിസന്ധിരൂപമായും പരിസ്ഥിതി നെല്ലിൽ അവതരിപ്പിക്കപ്പെടുന്നുണ്ട്. വൃക്ഷങ്ങൾ, ചെറുജന്തുക്കൾ, അനേകതരം പക്ഷികൾ, ഞണ്ടുകളും മീനുകളും ഉൾപ്പെടെയുള്ള പലവിധം ചെറുജീവികൾ, കിളിമൊഴികൾ, പുഴകൾ, ഇത്തരം സാന്നിധ്യങ്ങളിലൂടെ ശുദ്ധവും സ്വസ്ഥവുമായ പ്രകൃത്യാനുഭവങ്ങൾ നോവലിലേക്കു കടന്നുവരുന്നു. ഇവയെല്ലാം ചേർന്ന് സ്വാഭാവിക പ്രകൃതിയുടെ സൂക്ഷ്മമായ വൈകാരികാനുഭവങ്ങളാണ് സൃഷ്ടിക്കുന്നത്. ഇവയുടെ സൂക്ഷ്മാഖ്യാനങ്ങൾ നോവലിന്റെ ഒരു പ്രധാന രചനാതന്ത്രമാണ്. അതുപോലെതന്നെ കനത്ത മഴ, കൊടുങ്കാറ്റ്, ചോര കുടിക്കുന്ന അട്ടകൾ, കൃഷി നശിപ്പിക്കാനെത്തുന്ന പന്നികൾ, ആനകൾ, പലതരം രോഗങ്ങൾ എന്നിവയിലൂടെ പ്രതിയോഗിയായി മാറുന്ന പ്രകൃതിയും നോവലിൽ സംഗതമാവുന്നു. അതിജീവനത്തിന്റെയും കീഴടങ്ങലിന്റെയും അനുഭവങ്ങൾ നോവലിലേക്കു മുഖ്യമായും കൊണ്ടുവരുന്നത് ഈ പ്രകൃതിയാണ്.

പരിസ്ഥിതിജീവിതത്തെ പരിസ്ഥിതിരാഷ്ട്രീയവുമായി ബന്ധപ്പെടുത്താനും നോവൽ ശ്രദ്ധിക്കുന്നു. പുറമേനിന്നു വയനാട്ടിലെത്തുന്നവർ എങ്ങനെയാണ് വയനാടൻ പ്രകൃതിയെ /വയനാടൻ മണ്ണിനെ കൊള്ളയടിക്കുന്നതെന്നു നോവൽ വിശദീകരിക്കുന്നുണ്ട്. “മണ്ണും പെണ്ണും ഒന്നാണിവിടെ. ഇവിടത്ത മേലാളർ രണ്ടിനെയും കൊള്ളയടിക്കുന്നു” എന്ന രാഘവൻനായരുടെ ആത്മഗതത്തിലൂടെ ഈ ആശയം വ്യക്തമാക്കുകയും ചെയ്യുന്നു. പ്രകൃതിയും ആദിവാസിയും സ്ത്രീയും ഒരേപോലെ ചൂഷണം ചെയ്യപ്പെടുന്നതിന്റെ ദയനീയചിത്രമാണ് നെല്ല് അവതരിപ്പിക്കുന്നത്. പരിസ്ഥിതിക്കും സ്ത്രീക്കും നേരേ നടക്കുന്ന അധിനിവേശത്തിന്റെ രാഷ്ട്രീയവും സാമ്പത്തികവുമായ താൽപ്പര്യങ്ങളെ സംവാദാത്മകമായി ഉയർത്തിക്കൊണ്ടുവരാൻ അതിലൂടെ വത്സല ശ്രമിക്കുന്നുണ്ട്. അങ്ങനെ പരിസ്ഥിതി സ്ത്രീവാദം (Eco-feminism) എന്ന ചിന്താപദ്ധതിയുടെ ഒരു പ്രയോഗതലം നെല്ലിൽ സ്വാഭാവികമായിത്തന്നെ വന്നുചേരുന്നു.

നോവലിൽനിന്നു സിനിമയിലേക്ക്

ഇങ്ങനെ സങ്കീർണ്ണമായ പാരിസ്ഥിതിക സാമൂഹിക രാഷ്ട്രീയഘടനയുള്ള നോവലായാണ് നെല്ല് വിഭാവനം ചെയ്യപ്പെട്ടിരിക്കുന്നത്. ഈ കാഴ്ചപ്പാടുകളുടെ ബൃഹത്തായ കാൻവാസിലാണു നോവലിലെ വ്യക്തിബന്ധങ്ങളും വൈകാരികഘടനയും ചിത്രീകരിക്കപ്പെടുന്നത്. മല്ലനും മാരയും തമ്മിലുള്ള പ്രണയവും ഗോത്രനിഷ്ഠകളെ വെല്ലുവിളിച്ചുകൊണ്ടുള്ള വിവാഹവും തുടർന്നുണ്ടാവുന്ന പ്രതികൂലസ്ഥിതികളുമൊക്കെ ചേർന്നതാണ് നോവലിന്റെ പ്രധാന ഇതിവൃത്തം. ആദിവാസികേന്ദ്രിതമായ ഈ കഥയ്ക്കു സമാന്തരമായാണ് ഇല്ലത്തെ തിരുവോളമ്മയുടെയും അവരുടെ കാര്യസ്ഥനായെത്തുന്ന രാഘവൻനായരുടെയും കഥ നീങ്ങുന്നത്. സവർണ്ണഗൃഹങ്ങളിലെയും അവരുടെ കൃഷിയിടങ്ങളിലെയും പണിക്കാരെന്ന നിലയിലാണ് ആദിവാസികൾ സവർണ്ണജീവിതത്തിന്റെ പരിസരങ്ങളിലേക്ക് കടന്നുവരുന്നത്. തങ്ങളുടെ ആശ്രിതർ എന്ന നിലയിലോ പണിക്കാർ എന്ന നിലയിലോ ഉള്ള സഹതാപത്തിൽ കവിഞ്ഞ് പ്രകടമായ വൈകാരികബന്ധമൊന്നും സവർണ്ണ കഥാപാത്രങ്ങൾക്ക് ഈ ആദിവാസികളോട് ഉള്ളതായി തോന്നുന്നില്ല. ഭർത്താവായ മല്ലന്റെ മരണത്തോടെ മാര അനാഥയാവുകയും തുടർന്ന് ഗോത്രത്തിൽ നിന്ന് ഭ്രഷ്ടയാവുകയും ചെയ്യുന്നതുവരെ ഇതു തന്നെയാണ് സ്ഥിതി. എന്നാൽ മാരയുടെ അരക്ഷിതാവസ്ഥയോടു രാഘവൻനായർക്കുണ്ടാവുന്ന മനുഷ്യത്വപരമായ മനോഭാവം, അനുകമ്പ ഈ സ്ഥിതിയെ മാറ്റിമറിക്കുന്നു. മാരയുടെ ഗോത്രപരമായ ഭ്രഷ്ടാവ

m.imdb.com

സ്ഥയും വാര്യത്തുനിന്ന് രാഘവൻനായരുടെ പുറത്താകലും ഇരുവരുടെയും ജീവിതത്തെ സമാനമായ അശരണാവസ്ഥയിലേക്കെത്തിക്കുന്നു. അതിന്റെ സ്വാഭാവികമായ ഒരു പരിസമാപ്തിപോലെ മാരയെ ഭാര്യയായി സ്വീകരിക്കുക എന്ന തീരുമാനത്തിലേക്കു രാഘവൻനായർ എത്തിച്ചേരുന്നു. നോവലിലുടനീളം സമാന്തരമായി നീങ്ങിയ ദലിത്-സവർണ്ണ ജീവിതങ്ങൾക്ക് നോവലിന്റെ അന്ത്യഘട്ടത്തിൽ പൊതുവായ ഒരു സഞ്ചാരദിശ ഉണ്ടായിത്തീരുന്നു. ഇങ്ങനെ, വിപ്ലവകരമെന്നു വിശേഷിപ്പിക്കാവുന്ന ഒരന്ത്യമാണ് നോവലിലുള്ളത്.

നെല്ല് എന്ന നോവൽ രചിക്കപ്പെട്ടത് 1972-ൽ ആണ്. രണ്ടു വർഷത്തിനകം 1974-ൽ അതിന് ഒരു ചലച്ചിത്രഭാഷ്യം ഉണ്ടാവുന്നുണ്ട്. ചെമ്മീൻ എന്ന നോവൽ സിനിമയാക്കിയപ്പോൾ (1965) അതിൽ സഹകരിച്ച കലാകാരന്മാർ അതേപടി നെല്ലിന്റെ പിന്നണിയിലും ഉണ്ടായിരുന്നു. സംവിധാനം രാമു കാര്യാട്ട്. രാമു കാര്യാട്ടും കെ. ജി. ജോർജ്ജും ചേർന്ന് തിരക്കഥ. സലിൽ ചൗധരിയുടെ സംഗീതം, ബാലു മഹേന്ദ്രയുടെ ഛായാഗ്രഹണം, പ്രേം നസീർ, കൊട്ടാരക്കര ശ്രീധരൻനായർ, അടൂർ ഭാസി, ബഹദൂർ, മോഹൻ, ശങ്കരാടി, ജയഭാരതി, കനകദുർഗ്ഗ, കവിയൂർ പൊന്നമ്മ തുടങ്ങി അന്നത്തെ മികച്ച താരനിര. ഇങ്ങനെ എല്ലാ അനുകൂല ഘടകങ്ങളും ഉണ്ടായിരുന്നിട്ടും ഒരു ശരാശരി ചലച്ചിത്രരചനയാകാൻപോലും 'നെല്ലി'ന് സാധിക്കാതെ പോയത് പരിസ്ഥിതിയുടെയും ആദിവാസി ജീവിതത്തിന്റെയും ആഖ്യാനത്തിൽ ആ ചിത്രം പുലർത്തിയ ഉദാസീനത കൊണ്ടാണ്.

വ്യത്യസ്തമായ രണ്ടു ജീവിതമേഖലകൾ അവതരിപ്പിക്കപ്പെടുന്നതിൽ ആദിവാസിജീവിതത്തോടാണ് നോവൽ ചായ്‌വ് പുലർത്തുന്നത്. നോവലിലെ കേന്ദ്രകഥാപാത്രം മാര എന്ന ആദിവാസി യുവതിയാണ്. അവളുടെ ജീവിതത്തിന്റെ ഗതിവിഗതികളാണ് നോവലിന്റെ ഇതിവൃത്തമായി വികസിക്കുന്നതും. സവർണ്ണ ജീവിതത്തിന്റെ ഇടങ്ങളിൽ നിന്ന് ആദിവാസിജീവിതത്തിന്റെ ഇടങ്ങളിലേക്കുള്ള രാഘവൻനായരുടെ ഗതിമാറ്റം മാരയെ കേന്ദ്രീകരിച്ചാണ് സംഭവിക്കുന്നത്. ഈ മുൻഗണനാക്രമത്തെ മാറ്റിമറിച്ചുകൊണ്ടാണ് നെല്ല് എന്ന സിനിമയുടെ ആഖ്യാനം നിർവ്വഹിക്കപ്പെടുന്നത്. ആദിവാസിജീവിതത്തെ കേന്ദ്രസ്ഥാനത്തു നിർത്തുന്ന

youtube

ഒരു പ്രമേയത്തെ ജനപ്രിയമായ സിനിമാസങ്കല്പങ്ങൾക്കനുസരിച്ച് അടിമുടി മാറ്റിപ്പണിയുകയാണ് സംവിധായകനായ രാമു കാര്യാട്ട് ചെയ്തത്. ജനപ്രിയസിനിമയ്ക്ക് അതിന്റേതായ ഒരു വരേണ്യഭാഷയും വ്യാകരണവും ആവശ്യമാണ്. ജനപ്രിയസിനിമയുടെ ജനിതകസ്വഭാവം തന്നെ വാണിജ്യതാൽപ്പര്യങ്ങൾക്ക് കീഴ്പ്പെട്ട് പ്രവർത്തിക്കുക എന്നതാണ്. കൂടുതൽ ജനങ്ങളെ ആകർഷിക്കാൻ തക്ക വിഭവങ്ങൾ ഉണ്ടാക്കി വിതരണം ചെയ്യുക എന്നതാണ് ജനപ്രിയസിനിമയുടെ ഏറ്റവും സ്വാഭാവികമായ പ്രവർത്തനരീതി. നെല്ല് എന്ന നോവലിനെ സഹജമായ രൂപത്തിൽ സിനിമയാക്കിയാൽ അത് വാണിജ്യപരമായി വിജയിക്കുക എളുപ്പമല്ല എന്ന് രാമു കാര്യാട്ട് തിരിച്ചറിഞ്ഞിട്ടുണ്ട്. ആദിവാസിജീവിതത്തെ യാഥാർത്ഥ്യബോധത്തോടെ കേന്ദ്രസ്ഥാനത്തു പ്രതിഷ്ഠിക്കുന്ന ഒരു സിനിമയ്ക്ക് അന്നത്തെ നിലയിലും പ്രേക്ഷകശ്രദ്ധ കിട്ടുക എളുപ്പമായിരുന്നില്ല. ഈ പ്രതിസന്ധി മറികടക്കാൻ സംവിധായകൻ കണ്ടെത്തിയ മാർഗ്ഗം നോവലിന്റെ താൽപ്പര്യത്തെ അഥവാ പ്രമേയത്തെ ത്തന്നെ അഴിച്ചുപണിയുക എന്നതാണ്. നോവലിന്റെ വീക്ഷണസ്ഥാനം, ഇതിവൃത്തഘടന, കഥാപരിചരണം എന്നിവയൊക്കെ നിലനിൽക്കുന്ന ജനപ്രിയ സിനിമാസങ്കല്പത്തിന് അനുസൃതമായി മാറ്റിവരയ്ക്കുക! ആദിവാസിപക്ഷത്തു നിന്നുകൊണ്ടുള്ള നോവലിനെ സവർണ്ണപക്ഷത്തുനിന്നുകൊണ്ട് പുതുക്കിപ്പണിയുകയാണ് യഥാർത്ഥത്തിൽ 'നെല്ല്' എന്ന സിനിമ ചെയ്തത്. നെല്ല് എന്ന

നോവലുമായി ആന്തരികതലത്തിൽ യാതൊരു സാദൃശ്യവുമില്ലാത്ത ഒരു സിനിമയാണ് അങ്ങനെ രാമു കാര്യാട്ടിന്റെ കൈകളിലൂടെ രൂപം കൊണ്ടത്.

ഒരു സാഹിത്യകൃതിക്ക് അനുകല്പനം തയ്യാറാക്കുമ്പോൾ ചില സ്വാതന്ത്ര്യങ്ങളൊക്കെ പ്രയോഗിക്കാൻ സംവിധായകന് അവകാശമുണ്ട്. സാഹിത്യകൃതിയെ ഉപജീവിച്ചായാലും സർഗ്ഗധനനായ ഒരു സംവിധായകൻ ഉണ്ടാക്കിയെടുക്കുന്നത് അയാളുടെ തന്നെ സിനിമയായിരിക്കും. എന്നാൽ കലാത്മകമായ ഉദ്ദേശശുദ്ധികൊണ്ടു ന്യായീകരിക്കാൻ കഴിയുന്ന സ്വാതന്ത്ര്യമായിരിക്കണം അത്. നെല്ലിന്റെ കാര്യത്തിൽ സംവിധായകൻ സൃഷ്ടിച്ച മാറ്റങ്ങളൊന്നും കലാത്മകമായി നീതീകരിക്കാവുന്നതായിരുന്നില്ല.

ആദിവാസികളായ മല്ലനെയും മാരയെയുമാണ് നോവൽ കേന്ദ്രീകരിക്കുന്നതെങ്കിൽ സിനിമയിലാകട്ടെ, കേന്ദ്രസ്ഥാനത്തു നിൽക്കുന്നത് രാഘവൻനായർ എന്ന സവർണ്ണകഥാപാത്രമാണ്. നോവൽ ആരംഭിക്കുന്നത് ഏറുമാടത്തിൽ രാത്രികാവലുമായി കഴിയുന്ന മല്ലനെ അവതരിപ്പിച്ചുകൊണ്ടാണ്. രാഘവൻനായരെ നോവലിസ്റ്റ് പരിചയപ്പെടുത്തുന്നതു മൂന്നാം അധ്യായത്തിലും. എന്നാൽ, തിരുനെല്ലിയിലേക്കു ചുരം കയറിയെത്തുന്ന രാഘവൻനായരെ അവതരിപ്പിച്ചുകൊണ്ടാണ് സിനിമയുടെ ആരംഭം. ആ രാഘവൻനായർ സാക്ഷ്യം വഹിക്കുന്ന ഒരു വ്യവഹാരമേഖലയായാണ് ആദിവാസിജീവിതം സിനിമയിൽ വിന്യസിക്കപ്പെടുന്നത്. രാഘവൻനായരുമായുള്ള ബന്ധവും സമ്പർക്കവും വഴിയാണ് ഇതര കഥാപാത്രങ്ങളെയെല്ലാം സിനിമയിൽ സ്ഥാനപ്പെടുത്തുന്നത്. രാഘവൻനായർക്കു ചുറ്റും തിരിയുന്ന ഒരു സംഘമായി സിനിമയിലെ മറ്റു കഥാപാത്രങ്ങൾ മാറിത്തീരുന്നു. അങ്ങനെ ദലിത് ജീവിതത്തിന്റെ ആഖ്യാനമായ നോവലിനെ ഒരു സവർണ്ണജീവിതത്തിന്റെ ചലച്ചിത്രാഖ്യാനമായി മാറ്റിയെടുക്കുകയാണ് രാമു കാര്യാട്ട് ചെയ്തത്.

മലയാളസിനിമയുടെ എക്കാലത്തെയും വാണിജ്യഫോർമുലകളിൽ ഒന്നാണ് സവർണ്ണമായ ജീവിതവും സംസ്കാരവും. തറവാടുകളുടെയും തറവാടിത്തത്തിന്റെയും ചലച്ചിത്രാഖ്യാനങ്ങൾക്കു ബോക്സ് ഓഫീസിൽ വലിയ ചലനങ്ങൾ ഉളവാക്കാൻ സാധിച്ചിട്ടുണ്ട്. ചെമ്മീൻ എന്ന സിനിമയിൽ സവർണ്ണേതരമായ പ്രമേയം അവതരിപ്പിച്ച് ബോക്സോഫീസിലും വിജയമുണ്ടാക്കിയ സംവി

ധായകനാണ് രാമു കാര്യാട്ട്. അദ്ദേഹംപോലും 'നെല്ലി'ലെത്തുമ്പോൾ ഈ സ്വീകാര്യതയുടെ മോഹവലയത്തിൽ വീണുപോകുന്നു. രാമു കാര്യാട്ട് നെല്ലിൽ പറയാൻ ശ്രമിക്കുന്നത് ആദർശധീരനും ധാർമ്മികനും സാമൂഹികബോധത്താൽ പ്രചോദിതനുമായ ഒരു സവർണ്ണനായകന്റെ കഥയാണ്. പാപനാശിനിയിൽ അമ്മയുടെ പിണ്ഡമൊഴുക്കാനായാണ് രാഘവൻനായർ തിരുനെല്ലിയിലെത്തുന്നത്. "ലക്ഷ്യത്തിനുവേണ്ടിയുള്ള അന്വേഷണമാണ് ജീവിതം" എന്നൊക്കെയുള്ള ദാർശനികമായ ആത്മഗതങ്ങൾ വഴി രാഘവൻനായരെ സിനിമ വലിയൊരു ആദർശബിംബമായി ആദ്യമേതന്നെ പ്രതിഷ്ഠിക്കുന്നുണ്ട്. വെളുത്ത മുണ്ടും ജുബ്ബയുമാണ് രാഘവൻനായരുടെ വേഷം. കുലീനമായ ഒരു സവർണ്ണസ്വത്വത്തിന്റെ അടയാളമായി ഈ ശുഭ്രവേഷം സിനിമയിലുടനീളം അവതരിപ്പിക്കപ്പെടുന്നു.

ഗോത്രത്തിൽനിന്നു ഭ്രഷ്ടയാവുന്ന മാരയും വാര്യത്തുനിന്ന് അന്യവത്കരിക്കപ്പെടുന്ന രാഘവൻനായരും ഒന്നിച്ചു ജീവിക്കാൻ തീരുമാനിക്കുന്നിടത്താണു നോവൽ അവസാനിക്കുന്നത്. വിപ്ലവകരമായ ഈ കഥാന്ത്യം സിനിമയ്ക്ക് സ്വീകാര്യമായിരുന്നില്ല. ഒരു ആദിവാസിസ്ത്രീയെ നായർ യുവാവ് വിവാഹം കഴിക്കുക- ഈ ആശയം സവർണ്ണമായ സൗന്ദര്യശീലങ്ങളുമായി കഴിഞ്ഞുപോരുന്ന കേരളത്തിലെ പ്രേക്ഷകസമൂഹത്തിനു പഥ്യമായിരിക്കില്ല എന്നതുകൊണ്ടാവാം ആ രീതിയിലുള്ള ഒരു കഥാന്ത്യത്തെ സംവിധായകൻ കൈവിട്ടുകളഞ്ഞത്. വാരസ്യാരുടെ സഹോദരനാൽ ബലാത്സംഗം ചെയ്യപ്പെടുന്ന മാരയുടെ സംരക്ഷണം മനുഷ്യത്വപരമായ ഒരു പ്രബോധനത്തിലൂടെ വാരസ്യാരെക്കൊണ്ട് ഏറ്റെടുപ്പിച്ചിട്ട് വയനാട് വിട്ടിറങ്ങുന്ന രാഘവൻനായരുടെ ദൃശ്യത്തിലാണ് സിനിമ അവസാനിക്കുന്നത്. അങ്ങനെ, ഒരു ആദിവാസിസ്ത്രീയെ വിവാഹം കഴിക്കുക എന്ന 'അത്യാപത്തി'ൽ നിന്ന് രാഘവൻനായർ എന്ന സവർണ്ണനായകനെ രക്ഷിച്ചെടുക്കാൻ സംവിധായകനു സാധിക്കുന്നു. ('നിങ്ങളെന്നെ കമ്മ്യൂണിസ്റ്റാക്കി' എന്ന സിനിമയിൽ മാല എന്ന ദലിത് യുവതിയെ പ്രണയിക്കുക എന്ന 'ദുര്യോഗ'ത്തിൽ നിന്ന് ഗോപാലൻ എന്ന സവർണ്ണനായകനെ സംവിധായകനായ തോപ്പിൽ ഭാസി ഇതേ രീതിയിൽ രക്ഷിച്ചെടുക്കുന്നുണ്ട്). മാരയെ സാവിത്രിവാരസ്യാരെക്കൊണ്ട് ഏറ്റെടുപ്പിക്കുന്നതിലൂടെ

രാഘവൻനായരുടെ ആദർശാത്മകത എടുത്തുകാണിക്കുകയും അതുവഴി അയാളുടെ ധർമ്മധീരത ഉറപ്പിക്കുകയും ചെയ്യുന്നുണ്ടെങ്കിലും ആത്യന്തികമായി അയാളുടെ കർമ്മഭീരുത്വം തന്നെയാണ് ആ സന്ദർഭത്തിൽ വെളിപ്പെടുന്നത്. ആ കൃത്യം ചെയ്തതിന്റെ തൊട്ടടുത്ത നിമിഷം തന്നെ അയാൾ വയനാടു വിട്ടോടുകയാണ്. ഭാവിയിൽ മാരയെക്കൊണ്ട് ഉണ്ടാവാനിടയുള്ള മാരണങ്ങളിൽ നിന്നുള്ള ഒരു രക്ഷപ്പെടലായാണ് ആ യാത്ര അനുഭവപ്പെടുന്നത്.

രാഘവൻനായരുടെ യാത്രയിൽ തുടങ്ങുന്ന സിനിമ അയാളുടെ മറ്റൊരു യാത്രയിൽ അവസാനിക്കുന്നു എന്നു വേണമെങ്കിൽ സംവിധായകന് ഈ പലായനത്തെ ന്യായീകരിക്കാം. എന്നാലും കർമ്മഭീരുവായ ഒരുത്തന്റെ ഒളിച്ചോട്ടമാണ് സിനിമയിലെ രാഘവൻനായരുടെ ജീവിതമാകെത്തന്നെ എന്നതിനു വേറെയും തെളിവുകളുണ്ട്. വിധവയായ വാരസ്യാർ അയാളോടുള്ള അഭിനിവേശം വെളിപ്പെടുത്തുമ്പോഴെല്ലാം അയാൾ കപടമായ സദാചാരബോധത്തിൽ 'ഞാനൊന്നുമറിഞ്ഞില്ലേ' എന്ന മട്ടിൽ മറഞ്ഞുനിൽക്കുകയാണ് ചെയ്യുന്നത്. ഒടുവിൽ മാരയുടെ കാര്യത്തിലും ആദർശാത്മകത കൊണ്ടു വെള്ളപൂശിയ ആ കർമ്മഭീരുത്വം അതിന്റെ തനിനിറം വെളിപ്പെടുത്തുന്നു.

നോവലിൽ മാരയെ ലൈംഗികാസക്തിയോടെ പിന്തുടരുന്നതും ബലാത്സംഗം ചെയ്യുന്നതും സാവിത്രി വാരസ്യാരുടെ മകനായ ഉണ്ണിത്തമ്പുരാനാണ്. സിനിമയിലാകട്ടെ ഈ കഥാപാത്രത്തെ വാരസ്യാരുടെ സഹോദരനാക്കി മാറ്റിയിരിക്കുന്നു. ഈ സന്ദർഭത്തിലാണ് മാരയുടെ സംരക്ഷണം രാഘവൻനായർ സാവിത്രി വാരസ്യാരെക്കൊണ്ട് ഏറ്റെടുപ്പിക്കുന്നത്. ഒരു മകളെപ്പോലെ മാരയെ സ്വീകരിക്കണമെന്നാണ് രാഘവൻനായരുടെ നിർദ്ദേശം (മാരയെ കെട്ടുക എന്ന 'ദുര്യോഗം' അങ്ങനെ സഹോദരനും ഉണ്ടാവാതെ കഴിച്ചു). വാരസ്യാർ ആ നിർദ്ദേശം അനുസരിക്കുകയും ചെയ്യുന്നു. എത്ര കാല്പനികമായ പ്രശ്നപരിഹാരം! എന്നാൽ, ഇത് മാരയുടെ ഭാവിയെ സുരക്ഷിതമാക്കുന്ന പരിഹാരമല്ലെന്നു വ്യക്തമാണ്. മാരയെ മുള്ളിൽനിന്നെടുത്തു മുള്ളളത്തിലേക്കിടുന്ന സ്ഥിതിയാണ് അതുവഴി ഉണ്ടാവുന്നത്. രാഘവൻനായരുടെ അഭാവത്തിൽ മാരയുടെ മേലുണ്ടാകാവുന്ന ഏതു കൈയേറ്റവും ചെറുക്കപ്പെടാതെ പോവാനാണ് സാധ്യത. രാഘവൻനായരുടെ ഇമേജ് സംരക്ഷിക്കാ

നുള്ള തിടുക്കത്തിൽ സംവിധായകൻ മാരയുടെ ഭാവിയെ സംബന്ധിച്ച ഈ ആശങ്കകളെയൊക്കെ നിസ്സാരമായി തള്ളുകയാണു ചെയ്യുന്നത്. നോവൽ യഥാതഥമായ ആഖ്യാനശൈലി പിന്തുടരുമ്പോൾ സിനിമയാകട്ടെ കാല്പനികമായ ചില ആദർശവത്കരണങ്ങളിലൂടെ ആ യാഥാർത്ഥ്യങ്ങളെ മുഴുവൻ റദ്ദാക്കിക്കളയുന്നു.

സിനിമ ആദ്യന്തം ജനപ്രിയസിനിമയുടെ പരിചരണരീതികളാണ് പിന്തുടരുന്നത്. അക്കൂട്ടത്തിൽ ആദ്യത്തെ ഘടകം താരമൂല്യത്തെ പൂർണ്ണമായും ആശ്രയിക്കുന്ന കാസ്റ്റിങ് ആണ്. അക്കാലത്തെ സൂപ്പർസ്റ്റാർ ആയിരുന്ന പ്രേംനസീറാണ് രാഘവൻനായരുടെ വേഷത്തിൽ പ്രത്യക്ഷപ്പെടുന്നത്. ഹെയർസ്റ്റൈൽ, വേഷം, ശരീരഭാഷ, സംഭാഷണം തുടങ്ങി സർവ്വകാര്യങ്ങളിലും പ്രേംനസീറായി തുടരാനല്ലാതെ രാഘവൻനായരായി രൂപം മാറാൻ ഒരു ഘട്ടത്തിലും പ്രേം നസീറിനു കഴിയുന്നില്ല. പോസ്റ്റുമാൻ നാണു എന്ന കഥാപാത്രത്തിനു നോവലിൽ ഏറെ പ്രാധാന്യമില്ല. എന്നാൽ, അടൂർ ഭാസി എന്ന താരത്തിനുവേണ്ടി സിനിമയിൽ പോസ്റ്റ്മാൻ നാണു പ്രത്യക്ഷപ്പെടുന്ന കുറെ കോമാളിദൃശ്യങ്ങൾ സൃഷ്ടിച്ചിരിക്കുന്നു. ചായക്കടക്കാരൻ സെയ്ത് ആയി ബഹദൂറും എത്തുന്നതോടെ മുൻകാലസിനിമകളിലെ ഭാസി-ബഹദൂർ സന്ദർഭങ്ങളുടെ സ്ഥിരം വിഭവങ്ങൾ നെല്ലിലേക്കും കടന്നുവരുന്നു. ആദിവാസി പ്രമേയമുള്ള ഒരു നോവലിനോടു യാതൊരു ഉത്തരവാദിത്വവും പുലർത്താത്ത ചില കാഴ്ചകളാണ് അതുവഴി സിനിമയിൽ കടന്നുകൂടുന്നത്.

മല്ലന്റെ റോളിൽ വരുന്ന മോഹനോ, മാരയായി വരുന്ന ജയഭാരതിക്കോ ഒരു ആദിവാസികഥാപാത്രം എന്താണെന്നോ എന്തായിരിക്കുമെന്നോ യാതൊരു ധാരണയുമില്ല. സാധാരണമായ ഒരു ജനപ്രിയ, കാല്പനിക സിനിമയിലെന്നതുപോലെയാണ് നെല്ലിൽ ഇരുവരുടെയും പങ്കാളിത്തം. നോവലിൽ ഗോത്രജീവിതത്തിന്റെ കാർക്കശ്യങ്ങളുടെയെല്ലാം വക്താവായി നിൽക്കുന്ന മൂപ്പനെ സിനിമയിൽ തിക്കുറിശ്ശിയിലൂടെ ഒരു കോമാളിവേഷമാക്കി മാറ്റിയിരിക്കുന്നു. മൂപ്പനും അയാളുടെ ശിങ്കിടികളും ചേർന്നുള്ള രംഗങ്ങൾ തരംതാണ ഹാസ്യസന്ദർഭങ്ങൾ മാത്രമായി മാറുന്നു.

വയനാടൻ പ്രകൃതിക്കു നോവലിൽ ഒരു കഥാപാത്ര

ത്തിന്റെയോ അതിലേറെയോ സ്ഥാനമാണുള്ളത് എന്ന് മുമ്പേ വ്യക്തമാക്കിയിട്ടുണ്ട്. സ്ഥൂലയാഥാർത്ഥ്യമായല്ല, സൂക്ഷ്മാനുഭവങ്ങളുടെ നൈരന്തര്യമായാണ് പ്രകൃതി നോവലിൽ പലപ്പോഴും സംഗതമാവുന്നത്. ഈ പ്രകൃതിയെ അതിന്റെ സൂക്ഷ്മതലത്തിൽ ദൃശ്യവത്കരിക്കുക എന്നത് ഏതു സിനിമക്കാരനെ സംബന്ധിച്ചും വലിയ വെല്ലുവിളി തന്നെയാണ്. സവിശേഷമായ ദൃശ്യഭാഷയും ടോണും സൃഷ്ടിക്കുക മാത്രമാണ് അതിനുള്ള വഴി. കുറോസോവയുടെയും ബർഗ്മാന്റെയും സിനിമകൾ തൊട്ട് എമറാൾഡ് ഫോറസ്റ്റ്, അപോകാലിപ്റ്റോ തുടങ്ങിയ ഹോളിവുഡ് സിനിമകൾവരെ ഇത്തരത്തിലുള്ള പ്രകൃതിചിത്രീകരണത്തിൽ അസാധാരണമായ മികവു പുലർത്തുന്നുണ്ട്. രാമു കാര്യാട്ട് നെല്ലിന്റെ ചിത്രീകരണത്തിൽ ഈ സൂക്ഷ്മപ്രകൃതിയെ തിരിച്ചറിയാനോ തിരിച്ചറിഞ്ഞിട്ടുണ്ടെങ്കിൽത്തന്നെ യഥാവിധി ആവിഷ്കരിക്കാനോ ശ്രമിച്ചിട്ടില്ല. നോവലിൽ പ്രകൃതി മുഖ്യകഥാപാത്രം തന്നെയാണെങ്കിൽ സിനിമയിൽ പ്രകൃതിക്കു കേവലം പശ്ചാത്തലത്തിനപ്പുറം വളരാൻ കഴിയുന്നില്ല; എന്തിന്, കൃത്യമായൊരു പശ്ചാത്തലമാവാൻപോലും കഴിയുന്നില്ല. നോവലിൽ വനജീവിതവും വനാനുഭവങ്ങളും വളരെ ശക്തമായ പ്രകൃതിസാന്നിദ്ധ്യമാണ്. എന്നാൽ, സിനിമയിലാകട്ടെ വനത്തിന്റെ വിദൂരപ്രതീതിപോലും സൃഷ്ടിക്കപ്പെടുന്നില്ല. ചിത്രീകരണ(സൗകര്യ)ത്തിനുവേണ്ടി സിനിമ തിരഞ്ഞെടുത്ത ലൊക്കേഷനുകളെല്ലാം മുക്കാലും തുറസ്സായ പ്രദേശങ്ങളാണ്. അടഞ്ഞ, ഉദ്വേഗജനകമായ ഒരു വനലോകമാണ് നെല്ല് എന്ന നോവലിലേത്. തുറസ്സായ പ്രദേശങ്ങളിൽ നിന്നുകൊണ്ട് ആ ഇരുണ്ട ഭൂപ്രകൃതിയെ ആവിഷ്കരിക്കുക സാധ്യമല്ല.

നെല്ല് എന്ന നോവൽ ആദിവാസി ജീവിതത്തിലെ പലതരം സമ്മർദ്ദങ്ങളും സംഘർഷങ്ങളും ഉൾക്കൊള്ളുന്നുണ്ട്. സഹജമായ പരിസ്ഥിതിജീവിതത്തിൽ നിന്നു വേർപെട്ട് കൃത്രിമമായ കാർഷികജീവിതത്തിലേക്കുള്ള ഗതിമാറ്റം, അതിന്റെ ഫലമായ പുതിയ ഭക്ഷണശീലങ്ങൾ, നെല്ലിന്റെ അഭാവത്തിൽ അനുഭവിക്കുന്ന ദാരിദ്ര്യം, കാട്ടുജീവിതത്തിലൂടെ ശീലത്തിൽ അലിഞ്ഞുചേർന്ന അലസത, താൽപ്പര്യമില്ലാത്ത അദ്ധ്വാനരീതികൾ, കുടിയേറ്റക്കാരുടെ ചൂഷണങ്ങൾ, ഇതിനിടയിലും ബാധപോലെ പിന്തുടരുന്ന ഗോത്രസംസ്കാരം ഇവയെല്ലാം ചേർന്നു ചരിത്രപരവും സാമൂഹികവും സാമ്പ

ത്തികവും സാംസ്കാരികവും രാഷ്ട്രീയവുമായ നിരവധി പ്രതിസന്ധികൾ ആദിവാസികളുടെ ജീവിതത്തിൽ ഉണ്ടാക്കുന്നുണ്ട്. ഇത്തരം പ്രശ്നങ്ങളിലാണു നോവലിന്റെ ഊന്നൽ. സിനിമയാകട്ടെ ഈ പ്രശ്നങ്ങളെയെല്ലാം തമസ്കരിച്ചുകൊണ്ട് ഒരു പരദേശി സവർണ്ണനായകന്റെ വ്യക്തിപരമായ അനുഭവങ്ങളും കാഴ്ചകളുമാക്കി ആദിവാസിജീവിതത്തെ ചുരുക്കിയെടുക്കുന്നു. സവർണ്ണ കുടിയേറ്റക്കാർ ആദിവാസികളുടെ ജീവിതത്തിനുമേൽ നടത്തുന്ന അധിനിവേശ കുടിലതകളെയെല്ലാം കേവലം വ്യക്തിപരമായ നന്മതിന്മകളുടെ പ്രശ്നങ്ങളായി നിസ്സാരപ്പെടുത്തുന്നു എന്നതു നോവലിനോടു സിനിമ പുലർത്തുന്ന നിസ്സാരമല്ലാത്ത മര്യാദകേടുതന്നെയാണ്. “നെല്ല് എന്ന സിനിമയെപ്പറ്റി പറയാൻ തന്നെ എനിക്കു താൽപ്പര്യമില്ല. കാരണം അതെന്റെ നോവലിനോട് നീതി പുലർത്തിയിട്ടില്ല. സിനിമ ഒരു പ്രണയവും അതിന്റെ പര്യവസാനവുമാണ്. നോവലിന്റെ പ്രമേയം പക്ഷേ, അതല്ല” എന്ന് പി. വത്സല ഒരു അഭിമുഖത്തിൽ പ്രസ്താവിച്ചതിന്റെ താൽപ്പര്യവും ഇതാണ് (ഒ. കെ. ജോണി, നിശ്ശബ്ദനിലവിളികൾ, ഒരു ഗ്രാമപുരാവൃത്തം, പുറം 48).

യഥാർത്ഥ ആദിവാസികളിൽനിന്നും ആദിവാസി ജീവിതത്തിൽ നിന്നും സിനിമ ഔചിത്യത്തിന്റെ സീമകളെ മുഴുവൻ അതിലംഘിക്കുന്ന രീതിയിൽ അകന്നുനിൽക്കുകയാണ്. യാഥാർത്ഥ്യങ്ങളല്ല, സ്വപ്നങ്ങളാണ് (ആ സ്വപ്നങ്ങൾപോലും ആദിവാസികളുടേതല്ല, ആധുനിക നാഗരികന്റേതാണ്) നെല്ല് എന്ന സിനിമയിലൂടെ പ്രക്ഷേപണം ചെയ്യപ്പെടുന്നത്. സിനിമ എങ്ങനെയാണ് ആദിവാസികളുടെ ജീവിതത്തെ പ്രതിലോമകരമായി സ്വാധീനിക്കുന്നതെന്ന് വയനാട്ടിലെ ആദിവാസികളുടെ ജീവിതത്തെ അടിസ്ഥാനമാക്കി ഒ.കെ. ജോണി സംവിധാനം ചെയ്ത ‘നിശ്ശബ്ദനിലവിളികൾ: ഒരു ഗ്രാമപുരാവൃത്തം’ എന്ന ഡോക്യുമെന്ററിയുടെ പ്രസിദ്ധീകൃത തിരക്കഥയുടെ അവതാരികയിൽ രവീന്ദ്രൻ ചൂണ്ടിക്കാണിച്ചിട്ടുണ്ട്. “പ്രാന്തീയ ജീവിതശൈലികളെ കാല്പനികവത്കരിച്ചു സ്വപ്നസന്നിഭമാക്കുന്ന മുഖ്യധാരാ കലാസാഹിത്യ പ്രവർത്തനങ്ങളുടെ എക്കാലത്തെയും പ്രത്യയശാസ്ത്രകാപട്യമാണ് ഇങ്ങനെ ഓർമ്മിപ്പിക്കപ്പെടുന്നത്”. (ഒ.കെ. ജോണി : 2010 : പുറം 15) എന്നെഴുതുന്ന അദ്ദേഹം അടിമത്തത്തിന്റെ മാറിയ വിവക്ഷ

കൾക്കു ഗോത്രമനസ്സുകളെ വിധേയമാക്കുകയാണ് 'നെല്ല്' സിനിമ ചെയ്യുന്നതെന്ന് വ്യക്തമാക്കുന്നു. ആദിവാസിഗോത്രങ്ങളുടെ വേഷങ്ങളിൽ പ്രത്യക്ഷപ്പെടുന്ന സിനിമാതാരങ്ങൾ ഗോത്രമനസ്സുകളിൽ സമർത്ഥമായ ഒരു സ്വപ്നപ്രലോഭനമായി പ്രവർത്തിക്കുന്നതെങ്ങനെ എന്നും അദ്ദേഹം വിശദീകരിക്കുന്നുണ്ട്.

ജനപ്രിയസിനിമയുടെ സ്ഥിരം ഫോർമുലകൾ കൊണ്ട് ഒരു ആദിവാസിരചനയെ (ആദിവാസിജീവിതം പ്രമേയമാവുന്ന രചനയെ) സമീപിച്ചതിന്റെ എല്ലാ കുഴപ്പങ്ങളും നെല്ല് എന്ന സിനിമയിൽ കാണാനാകും. ആദർശാത്മകമായ സവർണ്ണനായകത്വം, തറവാടിത്തത്തിന്റെ ഗൃഹാതുരത്വമുണർത്തുന്ന ചിഹ്നവ്യവസ്ഥ, താരശരീരങ്ങളുടെ വാണിജ്യപരമായ സാധ്യതകൾ-ജനപ്രിയസിനിമയുടേതായ ഈ സൂത്രവാക്യങ്ങളുടെ തികച്ചും യാന്ത്രികമായ പ്രയോഗങ്ങളാണ് നെല്ല് എന്ന സിനിമയിൽ നമ്മൾ കാണുന്നത്. വ്യത്യസ്തമായ ഒരു ചലച്ചിത്രാനുഭവത്തിന് സ്കോപ്പുണ്ടായിരുന്ന ഒരു സാഹിത്യസന്ദർഭത്തെ ഈ ജനപ്രിയ വ്യാമോഹത്തിന്റെ കെണിയിൽ വീഴ്ത്തി നശിപ്പിച്ചുകളഞ്ഞ സിനിമയായേ രാമു കാര്യാട്ടിന്റെ നെല്ലിനെ ഇന്നു നമുക്ക് കാണാനാവുകയുള്ളൂ.

ഗ്രന്ഥസൂചി

1. ജോണി ഒ.കെ., 2010, നിശ്ശബ്ദനിലവിളികൾ: ഒരു ഗ്രാമപുരാവൃത്തം, ഡി.സി. ബുക്സ്, കോട്ടയം.

(2012)

നാട്ടുനടപ്പുകൾ-
ഒരു അന്തിക്കാടൻ വീക്ഷണം

മലയാള മുഖ്യധാരാസിനിമയിലെ സജീവസാന്നിദ്ധ്യമായി തുടർന്നുപോരുന്ന സത്യൻ അന്തിക്കാട് തനതായ ഒരു സിനിമാ സംസ്കാരത്തിന്റെ വക്താവും പ്രയോക്താവുമാണ്. സാമൂഹികവും ഗാർഹികവുമായ ജീവിതപ്രശ്നങ്ങളെ വിഷയമാക്കുന്ന സിനിമകളെ എങ്ങനെ ജനപ്രിയമാക്കാമെന്നതിന്റെ ഒരു പ്രായോഗിക മാതൃകയാണ് അന്തിക്കാട് മലയാളത്തിൽ അവതരിപ്പിച്ചത്. മലയാളസിനിമയിൽ കാൽ വച്ചതുമുതൽ ഇന്നോളം നിർമ്മാതാവിനും സാധാരണക്കാരായ പ്രേക്ഷകർക്കും ഒരേ സമയം മിനിമം ഗാരണ്ടി ഉറപ്പുനൽകിയ ഒരു ബ്രാന്റ് നെയിം ആണ് 'സത്യൻ അന്തിക്കാട്'. അന്തിക്കാടിന്റെ എത്രയോ സിനിമകളുടെ പേരുകൾ ക്രമമായി ഓർത്തുപറയാൻ കഴിയുന്ന നിരവധി പ്രേക്ഷകർ ഇന്നാട്ടിലുണ്ട്.

ഏത് മാന്ത്രികവിദ്യ പ്രയോഗിച്ചാണ് അന്തിക്കാട് ഇവ്വിധം പ്രേക്ഷകരെ കൈയിലെടുക്കുന്നത്? മലയാളിയുടെ പൾസും ടേസ്റ്റും അറിഞ്ഞ് സിനിമ പിടിക്കുകവഴി എന്നാണ് അതിനുള്ള ഉത്തരം. മലയാളി ജീവിതത്തിന് പൊതുവായുള്ള ചില രുചികളെയാണ് അത് തൃപ്തിപ്പെടുത്തുന്നത്. പാരമ്പര്യബദ്ധമായ കുടുംബബന്ധങ്ങൾ, ഗ്രാമീണമായ ചില മൂല്യങ്ങൾ, സ്നേഹദ്വേഷപരിഭവങ്ങൾ കൂടിക്കുഴയുന്ന മനുഷ്യബന്ധങ്ങൾ, ജീവിക്കാൻ വേണ്ടിയുള്ള ബദ്ധപ്പാടിനിടയിൽ കെട്ടിയാടുന്ന കോമാളിവേഷങ്ങൾ, പച്ചപ്പിനോടും ജലശേഖരങ്ങളോടുമുള്ള അഭിനിവേശം, നാടൻ ജീവിതത്തിന്റെ അകൃത്രിമത്വം, കൃത്രിമത്വങ്ങളോടും പൊങ്ങച്ചങ്ങളോടുമുള്ള ഹാസ്യാത്മകമായ പ്രതിഷേധം, ചില ഫ്യൂഡൽ നൊസ്റ്റാൾജിയകൾ ഇങ്ങനെ ചില പൊതുഘടകങ്ങൾ അന്തിക്കാടിന്റെ സിനിമകളിൽ നമുക്ക് കണ്ടെടുക്കാൻ കഴിയും. ഇവയെല്ലാം മലയാളികളുടെ പൊതുവായ ചില താത്പര്യങ്ങളെ പ്രതിഫലിപ്പിക്കുന്നുണ്ട്. ഇത്തരം മലയാളിരു

ചികളെ നേർത്ത ഹാസ്യത്തിന്റെ അകമ്പടിയോടെ അവതരിപ്പിക്കുകയാണ് അന്തിക്കാട് ചെയ്യുന്നത്. ഈ ഹാസ്യവും മലയാളിയുടെ ഒരു പൊതുശീലമാണ്. ഈ രീതിയിലുള്ള സമീപനം വഴി മലയാളി ജീവിതത്തിന്റെ കണ്ണാടിയാവാൻ അദ്ദേഹത്തിന്റെ സിനിമകൾക്ക് സാധിക്കുന്നു. വാസ്തവത്തിൽ മലയാളികൾ ആ സിനിമകളിൽ സ്വന്തം ജീവിതത്തിന്റെ കണ്ണാടിക്കാഴ്ചകളാണ് കാണുന്നത്. തന്റെ സൗന്ദര്യം കണ്ട് മന്ദഹസിക്കാനും സ്വന്തം വൈരൂപ്യം കണ്ട് നെറ്റിചുളിക്കാനും സ്വന്തം കോമാളിരൂപം കണ്ട് ചിരിക്കാനും ആ സിനിമകൾ മലയാളിക്ക് അവസരം നൽകുന്നു. ഒരുതരം ആത്മപരിഹാസത്തിന്റെ സുഖം ഈ സിനിമകൾ മലയാളിക്ക് നൽകുന്നുണ്ട്.

സത്യൻ അന്തിക്കാടിന്റെ സിനിമാസങ്കല്പം സങ്കീർണ്ണമോ സംശയാസ്പദമോ അല്ല. സാധാരണത്വം കൊണ്ടു സൃഷ്ടിക്കുന്ന അസാധാരണത്വമാണ് ആ സിനിമകളുടെ ആകർഷണീയത. ഈ ലാളിത്യത്തോട് ചേർന്നുപോകുന്ന എഴുത്തുകാരെയും അന്തിക്കാടിന് കിട്ടിയിട്ടുണ്ട്. പ്രത്യേകിച്ചും ശ്രീനിവാസൻ എന്ന എഴുത്തുകാരൻ. അന്തിക്കാട് എന്ന സംവിധായകനെ ഇന്നത്തെ നിലയിൽ രൂപപ്പെടുത്തുന്നതിൽ ശ്രീനിവാസന്റെ തിരക്കഥകൾ നിഷേധിക്കാനാവാത്ത പങ്ക് വഹിച്ചിട്ടുണ്ട്. ശ്രീനിവാസൻ-സത്യൻ അന്തിക്കാട് കൂട്ടുകെട്ട് മലയാളത്തിലെ എക്കാലത്തെയും വലിയ വിജയഫോർമുലകളിലൊന്നാണ്. ഇവരുടെ സിനിമകൾ മലയാളികൾക്ക് എക്കാലവും ഓർത്തുവയ്ക്കാനും സന്ദർഭാനുസരണം ഓർത്തു രസിക്കാനുമുള്ള ഒട്ടേറെ അനുഭവങ്ങൾ നൽകിയിട്ടുണ്ട്.

ഇടത്തരക്കാരോ അതിനു തൊട്ടുതാഴെയുള്ളവരോ ആയ മനുഷ്യരാണ് അന്തിക്കാടൻ സിനിമകളിലെ കേന്ദ്രകഥാപാത്രങ്ങൾ. അവരുടെ ഇല്ലായ്മകൾ, വല്ലായ്മകൾ, സ്വപ്നങ്ങൾ, പ്രതീക്ഷകൾ, ആഗ്രഹങ്ങൾ, മോഹഭംഗങ്ങൾ, അല്പത്തങ്ങൾ, അബദ്ധങ്ങൾ, മണ്ടത്തരങ്ങൾ, കോംപ്ലക്സുകൾ, മിഥ്യാഭിമാനങ്ങൾ, സാധ്യതകൾ, പരിമിതികൾ ഇവയൊക്കെയാണ് ആ സിനിമകളിലെ പ്രമേയമായി വികസിക്കുന്നത്. സ്വസ്ഥമായ ജീവിതം എത്തിപ്പിടിക്കാനും അഭിമാനം നിലനിർത്താനും വേണ്ടിയുള്ള ശ്രമത്തിനിടയിലാണ് ഈ ജീവിതാവസ്ഥകളിൽ അവർ ചെന്നുചേരുന്നത്. അല്ലെങ്കിൽ, ഈ ജീവിതാവസ്ഥകളിലൂടെ കടന്നുപോകുന്ന വലിയ പണക്കാരോ തീരെ ദരിദ്രരോ അന്തിക്കാടിന്റെ സിനിമകളിൽ കേന്ദ്രസ്ഥാനത്ത്

themoviedb.org

വരാറില്ല. അത്തരം കഥാപാത്രങ്ങൾ വരുന്നുണ്ടെങ്കിൽ തന്നെ പോഷകജനത എന്ന നിലയിൽ പാർശ്വ കഥാപാത്രങ്ങളുടെ സ്ഥാനമേ അവർക്ക് ലഭിക്കാറുള്ളൂ. ദാരിദ്ര്യം വിഷയമാവുന്നിടത്തു പോലും കണ്ണീരിലോ ദുരന്തത്തിലോ മുങ്ങിയ ദാരിദ്ര്യത്തെ അന്തിക്കാട് ഉയർത്തിക്കാണിക്കാറില്ല. ജീവിതത്തിന്റെ ഒരു സ്വഭാവം എന്ന നിലയിൽ ദാരിദ്ര്യത്തെയും ഇല്ലായ്മകളെയും അതിഭാവുകത്വമില്ലാതെ സ്ഥാപിക്കാനാണ് അന്തിക്കാടിനു താത്പര്യം. ഇത് ഒരു കാലത്ത് കേരളീയ കുടുംബങ്ങളുടെ തന്നെ ഒരു ജീവിതശൈലിയോ മനോഭാവമോ ആയിരുന്നു. ഈ മനോഭാവത്തെ സിനിമയിലേക്ക് പറിച്ചുനടുകയാണ് അന്തിക്കാട് ചെയ്തത്.

ഗ്രാമം

മലയാളസിനിമയിലെ ഗ്രാമാനുഭവങ്ങൾക്ക് പല ഘട്ടങ്ങളും പല മാനങ്ങളും ഉണ്ട്. സിനിമാനിർമ്മാണം സ്റ്റുഡിയോവിലെ സെറ്റുകളിൽ ഒതുങ്ങിനിന്ന കാലത്തും ഗ്രാമചിത്രീകരണത്തിന് ഒരു കുറവും ഉണ്ടായിരുന്നില്ല. 'നീലക്കുയി'ലും 'നവലോക'വുമൊക്കെ അത്തരത്തിൽ ഓർക്കാവുന്ന സിനിമകളാണ്. എന്നാൽ ബാക്ക് കർട്ടനുകളിൽ വരച്ചുവെച്ചതോ കലാസംവിധായകന്മാർ കുത്തിനാട്ടിയതോ ആയ മലകളും മരങ്ങളുമായിരുന്നു അന്നത്തെ പ്രകൃതി. വാട്ടർടാങ്ക് തടാകങ്ങളും സ്റ്റുഡിയോ പരിസരത്തെ നിമ്നോന്നതങ്ങളും കടലാസ് പൂക്കളുമൊക്കെ ആ പ്രകൃതിക്ക് ചാരുതയേറ്റുകയും ചെയ്തു. അതുകൊണ്ടുതന്നെ തെല്ലും സ്വാഭാവികതയില്ലാത്ത ഒരുതരം ഗ്രാമചിത്രീകരണമാണ് ആദ്യകാലത്തെ മലയാള സിനിമകളിൽ നമ്മൾ കാണുന്നത്. അറുപതുകളിൽ ചലച്ചിത്ര ചിത്രീകരണം സ്റ്റുഡിയോ വിട്ട് ഔട്ട്ഡോറിലേക്ക് ഇറങ്ങിവന്നതോടെയാണ് കേരളീയ ഗ്രാമങ്ങൾ തനതുരൂപത്തിൽ സിനിമകളിൽ പ്രത്യക്ഷപ്പെടാൻ തുടങ്ങിയത്.

ഈ ഗ്രാമചിത്രങ്ങളിൽതന്നെ പരുഷവും സൗമ്യവുമായ രണ്ടു തരം മനോഭാവങ്ങൾ കാണാനാവുന്നതാണ്. പരുഷസ്വഭാവമുള്ള കുഗ്രാമങ്ങൾ ചിത്രീകരിക്കുന്നതിൽ അരവിന്ദൻ, ഭരതൻ, പത്മരാജൻ എന്നീ ന്യൂവേവ് ചലച്ചിത്രകാരന്മാർക്ക് സവിശേഷമായ താല്പര്യം തന്നെയുണ്ടായിരുന്നു. അരവിന്ദന്റെ 'ഒരിടത്ത്', പത്മരാജന്റെ 'പെരുവഴിയമ്പലം', ഭരതന്റെ 'താഴ്വാരം' എന്നീ ചിത്രങ്ങളെ ഉദാഹരണത്തിനായി ചൂണ്ടിക്കാണിക്കാം. ഗ്രാമത്തിന് എത്രമേൽ പരുക്കനാവാൻ കഴിയുമെന്നതിന് തെളിവാകുന്നുണ്ട് ഭരതന്റെ മിക്ക ചിത്രങ്ങളും.

മലയാള സിനിമകളിൽ അറുപതുകളിൽ തന്നെ സജീവമാകുന്ന മറ്റൊരു ഗ്രാമീണമുഖമുണ്ട്. കാർഷികഗ്രാമം എന്ന് അതിനെ വിളിക്കാം. സാധാരണമായ നാട്ടിൻപുറജീവിതത്തോട് നീതി പുലർത്തുന്ന, അത്രമേൽ പരുഷമോ അത്രമേൽ സൗമ്യമോ അല്ലാത്ത ഒരു ഗ്രാമം. പലപ്പോഴും കാർഷികജീവിതവ്യവസ്ഥകളുമായി ബന്ധപ്പെട്ടിരിക്കുന്നതുകൊണ്ട് ഈ ഗ്രാമത്തിന്റെ പ്രകൃതിദൃശ്യങ്ങൾ ഭൂരിഭാഗവും കാർഷികം തന്നെയാണ്. തോടും തോട്ടിൻകരയും കൈതക്കാടും കുളവും വയലും തെങ്ങിൻതോപ്പും വാഴത്തോട്ടവുമൊക്കെ ചേർന്ന് സൃഷ്ടിക്കുന്ന വിവിധതരം പച്ചപ്പുകളാണ് ഈ ഗ്രാമത്തിന്റെ പ്രകൃതി. ഈ പ്രകൃതിയുടെ പശ്ചാത്തലത്തിലാണ് പ്രണയമടക്കമുള്ള സർവ്വജീവിത വ്യവഹാരങ്ങളും അരങ്ങേറുന്നത്.

ഗ്രാമമെന്നു വച്ചാൽ പ്രകൃതി മാത്രമല്ല, ജനസംസ്കാരം കൂടിയാണ്. ഗ്രാമം = ഗ്രാമസംസ്കൃതി എന്നർത്ഥം. ഈ പറഞ്ഞ ഗ്രാമസംസ്കൃതിയുടെ ആഖ്യാനത്തിൽ ചില വർഗ്ഗ-സാമുദായിക താല്പര്യങ്ങൾക്ക് മേൽക്കൈ കിട്ടാനിടയായിട്ടുണ്ട്. എം.ടി. വാസുദേവൻനായരുടെ രചനകൾ വഴി ആദ്യം സാഹിത്യത്തിലും പിന്നീട് സിനിമയിലും സംഭവിച്ച ഒരു പ്രതിഭാസമാണത്. മേല്പറഞ്ഞ കാർഷിക ഗ്രാമത്തിന്റെ ആവിഷ്കാരം സിനിമകളിലെ അവശ്യവസ്തുവായി മാറുന്നത് എം.ടി. തിരക്കഥയെഴുതിയ സിനിമകൾ വഴിയാണ്. എം. ടി. കഥകളിലെ ഗ്രാമസംസ്കൃതി പിന്നീട് കേരളീയ ഗ്രാമീണതയുടെ തന്നെ ഒരു മാതൃകാരൂപമായി സ്ഥാപിക്കപ്പെടുകയായിരുന്നു. മുൻപറഞ്ഞ കാർഷികപ്രകൃതിയോടൊപ്പം തറവാടുകൾ, നാലുകെട്ട്, പടിപ്പുര, അമ്പലം, ആൽത്തറ, ചെങ്കല്ലിൽ പടുത്ത വലിയ

കുളങ്ങൾ, ക്ഷേത്രോത്സവങ്ങൾ, ആചാരങ്ങൾ, കിണ്ടി, നിലവിളക്ക് തുടങ്ങിയ സവർണബിംബങ്ങളും എം.ടി. കൃതികളിലൂടെ (കഥയും തിരക്കഥയും) കേരള ഗ്രാമീണതയുടെ ചിഹ്നങ്ങളായി വ്യവസ്ഥാപനം ചെയ്യപ്പെട്ടിട്ടുണ്ട്. ഫ്യൂഡൽ നൊസ്റ്റാൾജിയകളിൽ സ്വകാര്യമായി അഭിരമിച്ചുപോരുന്ന മലയാളികൾ ഈ ഫ്യൂഡൽ ഗ്രാമസംസ്കൃതിയിലേക്ക് അതിവേഗം ആകർഷിക്കപ്പെടുകയാണുണ്ടായത്. വിജയിക്കുന്ന ഒരു ബോക്സ് ഓഫീസ് ഫോർമുലയായി ഇന്നും ഇത് മലയാളസിനിമയിൽ നിലനിന്നുപോരുന്നുണ്ട്. (ദേവാസുരം, നരസിംഹം തുടങ്ങിയ സിനിമകൾ ഓർക്കുക). എം.ടി. സിനിമകളിലെ ഈ ഗ്രാമസംസ്കൃതിയുടെ പിന്തുടർച്ചയാണ് ഒരു പരിധി വരെ സത്യൻ അന്തിക്കാടിന്റെ സിനിമകളിലും കാണാനാവുന്നത്. എം.ടി.യുടെ സിനിമകൾപോലെ അന്തിക്കാടൻ സിനിമകളും ഹിറ്റാവുന്നതിന്റെ ഒരു കാരണം ഇതാണ്.

അന്തിക്കാടിന്റെ സിനിമകളിലെ സ്ഥലഘടന മൂന്ന് തലത്തിലാണ്- കാർഷികഗ്രാമം, നാഗരികവേഷമണിയുന്ന ഗ്രാമം, നഗരപ്രാന്തം എന്നിങ്ങനെ. കാർഷിക ഗ്രാമത്തിൽനിന്ന് നഗരപ്രാന്തത്തിലേക്ക് കുടിയേറുന്ന വ്യക്തികളുടെയോ കുടുംബങ്ങളുടെയോ കഥ എത്രയോ സിനിമകളിൽ സത്യൻ അന്തിക്കാട് ആവർത്തിക്കുന്നുണ്ട്. ഗ്രാമംവിട്ട് നാഗരികതയിൽ ചേക്കേറുക- ഇത് അന്തിക്കാടൻ സിനിമകളിലെ ഒരു സ്ഥിരം പ്രമേയമാണ്. 'ടി.പി. ബാലഗോപാലൻ എം.എ.', 'ഗാന്ധിനഗർ സെക്കന്റ് സ്ട്രീറ്റ്', 'സന്മനസ്സുള്ളവർക്ക് സമാധാനം', 'തലയണമന്ത്രം' തുടങ്ങിയ സിനിമകൾ ശ്രദ്ധിക്കുക. ജീവിക്കാൻ വേണ്ടിയോ ജീവിതത്തെ പരിഷ്കരിക്കാൻ വേണ്ടിയോ ഉള്ള ഉദ്യമങ്ങളുടെ ഭാഗമെന്ന നിലയിലാണ് ഇത് സംഭവിക്കുന്നത്.ഉപഭോഗസംസ്കാരത്തിലേക്കു വീണുകൊണ്ടിരിക്കുന്ന മലയാളിയുടെ പുതിയ അഭിനിവേശം എന്ന നിലയ്ക്ക് ഈ കുടിയേറ്റത്തെ നോക്കിക്കാണാവുന്നതാണ്.

ഗ്രാമം എന്ന അനുഭവം സൃഷ്ടിക്കാൻ സത്യൻ അന്തിക്കാട് സ്വീകരിക്കുന്നത് വ്യവസ്ഥാപിതമായ ചിഹ്നങ്ങളെത്തന്നെ. അവതരണത്തിലും സമീപനത്തിലുമാണ് ആ ചിഹ്നങ്ങൾക്ക് പുതുമ വരുന്നത്. നേരത്തെ സൂചിപ്പിച്ച കാർഷികപ്രകൃതി അന്തിക്കാടിന്റെ സിനിമകളിലെ സജീവഘടകമാണ്. അത് കേവലം ഒരു പശ്ചാത്തലമെന്ന നിലയിലോ ആവാസവ്യവസ്ഥ എന്ന നിലയിലോ മാത്രമ

ല്ല, കഥാപാത്രങ്ങളുടെ ജീവിതം പങ്കുവയ്ക്കുന്ന ഒരു ജൈവസാന്നിദ്ധ്യം എന്ന നിലയിലുമാണ് അനുഭവവേദ്യമാവുന്നത്. 'മഴവിൽക്കാവടി'യിലെ വേലായുധന് പഴനിയിലേക്ക് യാത്രയാവുന്നതോടെ നഷ്ടമാവുന്നത് തന്റെ കാമുകിയെ മാത്രമല്ല, ഈ ജൈവസാന്നിദ്ധ്യത്തെക്കൂടിയാണ്. വേലായുധനെ സംബന്ധിച്ച് തന്റെ കാമുകിയുടെ പ്രതിരൂപം തന്നെയാണ് ഈ കാർഷികപ്രകൃതി. ഇതേ സിനിമയിൽത്തന്നെ കാമുകിയുമായി സല്ലപിക്കാൻ വേണ്ടി വാഴത്തോട്ടത്തിൽ കുത്തിനിർത്തിയ നോക്കുകുത്തിയായി പ്രത്യക്ഷപ്പെടുന്ന നായകനെ കാണാം. നോക്കുകുത്തി എന്ന ഗ്രാമീണ ചിഹ്നത്തിന് ഹാസ്യാത്മകമായ ഒരു പുതിയ സാദ്ധ്യത കൂടി അങ്ങനെ സംവിധായകൻ കണ്ടെത്തുന്നു.

നാട്ടിടവഴികളും വയൽവരമ്പുകളും കുളക്കരയും മറ്റും താണ്ടിയുള്ള ദീർഘനടത്തങ്ങൾ വഴി ഗ്രാമത്തിന്റെ മുക്കാലും കാർഷികമായ ഭൂപ്രകൃതിയെ അന്തിക്കാട് അടയാളപ്പെടുത്തുന്നു. നരേന്ദ്രൻ മകൻ ജയകാന്തൻവക എന്ന സിനിമയിൽ ഒടുവിൽ ഉണ്ണികൃഷ്ണനോടൊപ്പമുള്ള കുഞ്ചാക്കോ ബോബന്റെ നടപ്പ് ഇതിന്റെ ഒരു മാതൃകയായി ചൂണ്ടിക്കാട്ടാവുന്നതാണ്. 'മഴവിൽക്കാവടി'യിലെ ജയറാമിന്റെ സൈക്കിൾസഞ്ചാരവും ഇതേ ദൗത്യം നിർവ്വഹിക്കുന്നു.

'മഴവിൽക്കാവടി'യിലെ നായർപ്രമാണിയായ ഇന്നസെന്റിന്റെ കഥാപാത്രം സദാസമയവും പ്രത്യക്ഷപ്പെടുന്നത് കവുങ്ങിൻതോട്ടം, വാഴത്തോട്ടം, തെങ്ങിൻതോപ്പ്, കപ്പത്തോട്ടം എന്നിങ്ങനെയുള്ള കൃഷിയിടങ്ങളിലാണ്. ഗ്രാമമുണ്ടോ എങ്കിൽ വിശാലമായ പാടശേഖരങ്ങളുമുണ്ട് എന്നതാണ് ഈ സിനിമകളിലെ സ്ഥിതി. നെൽകൃഷിയുമായി ബന്ധപ്പെട്ട ഒട്ടേറെ ദൃശ്യങ്ങളും ചിഹ്നങ്ങളും ഇടയ്ക്കിടെ പ്രത്യക്ഷപ്പെട്ടുകൊണ്ടുമിരിക്കും. 'നരേന്ദ്രൻ മകനി'ലെ ആദ്യ പ്രഭാതദൃശ്യത്തിൽ നമ്മൾ കാണുന്നത് തോളിൽ കലപ്പയുമായി കാളകളേയും തെളിച്ച് നാട്ടിടവഴിയിലൂടെ കടന്നുപോവുന്ന ഒരു നാടൻ കർഷകനെയാണ്. കാർഷികജീവിതത്തിന്റെ രൂപകങ്ങളാണ് കാളവണ്ടിയും ട്രാക്ടറും. കള്ളുചെത്തുകാരനും കൊയ്ത്തുകാരിയും അലക്കുകാരനും ആനക്കാരനും ഉഴവുകാരനും മറ്റും ഈ ഗ്രാമീണജീവിതത്തെ ചലനാത്മകമാക്കുന്ന കഥാപാത്രങ്ങളാണ്.

തറവാടുകൾ, പടിപ്പുര, അമ്പലം, കുളം, നിലവിളക്ക്, കിണ്ടി

തുടങ്ങിയ ഗ്രാമബിംബങ്ങൾ എം.ടി. സിനിമകളുടെ അതേ വടിവിൽത്തന്നെ അന്തിക്കാടൻ സിനിമകളിലും കാണാം. നായർ കുടുംബങ്ങളുടെ കഥ പറയുന്നിടത്ത് അനിവാര്യമാവുന്ന ജീവിതചിഹ്നങ്ങളാണിവ. സിനിമയിൽ ഇവയുടെ ദൃശ്യസാധ്യതകൾ അപാരവുമാണ്. ഈ സാധ്യതകൾ അന്തിക്കാട് പരമാവധി പ്രയോജനപ്പെടുത്തുന്നുണ്ട്. 'സന്മനസ്സുള്ളവർക്ക് സമാധാനം' എന്ന ചിത്രത്തിലെ ഗോപാലകൃഷ്ണപ്പണിക്കർ തന്റെ തറവാട്ടിൽ ചെന്നു കയറുന്നതിനുമുമ്പായി കിണ്ടിയിൽ വെള്ളമെടുത്ത് കൈയും കാലും കഴുകുന്ന ദൃശ്യം ഓർക്കുക. മുണ്ട്, സെറ്റ്സാരി, പാവാട, ദാവണി, ചട്ട തുടങ്ങിയവയാണ് ഗ്രാമത്തിന്റേതായ വസ്ത്രചിഹ്നങ്ങൾ. ഗ്രാമം=മുണ്ട് എന്നൊരു സൂത്രവാക്യംതന്നെ അന്തിക്കാട് വികസിപ്പിച്ചെടുത്തിട്ടുണ്ട്. 'മഴവിൽക്കാവടി', 'നരേന്ദ്രൻ മകൻ' എന്നീ ചിത്രങ്ങളിലെ ഗ്രാമങ്ങളിൽ പാന്റ്സ് ധരിച്ച ഒരു പുരുഷകഥാപാത്രവുമില്ല. തമിഴ്നാട്ടിലെ കുംഭകോണത്ത് ജനിച്ചുവളർന്ന ജയകാന്തൻപോലും ഗ്രാമത്തിൽ വന്നിറങ്ങുന്നത് മുണ്ട് ധരിച്ചുകൊണ്ടാണ്. ടി.പി. ബാലഗോപാലൻ എം.എ.യിലെ ബാലഗോപാലൻ നഗരത്തിൽ കഴിയുന്ന കാലത്തെല്ലാം പാന്റ്സാണ് വേഷം. എന്നാൽ നഗരജീവിതം മതിയാക്കി അയാൾ ഗ്രാമത്തിൽ വന്നിറങ്ങുമ്പോൾ ഉടുത്തിരിക്കുന്നത് മുണ്ടാണ്. മഴവിൽക്കാവടിയിലെ ജയറാം ഗ്രാമത്തിൽ മുണ്ടുടുത്താണ് വിലസുന്നത്. എന്നാൽ പഴനിയിൽ ചെന്നിറങ്ങുമ്പോൾ വേഷം മുണ്ടിൽ നിന്ന് പാന്റ്സായി മാറുന്നു. ഇങ്ങനെ മുണ്ട്-പാന്റ്സ് എന്ന ദ്വന്ദ്വത്തെ

m.imdb.com

ഗ്രാമനഗരങ്ങളുടെ രൂപകങ്ങളാക്കി മാറ്റുകയാണ് സത്യൻ അന്തിക്കാട്.

കുലീനകളായ ഗ്രാമീണസ്ത്രീകളുടെ വേഷം മുണ്ടോ സെറ്റ്സാരിയോ ആണെന്ന കാര്യത്തിൽ യാതൊരു നീക്കുപോക്കുമില്ല. ചുരീദാർ കേരളത്തെ വിഴുങ്ങിയ കാലത്തും അന്തിക്കാടിന്റെ അനിയത്തി കഥാപാത്രങ്ങൾ പാവാടയണിഞ്ഞാണ് പ്രത്യക്ഷപ്പെടുന്നത്. കേരളത്തിൽ നിന്ന് കെട്ടുകെട്ടിക്കഴിഞ്ഞ ദാവണിയും അന്തിക്കാട് തന്റെ ഒരു നായികയെ (മഴവിൽക്കാവടി) അണിയിക്കുന്നുണ്ട്. സെറ്റ്സാരിയും പാവാടയും ഗ്രാമത്തെ ചിഹ്നപ്പെടുത്തുമ്പോൾ ചുരീദാർ ഒരു നാഗരികചിഹ്നമാണ് സത്യന്റെ സിനിമയിൽ. 'തലയണമന്ത്ര'ത്തിലെ ഉർവ്വശി നഗരത്തിലേക്ക് താമസം മാറ്റിയതിനുശേഷം ചുരീദാറിലാണ് പ്രത്യക്ഷപ്പെടുന്നത് എന്ന് ഓർക്കുക.

പാന്റ്സിട്ട് നടക്കുമ്പോഴും മനസ്സിൽ ഒരു മുണ്ടു സൂക്ഷിക്കുന്ന, ചുരീദാറിട്ട് നടക്കുമ്പോഴും മനസ്സിൽ ഒരു പാവാട സൂക്ഷിക്കുന്ന ജനതയാണ് മലയാളികൾ. ഇങ്ങനെയാണ് സത്യൻ സിനിമകളിലെ മുണ്ടും പാവാടയും ബോക്സ് ഓഫീസ് വിജയത്തിന്റെ സൂത്രവാക്യങ്ങളായി മാറുന്നത്.

ഗ്രാമചിഹ്നങ്ങൾ ഇനിയും നീണ്ടുനീണ്ടു പോവുന്നുണ്ട്. ജ്യോതിഷം, കണിയാൻ, ആഭിചാരക്രിയ (നരേന്ദ്രൻ മകൻ ജയകാന്തൻ വക), നിലത്തിരുന്ന് ഭക്ഷണം (അപ്പുണ്ണി, സന്മനസ്സുള്ളവർക്ക് സമാധാനം), കുളത്തിലുള്ള കുളി (വീണ്ടും ചില വീട്ടുകാര്യങ്ങൾ), കള്ളുഷാപ്പ് (വീണ്ടും ചില വീട്ടുകാര്യങ്ങൾ), നാടോടിക്കളികൾ (വീട്ടുകാര്യങ്ങളിലെ മാർഗ്ഗംകളി), കാക്ക വിരുന്നു വിളിക്കുക തുടങ്ങിയ വിശ്വാസങ്ങൾ (ടി.പി. ബാലഗോപാലൻ എം.എ.) തുടങ്ങി വിപുലമായ വ്യവഹാരമേഖലയാണിത്. സൈക്കിളും കാലൻകുടയും സത്യൻ സിനിമകളിൽ ഗ്രാമത്തിന്റെ സൂചകങ്ങളാണ്. 'മഴവിൽക്കാവടി'യിലെ നായകൻ ഇടവഴിയിലൂടെയും വയൽവരമ്പിലൂടെയും മറ്റും സൈക്കിൾ ചവിട്ടി നീങ്ങുന്നത് നിരവധി സന്ദർഭങ്ങളിലായി ചിത്രീകരിക്കപ്പെടുന്നുണ്ട്. 'നരേന്ദ്രൻമകനി'ലെ ശ്രീനിവാസന്റെ ഭാർഗവനും ഒരു സ്ഥിരം സൈക്കിൾ സഞ്ചാരിയാണ്. 'സന്മനസ്സുള്ളവർക്ക് സമാധാന'ത്തിലെ മോഹൻലാലിന്റെ കാലൻകുട ഒരു ഉപകരണമെന്ന നിലയ്ക്ക് കഥാപാത്രത്തിന്റെ നില കൈവരിക്കുന്നുണ്ട്. ഒരു ഹാസ്യകഥാപാത്രത്തിന്റെ സ്ഥാനമാണ്

അതിന്. ഒരു വിദൂഷകരൂപം എന്നും പറയാം.

കേരളത്തിലെ ഗ്രാമങ്ങൾ ഗ്രാമീണമായ സ്വത്വം വിട്ട് നഗരത്തിന്റെ സ്വഭാവവും പ്രകൃതവും സ്വീകരിക്കുന്നത് കഴിഞ്ഞ കാൽനൂറ്റാണ്ടു കാലത്തിലെ ചരിത്രയാഥാർത്ഥ്യമാണ്. ഗ്രാമം നഗരത്തിന്റെ വേഷമണിയുക, ഗ്രാമത്തിൽനിന്ന് നഗരപ്രാന്തത്തിലേക്ക് കൂടുമാറുക, നാഗരികമായ താൽപ്പര്യങ്ങൾക്ക് വശംവദരാവുക ഇവയൊക്കെ ഈ ചരിത്രപരിണാമത്തിന്റെ സ്വഭാവമാണ്. സന്മനസ്സുള്ളവർക്ക് സമാധാനത്തിലെ ഗോപാലകൃഷ്ണന്റെ കുടുംബം ഒന്നടങ്കം നഗരത്തിലേക്ക് കുടിയേറാൻ വിധിക്കപ്പെടുകയാണ്. ടി.പി. ബാലഗോപാലനിൽ നായകനും നായികയും മുമ്പേതന്നെ നഗരപ്രാന്തത്തിലേക്ക് കുടിയേറിയവരാണ്. 'തലയണമന്ത്ര'ത്തിലെ ശ്രീനിവാസനും കുടുംബവും ഗ്രാമപശ്ചാത്തലം വിട്ട് ഒരു ഹൗസിങ് കോളനിയിലേക്ക് താമസം മാറുന്നു. ഈ ഹൗസിങ് കോളനിയും അതിന്റേതായ ആവാസവ്യവസ്ഥയും 'ഗാന്ധിനഗർ സെക്കന്റ് സ്ട്രീറ്റ്', 'അർത്ഥം' തുടങ്ങിയ സിനിമകളിലും കാണാം.

ഗ്രാമത്തെയെന്നപോലെ നഗരത്തെയും അന്തിക്കാട് ചിഹ്നവൽക്കരിക്കുന്നുണ്ട്. മുമ്പു പറഞ്ഞ ഹൗസിങ് കോളനി അതിന് ഉദാഹരണമാണ്. മറ്റ് സിനിമകളിലെ, നഗരത്തിലെ വാടകവീടുകൾക്കും ഈ സ്വഭാവമുണ്ട്. വിശാലമായ റോഡുകൾ, ഫുട്പാത്തുകൾ, സ്ട്രീറ്റുകൾ, ബസ് സ്റ്റോപ്പുകൾ, ടൗൺ ബസ്സുകൾ, ഓഫീസുകൾ എന്നീ നിർമ്മിതികൾ ബൈക്ക്, ഓട്ടോ, കാർ എന്നീ വാഹനങ്ങൾ, പാന്റ്സ്, ചുരീദാർ തുടങ്ങിയ വേഷങ്ങൾ, പരിഷ്കൃതമായ വീട്ടുസാമാനങ്ങൾ, കരാട്ടെ, ഡ്രൈവിങ് തുടങ്ങിയ അഭ്യാസങ്ങൾ, പൊങ്ങച്ചം നിറഞ്ഞ ജീവിതരീതികൾ ഇവയൊക്കെ അന്തിക്കാടൻ സിനിമകളിൽ നഗരത്തിന്റെ അടയാളങ്ങളാണ്.

ഗ്രാമത്തിൽ ജീവിക്കുന്നവർതന്നെ നാഗരികമായ താല്പര്യങ്ങളുടെയും ഉപഭോഗാസക്തിയുടെയും വക്താക്കളായി മാറുന്ന കാഴ്ച ചില ചിത്രങ്ങളിൽ ആക്ഷേപഹാസ്യരീതിയിൽ അന്തിക്കാട് കാണിച്ചുതരുന്നുണ്ട്. 'മഴവിൽക്കാവടി'യിലെ മുത്തശ്ശി, പേരക്കിടാവിന്റെ വിവാഹമുഹൂർത്തത്തിൽ ഏത് കീർത്തനം വേണമെന്ന ചോദ്യത്തിന് 'ഡിങ്കിടിഡിങ്കാ' എന്ന പരിഷ്കൃതഗാനം മതിയെന്നാണ് മറുപടി നൽകുന്നത്. നരേന്ദ്രൻ മകനിലെ മുത്തശ്ശി സ്വന്തം സിനിമാതീയേറ്ററിൽ ഭക്തിസിനിമകൾ പ്രദർശിപ്പിക്കുന്നതിനെ തട

സ്സപ്പെടുത്തുന്നു. പൂജയും നാമജപവുമായി കഴിഞ്ഞിരുന്ന പഴയ നാടൻമുത്തശ്ശിമാരുടെ പ്രതിനിധികളല്ല അവർ. തറവാട് നഗരത്തിലെ വാടകവീടായി മാറുമ്പോഴും അച്ഛൻ എന്ന വിളി ഡാഡി വിളിയായി മാറുമ്പോഴും (തലയണമന്ത്രം) സംഭവിക്കുന്നത് ഗ്രാമത്തിൽനിന്ന് നഗരത്തിലേക്കുള്ള ഈ കൂടുമാറ്റമാണ്.

നഗരം സ്വാർത്ഥതയുടെയും കാപട്യത്തിന്റെയും സ്നേഹരാഹിത്യത്തിന്റെയും ഇടമാണെന്നുകൂടി അന്തിക്കാട് ധ്വനിപ്പിക്കുന്നുണ്ട്. ഗ്രാമത്തിലേക്ക് മടങ്ങിപ്പോവുന്ന കഥാപാത്രങ്ങളിലൂടെയാണ് ഇത് സാധിക്കുന്നത്. 'ടി.പി. ബാലഗോപാല'നിലെ നായകൻ നഗരജീവിതം മതിയാക്കി ഒടുവിൽ തന്റെ വിദൂരഗ്രാമത്തിലേക്ക് മടങ്ങിപ്പോവുകയാണ്. വരത്തനും പരിഷ്കാരിയുമായ സ്കൂൾ അധ്യാപകനെ വേണ്ടെന്നുവച്ച് തനി നാടനായ അപ്പുണ്ണിയെ വിവാഹം കഴിക്കുന്ന നായികയും (അപ്പുണ്ണി) കാപട്യരഹിതമായ ഈ ഗ്രാമീണ നന്മയെ എടുത്തുകാണിക്കുന്നുണ്ട്.

പ്രണയം

സത്യൻ അന്തിക്കാടിന്റെ സിനിമകളിലെ പ്രണയങ്ങൾക്ക് ഒരു സ്ഥിരം പാറ്റേൺ ഉണ്ട്. ശൈലീകൃതമായ പ്രണയമാണ് അന്തിക്കാടൻ സിനിമകളിലേത് എന്നർത്ഥം. സാമ്പത്തിക പ്രാരബ്ധമുള്ള നായകൻ അല്ലെങ്കിൽ നായിക, മിക്കവാറും അവർ തൊഴിൽരഹിതരും ആയിരിക്കും. ജീവിതക്ലേശങ്ങൾ മറികടക്കാനുള്ള ശ്രമങ്ങൾക്കിടയിൽ അയാൾ സാമ്പത്തികസ്ഥിതികൊണ്ട് തന്നിൽനിന്ന് തികച്ചും വ്യത്യസ്തയായ നായികയെ കണ്ടുമുട്ടുന്നു, പ്രണയിക്കുന്നു. 'മഴവിൽക്കാവടി', 'കൊച്ചു കൊച്ചു സന്തോഷങ്ങൾ', 'വെള്ളാനകളുടെ നാട്', 'അച്ചുവിന്റെ അമ്മ' തുടങ്ങിയ ചിത്രങ്ങളിൽ തൊഴിൽരഹിതനും പ്രാരബ്ധക്കാരനുമായ നായകൻ മെച്ചപ്പെട്ട സാഹചര്യമുള്ള നായികയെ പ്രണയിക്കുകയാണ്. 'വീണ്ടും ചില വീട്ടുകാര്യങ്ങളി'ൽ നായികയാണ് പ്രാരാബ്ധക്കാരി. നായകൻ മെച്ചപ്പെട്ട സാമ്പത്തിക സാഹചര്യമുള്ളവനും. രണ്ടുപേരും പ്രാരബ്ധക്കാരാവുന്ന ചിത്രങ്ങളും ഉണ്ട്. 'ടി.പി. ബാലഗോപാലൻ എം.എ.', 'സന്മനസ്സുള്ളവർക്ക് സമാധാനം' എന്നീ ചിത്രങ്ങളിൽ ഇതാണവസ്ഥ.

ജീവിതപ്രാരബ്ധങ്ങൾ പേറുന്ന കേന്ദ്രകഥാപാത്രം വഴി തികച്ചും സ്വാഭാവികമായ ജീവിതാവസ്ഥകളോട് ചേർന്നു

നിൽക്കുന്ന ഒരു കഥാഘടന രൂപപ്പെടുന്നുണ്ട്. മധ്യവർഗ്ഗകുടുംബങ്ങൾ നേരിടുന്ന പ്രശ്നങ്ങളാണ് ആ കഥയുടെ വിഷയം. ഇതിനിടയിലാണ് പ്രണയം കയറിവരുന്നത്. കുടുംബജീവിതത്തിന്റെ പല തരം വ്യവഹാരങ്ങളിലേക്ക് സൂചന നൽകാനും ആ പ്രണയബന്ധങ്ങളിലൂടെ സാധിക്കുന്നു. അന്തിക്കാടിന്റെ സിനിമയിൽ പ്രണയം ജീവിതത്തെക്കാൾ പൊന്തിനിൽക്കുന്ന ഒരു വിഷയമല്ല. ജീവിതത്തിലെ അനേകവിഷയങ്ങളിലൊന്നായി പ്രണയവും സജീവമാകുന്നു എന്നേയുള്ളൂ. പ്രണയത്തിനുവേണ്ടി തൂങ്ങിച്ചാകാൻ തയ്യാറുള്ള ഒരു കഥാപാത്രത്തെയും അവിടെ കാണാനാവില്ല. അതുകൊണ്ടുതന്നെ പഴയകാല മലയാളസിനികളിലേതുപോലെ നൂറു ശതമാനവും കാല്പനികമായ പ്രണയങ്ങളല്ല അവ. നായികാനായകന്മാർ സ്വപ്നലോകത്ത് ഒഴുകിനടക്കുന്നില്ല. മരംചുറ്റിപ്രേമമോ അതിവൈകാരികമായ പ്രണയസങ്കല്പങ്ങളോ ഇല്ല. ടി.പി. ബാലഗോപാലനിലെ ഒരു സന്ദർഭം ഇതാണ്- ക്ഷണിച്ചുവരുത്തിയ കാമുകിയോട് ബാലഗോപാലൻ സംസാരിക്കുന്നത് താൻ പണിയാൻ പോകുന്ന വീടിന്റെ സാങ്കേതിക കാര്യങ്ങളെപ്പറ്റിയാണ്. നരേന്ദ്രൻ മകനിലെ നായിക നായകന്റെ പ്രേമാഭ്യർത്ഥന പ്രതീക്ഷിച്ചുനിൽക്കുന്നു. ആ സമയത്ത് നായകൻ ആയിരം രൂപ കടം ചോദിക്കുകയാണ് ചെയ്യുന്നത്. പ്രണയത്തെ അമർത്തിക്കൊണ്ട് മറ്റ് ജീവിതപ്രശ്നങ്ങൾ തലയുയർത്തി നിൽക്കുന്നതിനും ഉദാഹരണങ്ങളാണ് ഇവ. ജീവിതത്തെക്കാൾ പ്രധാനമല്ല പ്രണയം എന്നതിനാൽ തീവ്രമായ ജീവിതപ്രശ്നങ്ങൾ പ്രമേയമാവുന്ന പല സിനിമകളിലും അന്തിക്കാട് പ്രണയത്തെ പൂർണ്ണമായും ഒഴിവാക്കുന്നുണ്ട്. 'സന്ദേശം', 'തലയണമന്ത്രം', 'വരവേൽപ്പ്', 'അർത്ഥം', 'നരേന്ദ്രൻ മകൻ....' എന്നീ ചിത്രങ്ങളിൽ പ്രണയം ഒരു വിഷയമേയല്ല എന്നത് ശ്രദ്ധിക്കുക.

പഴയകാല സിനിമകളിലെ അതിവൈകാരികവും കാല്പനികവുമായ പ്രണയത്തോട് താൽപ്പര്യമില്ലെന്നു മാത്രമല്ല, അത്തരം പ്രണയങ്ങളെ ആക്ഷേപഹാസ്യാത്മകമായി നിരീക്ഷിക്കാനും അന്തിക്കാട് തയ്യാറാവുന്നുണ്ട്. 'സന്മനസ്സുള്ളവർക്ക് സമാധാനം' എന്ന ചിത്രത്തിലെ പോലീസ് ഇൻസ്പെക്ടറായ ശ്രീനിവാസന്റെ ഉദ്യാനപ്രണയം പഴയകാലത്തെ സത്യൻ-പ്രേംനസീർ സിനിമകളിലെ പ്രണയസന്ദർഭങ്ങളുടെ ഒരു പാരഡിയാണ്. 'മൈ ഡിയർ

മുത്തച്ഛനി'ലും ശ്രീനിവാസൻ ഉദ്യാനപ്രണയത്തിന്റെ ഒരു പാട്ടു രംഗം അവതരിപ്പിക്കുന്നുണ്ട്. പഴയകാല സിനിമാപ്രണയങ്ങളിൽനിന്ന് തന്റെ പ്രണയസങ്കല്പം എങ്ങനെ വേറിട്ടുനിൽക്കുന്നുവെന്ന് ഈ പ്രണയപാരഡികളിലൂടെ വ്യക്തമാക്കാൻ അന്തിക്കാടിന് കഴിയുന്നുണ്ട്.

അന്തിക്കാടിന്റെ പ്രണയവികാസങ്ങൾക്ക് ഒരു പൊതുരീതി കണ്ടെത്താൻ കഴിയും. ഏറ്റുമുട്ടലായി തുടങ്ങുന്ന ബന്ധമാണ് സൗഹൃദമായും പിന്നെ പ്രണയമായും വികസിക്കുന്നത്. നായകനും നായികയും ആദ്യഘട്ടത്തിൽ പൊരിഞ്ഞ കലഹത്തിലായിരിക്കും. ആ കലഹം തന്നെയാണ് പ്രണയത്തിലേക്ക് നീളുന്നത്. 'ടി.പി. ബാലഗോപാലൻ എം.എ.' മുതൽ 'വീണ്ടും ചില വീട്ടുകാര്യങ്ങൾ' വരെ ഒട്ടേറെ ചിത്രങ്ങളിൽ ഈ പാറ്റേൺ നമുക്ക് കാണാം. (പ്രിയദർശൻ ചിത്രങ്ങളിലെ പ്രണയത്തിന്റെ വികാസവും ഇതേ രീതിയിൽ തന്നെയാണ്. പല കാര്യങ്ങളിലും ചലച്ചിത്രസംവിധാനരംഗത്തെ സദൃശ ഇരട്ടകളാണ് സത്യൻ അന്തിക്കാടും പ്രിയദർശനും. 'അന്തിക്കാടോ പ്രിയദർശനോ ആ പടത്തിന്റെ സംവിധായകൻ' എന്ന് പ്രേക്ഷകർ ഓർമ്മക്കുഴപ്പത്തിലാവുന്ന ഒട്ടേറെ സന്ദർഭങ്ങളുണ്ട്.)

കേരളീയ ജീവിതത്തിന്റെ സാധാരണത്വങ്ങളിൽനിന്ന് സിനിമയുണ്ടാക്കുന്ന കലാകാരനാണ് സത്യൻ അന്തിക്കാട്. ആ സാധാരണത്വത്തിന്റെ വിഷയമാണ് ആ സിനിമകളിലെ ഗ്രാമവും പ്രണയവും. സവിശേഷമായ ഒരു ശൈലിയിലൂടെ അവതരിപ്പിക്കുക വഴി അവ വേറിട്ട കാഴ്ചകളായി മാറുകയാണ് ചെയ്യുന്നത്.

(2007)

ചലച്ചിത്രഗാനങ്ങളും മലയാളിയുടെ പ്രണയഭാവനകളും

മലയാളി കടന്നുപോന്ന പ്രണയാനുഭവങ്ങളുടെയും പ്രണയസ്വപ്നങ്ങളുടെയും ചരിത്രത്തിലെ ഏറ്റവും ചലനാത്മകമായ ഒരു കാലഘട്ടം രൂപപ്പെടുത്തിയത് ചലച്ചിത്രഗാനങ്ങളാണ്. തൊള്ളായിരത്തി അമ്പതുകൾ മുതൽ എഴുപതുകൾ വരെയുള്ള മലയാളിയുടെ യൗവനകാലം ഇത്തരത്തിൽ ചലച്ചിത്രഗാനങ്ങളുടെ അകമ്പടിയോടെയുള്ള പ്രണയസ്വപ്നങ്ങളുടേതാണ്. പ്രണയം നിഷിദ്ധമായി കരുതപ്പെട്ടിരുന്ന ഒരു സദാചാരസാഹചര്യത്തിൽ മലയാളിക്ക് പ്രണയത്തിന്റെ സാക്ഷാത്ക്കാരം മിക്കവാറും സ്വപ്നങ്ങളിലും സങ്കല്പങ്ങളിലുമായി ഒതുക്കിനിർത്തേണ്ടിയിരുന്നു. ഇങ്ങനെ സാമൂഹികസാഹചര്യങ്ങളിൽ അസാധ്യവും ഒരു പരിധിവരെ നിഷിദ്ധവുമായിരുന്ന പ്രണയമാണ് ചലച്ചിത്രങ്ങളിൽ ഒരു ആചാരംപോലെ സാധാരണമായി അവതരിപ്പിക്കപ്പെട്ടത്. ആ പ്രണയങ്ങൾ മലയാളിയുടെ മനസ്സിലേക്ക് പ്രക്ഷേപിക്കപ്പെട്ടതാകട്ടെ, അർത്ഥം കൊണ്ടും ആലാപനം കൊണ്ടും വശ്യതയാർന്ന ഗാനങ്ങളുടെ പശ്ചാത്തലത്തിലായിരുന്നു. അങ്ങനെ മലയാളിയുടെ പ്രണയസ്വപ്നങ്ങളെ ദൃശ്യം കൊണ്ടും സംഗീതം കൊണ്ടും മൂർത്തമാക്കാൻ അന്നത്തെ ചലച്ചിത്രങ്ങൾക്ക് സാധിക്കുകയും ചെയ്തു.

പ്രണയം എന്ന ഒരനുഭവത്തിന് കേരളസമൂഹം സജ്ജമാവുന്നത് പത്തൊമ്പതാം നൂറ്റാണ്ടിന്റെ അന്ത്യത്തിൽ, നവോത്ഥാനഘട്ടത്തോടെ മാത്രമാണ്. അതിനുമുമ്പ് വൈയക്തികമായ സാഹസികപ്രവർത്തനമെന്നോ ഉന്മാദമെന്നോ കണക്കാക്കപ്പെട്ട പ്രണയങ്ങൾ അരങ്ങേറിയിട്ടുണ്ടാകാം. എന്നാൽ, സമുദായജീവിതത്തിനും സദാചാരശീലങ്ങൾക്കും സംസ്കാരത്തിനും അനുയോജ്യമല്ലാത്ത ഒരു പെരുമാറ്റമായി പ്രണയത്തെ അകറ്റിനിർത്തുകയാണ് അന്ന്

ചെയ്തിട്ടുള്ളത്. അതുകൊണ്ടുതന്നെ, പത്തൊമ്പതാം നൂറ്റാണ്ടു വരെ മലയാളസാഹിത്യത്തിൽ പൗരാണികമായ രാജകീയകഥകളുടെ പുനരാഖ്യാനങ്ങളുടെ രൂപത്തിലല്ലാതെ സാമൂഹികജീവിതത്തിന്റെ വെളിപ്പെടൽ എന്ന നിലയിൽ പ്രണയത്തിന്റെ ഹൃദ്യാനുഭവമൊന്നും ആവിഷ്കരിക്കപ്പെട്ടിട്ടില്ല. നമ്മുടെ സാമൂഹിക സാഹചര്യങ്ങളിൽ നിന്നുതന്നെ പ്രവർത്തനക്ഷമമാകുന്ന പ്രണയത്തിന്റെ ദീപ്തമായൊരു മുഖം മലയാളസാഹിത്യത്തിൽ ആദ്യം പ്രത്യക്ഷമാവുന്നത് 'ഇന്ദുലേഖ'യിലാണ്. ആധുനികവും സ്വാഭാവികവുമായ ഒരു വൈകാരികാനുഭവമാണ് 'ഇന്ദുലേഖ'യിലെ പ്രണയം. സംബന്ധലൈംഗികതയുടെ ഒരു ചരിത്രം തിരുത്തിയെഴുതി പകരം പ്രണയത്തെ സ്ഥാപിക്കുന്നു എന്ന നിലയിൽ 'ഇന്ദുലേഖ' മലയാളിയുടെ ചിന്തയിലും സാഹിത്യത്തിലും ഒരേ സമയം വലിയൊരു വിപ്ലവമാണ് സാധ്യമാക്കിയത്. മലയാള സാഹിത്യത്തിൽ പ്രണയാനുഭവങ്ങളുടേതായ ഒരു യുഗം തന്നെ അങ്ങനെ ഇന്ദുലേഖയോടെ ആരംഭിക്കുന്നു.

പത്തൊമ്പതാം നൂറ്റാണ്ടിന്റെ രണ്ടാം പകുതിയോടെ കേരള സമൂഹത്തിൽ ചലനാത്മകമാവുന്ന നവോത്ഥാനമാണ് യഥാർത്ഥത്തിൽ മലയാളിയെ പ്രണയിക്കാൻ പഠിപ്പിച്ചത്. പാശ്ചാത്യമായ ആശയങ്ങളുടെ കടന്നുവരവ്, അത് സൃഷ്ടിച്ച യുക്തിബോധവും വ്യക്തിബോധവും, ആത്യന്തികമായി അതുൾക്കൊള്ളുന്ന സ്വാതന്ത്ര്യബോധം ഇവയാണ് ആദ്യഘട്ടത്തിൽ മലയാളിയെ തെരഞ്ഞെടുപ്പിന്റെ സ്വാതന്ത്ര്യത്തിലേക്ക് അതുവഴി പ്രണയത്തിലേക്ക് എത്തിക്കുന്നത്. മലയാളത്തിൽ കാൽപ്പനികപ്രസ്ഥാനത്തിന് വഴിതുറന്നതും ഈ കാഴ്ചപ്പാടുകൾ തന്നെയാണ്. ഇത്തരത്തിൽ വികസിതമായ വ്യക്തിബോധത്തിന്റെയും വൈകാരിക സ്വാതന്ത്ര്യത്തിന്റെയും ശക്തമായ പ്രത്യക്ഷങ്ങളാണ് കുമാരനാശാന്റെ പ്രണയകാവ്യങ്ങൾ. വ്യക്തിസ്വാതന്ത്ര്യത്തെ ഉദ്ഘോഷിക്കാൻ സജ്ജമായ ഒരു ചരിത്രസന്ദർഭത്തിന്റെ തന്നെ സൃഷ്ടിയാണ് ആ കാൽപ്പനി

m.facebook.com
വയലാർ

en.wikipedia.org

പി. ഭാസ്കരൻ

കതയും പ്രണയചരിതങ്ങളും. സാമൂഹികനിയന്ത്രണങ്ങളെ കുടഞ്ഞെറിയുകയോ പരിഗണിക്കാതിരിക്കുകയോ ചെയ്യുന്ന പ്രണയാനുഭവങ്ങളാണ് 'നളിനി'യിലും 'ലീല'യിലും ആശാൻ അവതരിപ്പിച്ചത്. മലയാളിയുടെ പ്രണയസാഹസികതയുടെ എക്കാലത്തെയും മാതൃകകളായി അങ്ങനെ ഈ രചനകൾ മാറുന്നു.

രാഷ്ട്രീയവും സാമൂഹികവുമായ നിരവധി മേഖലകളിൽ നവോത്ഥാനം അതിശക്തമായ പ്രതിഫലനങ്ങൾ സാധിച്ചുവെങ്കിലും വിവാഹം എന്ന സാമൂഹികാവസ്ഥയുടെ കാര്യത്തിൽ കേരളീയ മനസ്സ് സമീപകാലം വരെയും തികച്ചും യാഥാസ്ഥിതികമായ നിലപാടുകളാണ് സ്വീകരിച്ചുപോന്നിട്ടുള്ളത്. അങ്ങനെ, പ്രണയം സാമൂഹികശീലങ്ങൾക്കെതിരായ ഒരു പ്രവൃത്തിയായി കരുതപ്പെടുകയും പ്രണയത്തിന് സാമൂഹികാംഗീകാരം ലഭിക്കാതിരിക്കുകയും ചെയ്യുന്നു. ഈ സാംസ്കാരികസന്ദർഭത്തിന്റെ പ്രണയസംബന്ധമായ വ്യാകുലതകളാണ് ചങ്ങമ്പുഴ തന്റെ കവിതകളിലുടനീളം രേഖപ്പെടുത്തിക്കൊണ്ടിരുന്നത്. സമൂഹത്തെ പരിഗണിക്കാത്ത ആദർശാത്മക പ്രണയങ്ങളുടെ ഒരു പരമ്പരതന്നെയാണ് ചങ്ങമ്പുഴ കാവ്യരൂപത്തിൽ അവതരിപ്പിച്ചത്. കഠിനമായ ജീവിതസാഹചര്യങ്ങളിൽ നിന്ന് പലായനം ചെയ്യുന്ന, കാൽപ്പനികമായ, സ്വപ്നാത്മകമായ പ്രണയങ്ങളെയാണ് 'മോഹിനി'യിലും 'യവനിക'യിലും മറ്റും ചങ്ങമ്പുഴ കാണിച്ചുതരുന്നത്. സമൂഹം ഇടപെടുന്ന സന്ദർഭങ്ങളിൽ ആ പ്രണയങ്ങൾ തകർന്നടിയുന്നതായും ചങ്ങമ്പുഴ കരുതുന്നു.

ചങ്ങമ്പുഴ രൂപപ്പെടുത്തിയ സ്വപ്നാത്മകമായ ഈ പ്രണയങ്ങളുടെ ദൃശ്യാവിഷ്കാരങ്ങളായിരുന്നു ആദ്യകാലത്തെ മലയാള സിനിമകൾ. മലയാളസിനിമ അതിന്റെ ബാലചാപല്യങ്ങൾ വിട്ട് പക്വതയാർന്ന ദൃശ്യാനുഭവങ്ങളിലേക്ക് വളരുന്ന അമ്പതുകളിലും സിനിമയുടെ ഏറ്റവും പ്രിയപ്പെട്ട പ്രമേയം പ്രണയം തന്നെയായി

രുന്നു. 'ജീവിതനൗക', 'നവലോകം', 'നീലക്കുയിൽ' എന്നീ സിനിമകൾ സാമൂഹികപ്രശ്നങ്ങൾക്ക് ഊന്നൽ നൽകുമ്പോഴും പ്രണയത്തിന്റെയും പ്രണയഭംഗത്തിന്റെയും വൈകാരികാന്തരീക്ഷത്തിൽനിന്ന് വേറിട്ടുനിൽക്കാൻ കൂട്ടാക്കുന്നില്ല. ഈ പ്രണയാവിഷ്കാരങ്ങൾ വൈകാരിക തീക്ഷ്ണതയ്ക്കായി കൂട്ടുപിടിക്കുന്നത് ഗാനങ്ങളെയും ഗാനരംഗങ്ങളെയുമാണ്. ചങ്ങമ്പുഴക്കവിതയുടെ സാഹിത്യഭംഗിയും സംഗീതഭംഗിയും പ്രണയാസക്തികളും ആ ഗാനങ്ങളിലൂടെ, ഗാനരംഗങ്ങളിലൂടെ ദൃശ്യാത്മകസാധ്യതകളായി പുനർജനിക്കുകയായിരുന്നു.

മലയാള ചലച്ചിത്രഗാനങ്ങളുടെ ഏറ്റവും പുഷ്കലമായ കാലം തൊള്ളായിരത്തി അമ്പതുകൾ മുതൽ എഴുപതുകൾ വരെയാണ്. മലയാള സിനിമയുടെ യൗവനദശയാണിത്. യൗവനത്തിന്റെ എല്ലാ പൊലിമയും അന്നത്തെ മലയാളസിനിമക്കുണ്ടായിരുന്നു. മികച്ച രചനകൾ, ആത്മാർത്ഥതയുള്ള ദൃശ്യാവിഷ്കാരം, മികച്ച കലാകാരന്മാരുടെ സമർപ്പിതമനസ്സാർന്ന സഹകരണം... ഇങ്ങനെ പല കാരണങ്ങളാൽ മലയാള സിനിമയും ചലച്ചിത്രഗാനങ്ങളും അന്ന് സമ്പന്നമായിരുന്നു. ചലച്ചിത്രഗാനങ്ങൾ കേരളമനസ്സിനെ ആഴത്തിൽ വശീകരിക്കുകയും സ്വാധീനിക്കുകയും അവ ജീവിതാവേശങ്ങളുടെയെല്ലാം പശ്ചാത്തലസംഗീതമായി മാറുകയും ചെയ്യുന്നത് ഈ കാലയളവിലാണ്.

എന്താണ് ഈ കാലഘട്ടത്തിലെ സിനിമാഗാനങ്ങളുടെ വശ്യതയ്ക്ക് ആധാരമെന്ന് പരിശോധിക്കാം. ചങ്ങമ്പുഴ സ്കൂളിൽ പെട്ട കവികളാണ് മലയാളത്തിൽ ചലച്ചിത്രഗാനശാഖയുടെ തലതൊട്ടപ്പന്മാരായിരുന്നത്- പി.ഭാസ്കരനും വയലാറും ഒ.എൻ.വിയും. മലയാള ചലച്ചിത്രഗാനങ്ങളുടെ ജനിതകഗുണം തീരുമാനിക്കപ്പെട്ടത് ഇവരിലൂടെയാണ്. ഇവർ രചിച്ച കാവ്യഗുണമുള്ള ഗാനങ്ങളാണ് ചലച്ചിത്രഗാനചരിത്രത്തിലെ സൂപ്പർഹിറ്റുകളായി ഇന്നും നിലനിൽക്കുന്നത്. ചങ്ങമ്പുഴ ഓമനിച്ചുകൊണ്ടുനടന്ന പ്രണയാസക്തികളെ, അതിന്റെ സ്വപ്നങ്ങളെ, അതുമായി ബന്ധപ്പെട്ട വ്യാകുലതകളെ ഒക്കെ ചലച്ചിത്രഗാനങ്ങളിലേക്ക് മാറ്റി പ്രതിഷ്ഠിക്കുകയായിരുന്നു ഇവർ. 'നവലോകം' എന്ന ചിത്രത്തിനുവേണ്ടി പി. ഭാസ്കരൻ എഴുതിയ ഒരു ഗാനം ശ്രദ്ധിക്കുക:

themoviedb.org

m.facebook.com

ദേവരാജനും ബാബുരാജും

"തങ്കക്കിനാക്കൾ ഹൃദയേ വീശും
വനാന്തചന്ദ്രികയാരോ നീ
സങ്കല്പമാകേ പുളകം പൂശും
വസന്തസുമമേയാരോ നീ
മധുരിതജീവിതവാനിൽ തെളിയും
മായാത്ത മഴവിൽപോലെ
മമമനമരുളും വൃന്ദാവനമതിൽ
വരൂ പ്രേമരാധേ... വരൂ പ്രേമരാധേ.."

ദക്ഷിണാമൂർത്തി സംഗീതസംവിധാനം നിർവ്വഹിച്ച് കോഴിക്കോട് അബ്ദുൽഖാദർ ആലപിച്ച ഈ ഗാനം ശയ്യാഗുണത്തിൽ ചങ്ങമ്പുഴയിൽ നിന്നുള്ള സ്വാഭാവികമായ ഒരു കാൽവെപ്പാണ്. അമ്പതുകളുടെ തുടക്കത്തിൽ ചങ്ങമ്പുഴയുടെ ഹാങ്ഓവറിൽ തടഞ്ഞുനിൽക്കുന്ന ഇത്തരം ഗാനങ്ങളിലായിരുന്നു സിനിമക്ക് താൽപ്പര്യം.

സാഹിത്യഗുണംകൊണ്ടു മാത്രമല്ല ഈ ഗാനങ്ങൾ മലയാളിമനസ്സിന്റെ ശാശ്വതമുദ്രകളായി മാറിയത്. തുടക്കത്തിൽ ഹിന്ദി ഗാനങ്ങളുടെ പാരഡികളെന്ന നിലയിലാണ് മലയാളഗാനങ്ങളുടെ സംഗീതസംവിധാനം നിർവ്വഹിക്കപ്പെട്ടിരുന്നതെങ്കിലും വളരെ പെട്ടെന്നുതന്നെ മലയാളത്തിന്റേതായ ഒരു ഗാനാലാപനശൈലി വികസിപ്പിച്ചെടുക്കാൻ കെ. രാഘവൻ, ദക്ഷിണാമൂർത്തി, ദേവരാ

ജൻ, ബാബുരാജ് എന്നീ സംഗീതസംവിധായകർക്ക് സാധിച്ചു. മലയാളിത്തമുള്ള ഗാനസംസ്കാരം രൂപപ്പെടുത്തുന്നതിൽ ഇവരുടെ സംഭാവനകൾ വളരെ വലുതാണ്. ഇവരുടെ സംഗീതസംവിധാനത്തിൽ കോഴിക്കോട് അബ്ദുൽഖാദർ, മെഹബൂബ്, പി. ലീല, പി. സുശീല, ശാന്ത പി. നായർ, എ.എം. രാജ, യേശുദാസ്, ജയചന്ദ്രൻ, ജിക്കി, ബ്രഹ്മാനന്ദൻ എന്നിവരുടെ സ്വരമാധുരിയിലൂടെ മേൽപറഞ്ഞ കവികളുടെ വരികൾക്ക് ശബ്ദരൂപം കൈവന്നപ്പോൾ അത് മലയാളിയുടെ സാംസ്കാരിക സ്വത്വത്തിന്റെതന്നെ ഭാഗമെന്ന നിലയിൽ സ്വീകരിക്കപ്പെടുകയായിരുന്നു. മാത്രമല്ല, ഈ ഗാനങ്ങളുടെ പശ്ചാത്തലമായി ഉപയോഗിക്കപ്പെട്ടത് തബല, ഹാർമോണിയം, വീണ, വയലിൻ, ബുൾബുൾ, പുല്ലാങ്കുഴൽ തുടങ്ങിയ അടിസ്ഥാന സംഗീതോപകരണങ്ങളായിരുന്നു. തദ്ദേശീയ സംസ്കാരത്തെ കുറിക്കുന്ന രചന, തദ്ദേശീയ ഗാനസംസ്കാരത്തോട് ചേർന്നുനിൽക്കുന്ന ആലാപനശൈലി, പരമ്പരാഗതമായ ഉപകരണസംഗീതം ഇങ്ങനെ പല നിലകളിലും മലയാളിയുടെ വൈകാരികസ്വത്വത്തിന്റെയും സാംസ്കാരികസ്വത്വത്തിന്റെയും പ്രതിഫലനമാവാൻ ഈ ഗാനങ്ങൾക്ക് കഴിഞ്ഞു.

അനുനാസികവർണങ്ങൾക്ക് മേൽക്കൈയുള്ള ഒരു ഭാഷയാണ് മലയാളം (അനുനാസികാതിപ്രസരം ഒരു ഭാഷോൽപ്പത്തിനയമാണെന്നോർക്കുക). അനുനാസികത്വം മുന്നിട്ടുനിൽക്കുന്ന ഭാഷക്ക് ഉച്ചാരണത്തിലും ആലാപനത്തിലും നാദാത്മകത കൂടുതലായിരിക്കും. വായിന്റെ ഉപയോഗംപോലെ നാസികയുടെ ഉപയോഗവും അവിടെ കൂടുതലാണ്. മൃദുലഭാവങ്ങൾ ആവിഷ്കരിക്കുക എളുപ്പമായ ഈ ഗണത്തിൽപ്പെട്ട ഒരു ഭാഷയാണ് മലയാളം. ഭാഷയുടെ അനുനാസികമേൽക്കോയ്മ ഏറ്റവും പ്രകടമാവുന്ന ഒരു മേഖലയാണ് ചലച്ചിത്രഗാനങ്ങൾ. മലയാളത്തിലെ

കോഴിക്കോട് അബ്ദുൾഖാദർ

in.bookmyshow.com

എ.എം. രാജാ

ആദ്യകാല ഗായകർ പാടിയ പല പാട്ടുകളും മൂക്കുകൊണ്ട് പാടുന്ന പ്രതീതി ജനിപ്പിക്കുന്നവയാണ്. കോഴിക്കോട് അബ്ദുൽഖാദർ, മെഹബൂബ്, കമുകറ പുരുഷോത്തമൻ, എ. എം. രാജ എന്നിവരുടെ ആലാപനരീതി ശ്രദ്ധിച്ചാൽ ഇത് മനസ്സിലാവും. ജയചന്ദ്രന്റെ ആദ്യകാല ഗാനമായ "മഞ്ഞലയിൽ മുങ്ങിത്തോർത്തി'' എന്ന പാട്ടിലും നാസികാപ്രധാനമായ ആലാപനരീതിയാണുള്ളത്. അനുനാസികസ്വഭാവം ഏറെ പ്രകടമാവുന്ന ഒരു ഗായകനാണ് എ.എം. രാജ. മലയാളഭാഷയുടെ അനുനാസികപക്ഷപാതവും രാജയുടെ അനുനാസികത്വം മുന്നിട്ടുനിൽക്കുന്ന ആലാപനരീതിയും ഒത്തുചേരുമ്പോൾ അത് മലയാളത്തിന്റെ സ്വതഃസിദ്ധമായ ഒരു സംഗീതബോധത്തിന് ഏറെ പ്രിയപ്പെട്ട ഒരു ഗാനശൈലിയായി മാറുന്നു.

മലയാളഭാഷയുടെയും ഗാനങ്ങളുടെയും അനുനാസികസ്വഭാവത്തോട് വളരെ ചേർന്നുനിൽക്കുന്ന ഒരു ഉപകരണമാണ് ഹാർമോണിയം. ഹാർമോണിയത്തിൽ നിന്നുണ്ടാകുന്ന സംഗീതത്തിന് അനുനാസികത്വമുള്ള ആലാപനവുമായി - മൂളലുമായി - വളരെ സാദൃശ്യമുണ്ട്. ആദ്യകാലത്തെ ചലച്ചിത്രഗാനങ്ങളിൽ ഒഴിച്ചുകൂടാനാവാത്ത ഒരു ഉപകരണമായിരുന്നു ഹാർമോണിയം. ഹാർമോണിയത്തിന്റെയും തബലയുടെയും അകമ്പടിയുണ്ടെങ്കിൽ പഴയകാലത്തെ പല ഗാനങ്ങളും പൂർണ ശബ്ദഭംഗിയോടെ അവതരിപ്പിക്കാമെന്നത് കൗതുകകരമായ ഒരു യാഥാർത്ഥ്യമാണ്.

ഗാനം ഒരു ശ്രവ്യകലയാണെങ്കിലും ചലച്ചിത്രഗാനങ്ങളുടെ ആസ്വാദ്യത അവയുടെ ദൃശ്യസന്ദർഭങ്ങളുടെ കൂടി ഫലമാണ്. ഗാനം ഉൾപ്പെടുത്തപ്പെട്ട വൈകാരിക സന്ദർഭം, ചിത്രീകരണത്തിന്റെ പശ്ചാത്തലം, ആ സന്ദർഭത്തിൽ പ്രത്യക്ഷപ്പെടുന്ന അഭിനേതാക്കൾ എല്ലാം ചേർന്നാണ് ഗാനത്തിന്റെ ദൃശ്യാനുഭവം രൂപ

uppersstall.com
പി. സുശീല

പ്പെടുന്നത്. എഴുപതുകൾ വരെ മല യാളത്തിലെ പ്രധാന താരങ്ങളാ യിരുന്ന സത്യൻ, പ്രേംനസീർ, മധു, മിസ് കുമാരി, ഷീല, കെ.ആർ. വിജയ, പത്മിനി, ശാരദ തുടങ്ങിയ സിനിമാതാരങ്ങളുടെ ശരീരഭാഷ, ഭാവാഭിനയം എന്നിവയുമായി ചേർത്തുവച്ചാണ് ആ സിനിമാഗാ നങ്ങളെ പലരും ഓർക്കാറുള്ളത്. ഇതോടൊപ്പം പരിഗണിക്കേണ്ട ഒരു സാങ്കേതികാനുഭവവും അന്നത്തെ സിനിമകൾക്കുണ്ട്. കറുപ്പിലും വെളുപ്പിലുമാണ് അന്ന് സിനിമകൾ ചിത്രീകരിച്ചിരുന്നത്. തൊള്ളായിരത്തി അറുപതുക ളിൽ തന്നെ വർണചിത്രങ്ങൾ മലയാളത്തിൽ സാന്നിധ്യമറിയിച്ചു കഴിഞ്ഞിരുന്നുവെങ്കിലും എഴുപതുകളുടെ അവസാനഘട്ടം വരെയും ബ്ലാക് ആൻഡ് വൈറ്റ് ചിത്രങ്ങളുടെ പ്രാമാണ്യം നഷ്ട പ്പെട്ടിരുന്നില്ല. അഥവാ, ബ്ലാക് ആൻഡ് വൈറ്റ് ദൃശ്യങ്ങളാണ് അക്കാ ലംവരെയും മലയാളിയുടെ ചലച്ചിത്രാനുഭവങ്ങളായി നിലനിന്നി രുന്നത് എന്നർത്ഥം. മേൽപ്പറഞ്ഞ ചലച്ചിത്രഗാനങ്ങളിൽ ബഹുഭൂ രിപക്ഷവും കറുപ്പിലും വെളുപ്പിലും ചിത്രീകരിക്കപ്പെട്ടവയാണ്. ബഹുവർണചിത്രങ്ങളെ അപേക്ഷിച്ച് നിഗൂഢത ഏറിനിൽക്കുന്ന ഒരു വർണാനുഭവമാണ്, അല്ലെങ്കിൽ വർണരഹിതാനുഭവമാണ് ബ്ലാക് ആൻഡ് വൈറ്റ്. വർണദൃശ്യങ്ങൾ എല്ലാ രൂപങ്ങളെയും നിഴ ലുകളെയും യാഥാർത്ഥ്യങ്ങളെയും അവയുടെ സൂക്ഷ്മ വ്യത്യസ്ത തകളോടെ എടുത്തു കാണിക്കുമ്പോൾ ബ്ലാക് ആൻഡ് വൈറ്റിൽ യാഥാർത്ഥ്യങ്ങൾ പലതും നിഴലുകൾക്കുള്ളിൽ ഒളിച്ചിരിക്കുക യാണ് ചെയ്യുക. എല്ലാം വ്യക്തമാവുക എന്നത് ബ്ലാക് ആൻഡ് വൈറ്റിന്റെ സ്വഭാവമല്ല. നിറഭേദങ്ങളെല്ലാം കറുപ്പിന്റെ വ്യത്യസ്ത നിലകളായേ അവിടെ തെളിയുന്നുള്ളൂ. ഈ അവ്യക്തത ബ്ലാക് ആൻഡ് വൈറ്റ് ദൃശ്യങ്ങൾക്ക് സ്വപ്നാത്മകതയുടേതായ, രഹസ്യാ ത്മകതയുടേതായ ഒരു തലം നൽകുന്നുണ്ട്. (ഇന്നും ഫ്ളാഷ്ബാക്ക് രംഗങ്ങൾക്കും ഭ്രമാത്മകമായ അനുഭവങ്ങൾക്കും മറ്റും ബ്ലാക്ക് ആൻഡ് വൈറ്റ് ദൃശ്യം ഉപയോഗിക്കുന്നത് ഇതുകൊണ്ടാണ്). ബ്ലാക്ക് ആൻഡ് വൈറ്റ് ദൃശ്യങ്ങളിൽ അവതരിപ്പിക്കപ്പെട്ട പ്രണയ

ഗാനങ്ങൾ അവയുടെ അർത്ഥം കൊണ്ടോ ആലാപനം കൊണ്ടോ മാത്രമല്ല, സ്വപ്നാത്മകതയുടേതായ ഈ വർണരഹിത ചിത്രീകരണംകൊണ്ടു കൂടിയാണ് മലയാളി പ്രേക്ഷകരുടെ സാംസ്കാരികാനുഭവമായി മാറിയത്.

മുഖ്യമായും പ്രണയാനുഭവങ്ങളുടെ മൂന്നു ഫോർമുലകളാണ് മലയാള സിനിമ പിന്തുടർന്നുപോന്നിട്ടുള്ളത്. പ്രണയം, ഭഗ്നപ്രണയം, ദാമ്പത്യപ്രണയം. ഇതിൽ ആദ്യത്തേത് രണ്ടും പലപ്പോഴും ഒരേ സിനിമയുടെ പ്രമേയഘടനയുടെ ഭാഗമാണ്. രണ്ടിനും പാകത്തിൽ തയ്യാറാക്കപ്പെട്ട പ്രണയഗാനങ്ങളും ഈ സിനിമകളിലുണ്ടാവും. പ്രണയം പ്രസാദാത്മകമായ അവസ്ഥയിലായിരിക്കുമ്പോൾ അതിന് പാകത്തിൽ ഒന്നോ രണ്ടോ ഗാനങ്ങൾ. പ്രണയം നഷ്ടപ്രായമാകുമ്പോൾ അതിനുപാകത്തിൽ ഒരു വിഷാദഗാനം. 'നീലക്കുയിലി'ലെ "എല്ലാരും ചൊല്ലണ്" എന്ന ഗാനം പ്രസാദാത്മകമായ പ്രണയാവസ്ഥയെ കുറിക്കുമ്പോൾ "എങ്ങനെ നീ മറക്കും... കുയിലേ" എന്ന ഗാനം ഭഗ്നമായ പ്രണയാവസ്ഥയുടെ വിഷാദസങ്കീർത്തനമാണ്.

പി. ലീല

'മുറപ്പെണ്ണ്' എന്ന ചിത്രത്തിൽ, *"കടവത്ത് തോണിയടുത്തപ്പോൾ പെണ്ണിന്റെ കവിളത്ത് മഴവില്ലിൻ നിഴലാട്ടം"* എന്ന് പ്രണയത്തെ പ്രസാദാത്മകമായി സമീപിക്കുമ്പോൾ *"കരയുന്നോ പുഴ ചിരിക്കുന്നോ, കരയുന്നോ പുഴ ചിരിക്കുന്നോ, കണ്ണീരുമൊലിപ്പിച്ച് കൈവഴികൾ പിരിയുമ്പോൾ കരയുന്നോ പുഴ ചിരിക്കുന്നോ"* എന്ന ഗാനം ഭഗ്നപ്രണയത്തിന്റെ കദനസംഗീതമായി അവതരിപ്പിക്കപ്പെടുന്നു. ഇങ്ങനെ പ്രസാദാത്മകവും വിഷാദാത്മകവുമായ പ്രണയഗാനങ്ങളുടേതായ വലിയൊരു ശേഖരമാണ് മലയാള സിനിമാചരിത്രം.

വിവാഹപൂർവ പ്രണയംപോലെ തന്നെ മലയാളികളെ ആവേശം കൊള്ളിക്കുന്ന വിഷയമാണ് ദാമ്പത്യപ്രണയവും. ദാമ്പത്യപ്രണയത്തെക്കുറിച്ചുള്ള മധുരസങ്കല്പങ്ങൾക്കും (യാഥാർത്ഥ്യ

മായിക്കൊള്ളണമെന്നില്ല) അങ്ങനെ മലയാളസിനിമ സംഗീതരൂപം നൽകിയിട്ടുണ്ട്.

"ആദ്യത്തെ കൺമണി ആണായിരിക്കണം
ആരുമേ കണ്ടാൽ കൊതിക്കണം - അവൻ
അച്ഛനെപ്പോലെയിരിക്കണം" (ഭാഗ്യജാതകം),
"മാമലകൾക്കപ്പുറത്ത് മരതകപ്പട്ടുടുത്ത്
മലയാളമെന്നൊരു നാടുണ്ട്

....

വീടിന്റെയുമ്മറത്ത് വിളക്കും കൊളുത്തിയെന്റെ
വരവും കാത്തിരിക്കുന്ന പെണ്ണുണ്ട്" (നിണമണിഞ്ഞ കാൽപ്പാടുകൾ) തുടങ്ങിയ ഗാനങ്ങൾ ദാമ്പത്യത്തിലേക്ക് പ്രവേശിച്ചുകഴിഞ്ഞ യുവാക്കളുടെ പ്രണയാനുഭവങ്ങൾക്ക് അല്ലെങ്കിൽ അത്തരം സങ്കൽപ്പങ്ങൾക്ക് വിഹരിക്കാനുള്ള ഒരു പശ്ചാത്തലമായി പ്രവർത്തിച്ചിട്ടുണ്ട്.

മലയാള ചലച്ചിത്രഗാനങ്ങളുടെ രചനാപരമായ ആദിമപ്രേരണ ചങ്ങമ്പുഴക്കവിതകളായിരുന്നെങ്കിലും യഥാതഥമായ ജീവിതാനുഭവങ്ങളുടെയും ജീവിതക്കാഴ്ചകളുടെയും സ്വാഭാവികതകളിലേക്ക് പിന്നീടത് ഗതി മാറുന്നുണ്ട്. സാമൂഹികപ്രതിപത്തിയുള്ള എഴുത്തുകാരെന്ന നിലക്ക് ഭാസ്കരനും വയലാറും ഒ.എൻ.വിയും മറ്റും കാൽപ്പനികതയിലുള്ള താൽപ്പര്യം വെടിയാതെതന്നെ പച്ച ജീവിതത്തിന്റെ അനുഭവപരിസരങ്ങളിലേക്ക് തങ്ങളുടെ ഗാനഭാവനയെ വഴിതിരിച്ചുവിടുന്നുണ്ട്. റിയലിസ്റ്റിക് അനുഭവങ്ങളുടെ പശ്ചാത്തലത്തിൽ കാൽപ്പനികമായ പ്രണയഭംഗികൾ അവതരിപ്പിക്കുന്നതിന് ഒരു മികച്ച മാതൃകയാണ് 'നായരു പിടിച്ച പുലിവാൽ' എന്ന ചിത്രത്തിനുവേണ്ടി പി. ഭാസ്കരൻ രചിച്ച ഈ ഗാനം:

"പൊന്നണിഞ്ഞിട്ടില്ല ഞാൻ
പൊട്ടുകുത്തീട്ടില്ല ഞാൻ
എന്തിനാണ് എന്നെ നോക്കി
കണ്ണുകൊണ്ടൊരു മയിലാട്ടം.
പാടത്ത് പാറിനടക്കും
പനന്തത്തയാണ് ഞാൻ
പാട്ടില്ല പഠിപ്പുമില്ല കൂട്ടമില്ല കൂടുവാൻ"

കാൽപ്പനികമായ ഒരു പ്രണയത്തിന്റെ എല്ലാ ഭാവ ചമത്കാരങ്ങളും ഇവിടെയുണ്ട്. എന്നാൽ, അതിനിടയിലൂടെ ദരിദ്രമായ ജീവിതസന്ദർഭങ്ങളും ഒരു വിഷാദശ്രുതിപോലെ തെളിഞ്ഞു കേൾക്കാനാവുന്നു. പച്ചജീവിതത്തോട് ചേർന്നുനിൽക്കാൻ ഒരു കാലത്ത് മലയാളസിനിമ കാണിച്ച ഈ താൽപ്പര്യം ഏറ്റവും സാധാരണക്കാരായ പ്രേക്ഷകരെ സിനിമയോടും സിനിമാഗാനങ്ങളോടും അടുപ്പിച്ചുനിർത്തിയ ഒരു ഘടകമാണ്.

ആധുനിക കേരളീയന്റെ പ്രണയസങ്കല്പങ്ങളെ മൂർത്തമാക്കുന്നതിലും പ്രയോഗക്ഷമമാക്കുന്നതിലും ഈ ചലച്ചിത്രഗാനങ്ങൾ വലിയ പങ്കുവഹിച്ചിട്ടുണ്ട്. സാമൂഹിക സാഹചര്യത്തിൽ പ്രയോഗസാധ്യത കുറഞ്ഞ പ്രണയങ്ങളാണ് എഴുപതുകൾ വരെ സിനിമയിൽ നാം കാണുന്നത്. എന്നാൽ എഴുപതുകളിലെത്തുമ്പോഴേക്കും പ്രണയവിവാഹങ്ങൾ സാമൂഹികഘടനയിൽ ഒരു കോളിളക്കവുമുണ്ടാക്കാത്ത വിധം സാധാരണവും സ്വാഭാവികവുമായി മാറുന്നുണ്ട്. ഒട്ടേറെ സാമൂഹികഘടകങ്ങൾ ഇതിന് കാരണമാണെങ്കിലും പ്രണയത്തെ വലിയൊരു മോഹമായി, സ്വപ്നമായി വളർത്തിയെടുത്ത ചലച്ചിത്രഗാനങ്ങളുടെ പങ്കാളിത്തവും അതിനുപിന്നിലുണ്ട്. പിൽക്കാലത്തെ പല പ്രണയക്കാഴ്ചകളിലും നമ്മൾ പഴയ കാലത്തെ സിനിമാസന്ദർഭങ്ങൾ ഓർത്തെടുക്കുന്നതിലും "സിനിമയിലെ പ്രേമം പോലെ" എന്ന് ചില പ്രേമക്കാഴ്ചകളെ വിലയിരുത്തുന്നതിലും പ്രവർത്തിക്കുന്നത് ചലച്ചിത്രങ്ങൾ പകർന്നുതന്ന പ്രണയബോധവും പ്രണയസങ്കല്പവുമാണ്.

മലയാള ചലച്ചിത്രഗാനങ്ങൾ മലയാളിയുടെ മുന്നിൽവെച്ച പ്രണയസങ്കല്പം എന്താണെന്നുകൂടി പരിശോധിക്കേണ്ടതുണ്ട്. മലയാളിക്ക് പ്രണയിക്കാനും സ്വപ്നം കാണാനും ഒരു രീതിശാസ്ത്രം ഉണ്ടാക്കിക്കൊടുക്കുകയാണ് ചങ്ങമ്പുഴയും പിന്നീട് ചലച്ചിത്രഗാനരചയിതാക്കളും അവയുടെ സംഗീതസംവിധായകരും ചെയ്തത്. ഇക്കാര്യത്തിൽ ചങ്ങമ്പുഴയെക്കാൾ മലയാളിമനസ്സിനെ സ്വാധീനിക്കാൻ കഴിഞ്ഞ എഴുത്തുകാർ ഭാസ്കരനും വയലാറും ഒ.എൻ.വി.യുമാണ്. കാരണം, സിനിമയുടെ വിപുലമായ ഒരു ആസ്വാദകലോകമായിരുന്നു അവരുടെ വികാരവിനിമയ മേഖല. ജനലക്ഷങ്ങളെ അതിവേഗം ആകർഷിക്കുന്ന ഒരു മേഖലയായതുകൊണ്ട് ചലച്ചിത്രങ്ങളിൽ ഇവർ ആവിഷ്കരിച്ച പ്രണയഭാവനകൾക്ക് മല

യാളികളെയാകമാനം സ്വാധീനിക്കാൻ കഴിഞ്ഞു. അങ്ങനെ മലയാളിയുടെ പൊതുവായ ഒരു പ്രണയഭാവനക്ക് രൂപം നൽകാൻ അവർക്ക് സാധിക്കുകയും ചെയ്തു.

ഫ്യൂഡൽ പശ്ചാത്തലമുള്ള കുടുംബ-സാംസ്കാരിക സാഹചര്യങ്ങളിൽ നിന്ന് വന്നവരാണ് ഈ മൂന്നു കവികളും. പ്രത്യക്ഷത്തിൽ അടിസ്ഥാനവർഗ്ഗ പ്രത്യയശാസ്ത്രത്തിന്റെ വക്താക്കളായിരുന്നുവെങ്കിലും ഫ്യൂഡൽ ജീവിതസംസ്കാരത്തിന്റെ അവശിഷ്ടങ്ങളെന്നോ ഫ്യൂഡൽ നൊസ്റ്റാൾജിയകളെന്നോ വിശേഷിപ്പിക്കാവുന്ന ജീവിതബോധവും സൗന്ദര്യബോധവും ഇവരുടെ ചലച്ചിത്രഗാനങ്ങളിലും കവിതകളിലും സൂക്ഷ്മമായി പ്രവർത്തിക്കുന്നുണ്ട്. പൂവും പ്രസാദവും സ്വർണച്ചാമരവും പൊന്നിൻചിലമ്പൊലിയും ചന്ദനപ്പല്ലക്കും ദേവദാരുവുമൊക്കെ നിരന്നുനിൽക്കുന്ന ബിംബാവലികൾ തന്നെയാണ് അതിനുള്ള ഏറ്റവും മികച്ച തെളിവ്. എം.ടി. വാസുദേവൻനായർ സ്വന്തം നോവലുകളിലും കഥകളിലും തിരക്കഥകളിലും അവതരിപ്പിച്ച, ഫ്യൂഡൽ പശ്ചാത്തലമുള്ള പ്രണയാസക്തികളുടെ ഒരു വകഭേദമാണ് ഈ കവികൾ സിനിമകൾക്കായി ഒരുക്കിയെടുത്ത പ്രണയഗാനങ്ങൾ. ഫ്യൂഡൽ ജീവിതബോധത്തിന്റെ ഒരു വീക്ഷണകോൺ ഈ ഗാനങ്ങൾ പലതിലും നമുക്ക് തിരിച്ചറിയാൻ കഴിയുന്നുണ്ട്.

'നീലക്കുയിലി'ലെ ഉപരിവർഗനായകൻ തന്റെ ദലിത് കാമുകിയെ 'മാടത്തിൻ മണിവിളക്ക്' എന്നാണ് വിശേഷിപ്പിക്കുന്നത്. 'മാടം' എന്ന പ്രയോഗത്തിനുപിന്നിൽ പ്രവർത്തിക്കുന്നത് ബംഗ്ലാവിന്റെ/ഫ്യൂഡൽ ജിവിതബോധത്തിന്റെ മനസ്സാണ്. എന്നാൽ, മലയാളികൾ പൊതുവെ ശീലിച്ചുപോന്ന അഥവാ മലയാളികളുടേതെന്ന് വിലയിരുത്തപ്പെട്ടുപോന്ന ഒരു സൗന്ദര്യബോധത്തിനുള്ളിൽ ഇത്തരം കാഴ്ചകൾ തികച്ചും സ്വാഭാവികമായി സ്വീകരിക്കപ്പെടുകയാണുണ്ടായത്.

(2011)

എ.ആർ. റഹ്മാൻ- സംഗീതമേ വിസ്മയം

റോജയിൽ നിന്നു തന്നെ തുടങ്ങാം. 1992-ൽ എവിടെ വെച്ചോ മൈക്കിലൂടെയാണ് ആദ്യം *ചിന്ന ചിന്ന ആശൈ* കേൾക്കുന്നത്. പ്രഥമശ്രവണത്തിൽത്തന്നെ മനസ്സിനെ തൊട്ട പാട്ട്. ഓരോ വാക്കും പാട്ടിനകത്തെ ആരോഹണാവരോഹണങ്ങളും ആലാപനത്തിനിടയിലൂടെ ഇക്കിളിയിട്ട് കടന്നുപോവുന്ന ഉപകരണസംഗീതവുമൊക്കെച്ചേർന്ന് മനസ്സിനെ എവിടേയ്ക്കോ വലിച്ചുകൊണ്ടുപോകുന്നപോലെ. കൊതിപ്പിക്കുന്ന പാട്ട് എന്ന് ഒറ്റവാക്യത്തിൽ വിലയിരുത്താം. അന്നത്തെ നിലയ്ക്ക് ഇത്തരമൊരു പാട്ട് സൃഷ്ടിക്കാൻ ഇളയരാജയ്ക്കേ കഴിയൂ എന്നായിരുന്നു മുൻവിധി. അതുകൊണ്ട് പാട്ട് ഇളയരാജയുടേതു തന്നെ എന്ന കാര്യത്തിൽ സംശയമൊന്നുമുണ്ടായിരുന്നില്ല. *ദളപതി*യിലെ പാട്ടുകളുടെ ഒരു തുടർച്ചയെന്നും തോന്നി. ഏതാനും ദിവസങ്ങൾ കഴിഞ്ഞ് സുഹൃത്ത് സുശീൽആണ് (ചലച്ചിത്രഗാനങ്ങളുടെ കാര്യത്തിൽ തികച്ചും ഒരു അഡിക്ടാണ് സുശി. ആയിരക്കണക്കിന് കാസറ്റുകളുടെ ശേഖരം അന്നേ കൈയിലുണ്ട്) പറഞ്ഞുതന്നത്- ചലച്ചിത്രഗാനരംഗത്ത് രണ്ട് പുതിയ അവതാരങ്ങൾ ഇറങ്ങിയിട്ടുണ്ട്. എ.ആർ. റഹ്മാൻ എന്ന സംഗീതസംവിധായകനും മിൻമിനി എന്ന ഗായികയും. (അതുവരെ *ചിന്ന ചിന്ന ആശൈ* പാടിയത് ചിത്രയാണ് എന്നായിരുന്നു ധാരണ). ഈ അറിവ് സത്യത്തിൽ വലിയൊരു ആശ്ചര്യം തന്നെയായിരുന്നു. പുതിയൊരാളാണ് ഈ പാട്ടിന്റെ ശില്പിയെങ്കിൽ തീർച്ചയായും അയാളൊരു അത്ഭുതപ്രതിഭ തന്നെയായിരിക്കുമെന്ന് അന്നേ മനസ്സിലുറപ്പിച്ചു. 'ആളൊരു കൊച്ചുപയ്യനാണ്' എന്ന അറിവുകൂടി ചേർന്നപ്പോഴാകട്ടെ എ.ആർ. റഹ്മാൻ ശരിക്കുമൊരു വിസ്മയമായി മനസ്സിൽ സ്ഥാനം നേടുകയും ചെയ്തു. ആ വിസ്മയം

ഇപ്പോഴും തുടർന്നുകൊണ്ടേയിരിക്കുകയും ചെയ്യുന്നു.

ഞാൻ 'അടിപൊളി' പാട്ടുകളുടെ ആളല്ല. 'ഓൾഡ് ഈസ് ഗോൾഡ്' എന്ന മട്ടിൽ യാഥാസ്ഥിതിക സംഗീതാസ്വാദകൻ. മലയാളത്തിൽ ഇപ്പോഴും കമുകറയും എ.എം. രാജയുമാണ് ആരാധ്യ പുരുഷന്മാർ. തമിഴിലാകട്ടെ ടി.എം. സൗന്ദരരാജനും തിരുച്ചി ലോകനാഥനുമൊക്കെയാണ് ഇന്നും ആവേശം. ഹിന്ദിയിലാണെങ്കിൽ അതേക്കാൾ പഴമക്കാരെയാണ് പ്രിയം. പങ്കജ് മല്ലിക്, സൈഗാൾ, മുകേഷ്, ഹേമന്ത്കുമാർ, റഫി എന്നിങ്ങനെ. ഇതിനിടയിൽ എ. ആർ. റഹ്മാനെ ശ്രദ്ധയോടെ കേൾക്കാൻ ഞാനൊരിക്കലും ശ്രമിച്ചിട്ടില്ല. എന്നാൽ, തൊണ്ണൂറ്റിരണ്ടിനുശേഷം റഹ്മാന്റെ പാട്ട് തട്ടാതെ ഇന്ത്യയിലൊരിടത്തും വഴിനടക്കാൻ കഴിയാത്ത അവസ്ഥയായിരുന്നല്ലോ. റേഡിയോയിലും ടി.വിയിലും റഹ്മാന്റെ നെഞ്ച് പിടപ്പിക്കുന്ന പാട്ടുകൾ. റോഡിലൂടെ കടന്നുപോകുന്ന മൈക്ക് സെറ്റ് വണ്ടിയിലും സിനിമാടാക്കീസിലും നാലാൾ ഒത്തുകൂടുന്ന ഏതു സമ്മേളനസ്ഥലത്തും റഹ്മാന്റെ പാട്ടുകൾ കേൾക്കാം. സിനിമാറ്റിക് ഡാൻസ് എന്ന അടിപൊളി നൃത്തത്തിനും അകമ്പടി റഹ്മാന്റെ പാട്ടുകൾ തന്നെ. പാടിയതാരായാലും പാട്ട് റഹ്മാന്റേതുതന്നെ. പാടിയ ഗായകരുടെ പേരിലല്ല, സംഗീതസംവിധായകന്റെ പേരിലാണ് റഹ്മാന്റെ മിക്ക പാട്ടുകളും സ്വീകരിക്കപ്പെട്ടിട്ടുള്ളത്. പണ്ടൊക്കെ യേശുദാസിന്റെ പാട്ട്, ജയചന്ദ്രന്റെ പാട്ട്, സൗന്ദരരാജന്റെ പാട്ട് എന്നൊക്കെ നമ്മൾ പറയുമായിരുന്നു. എന്നാൽ റഹ്മാന്റെ കാലമെത്തുന്നതോടെ ഗായകൻ തികച്ചും മറഞ്ഞുപോകുന്നു. പാട്ടുകാരനില്ല. സംഗീതസംവിധായകൻ മാത്രം. റഹ്മാന്റെ തൊണ്ട കൊണ്ട് മറ്റുള്ളവർ പാടുന്നു. അങ്ങനെയുള്ള പാട്ടുകളാണ് ഇന്ത്യയിലെ തെരുവുകളായ തെരുവുകളൊക്കെ, നഗരമായ നഗരമൊക്കെ, ഗ്രാമമായ ഗ്രാമമൊക്കെ ഇരമ്പിക്കേൾക്കുന്നത്. ശ്രദ്ധിക്കണമെന്ന് വിചാരിച്ചില്ലെങ്കിൽത്തന്നെയും ആ പാട്ടുകൾ നെഞ്ചിൽ വന്ന് കൊള്ളാതിരിക്കില്ല. റഹ്മാന്റെ സൂപ്പർഹിറ്റുകൾ പലതും എന്റെ കാതിലേക്കും അതുവഴി ഹൃദയത്തിലേക്കും കടന്നുവന്നത് ഇപ്രകാരമാണ്. തൂത്തുകളഞ്ഞാലും പോകാത്ത ഒരു ബാധയായി റഹ്മാന്റെ പാട്ടുകൾ അങ്ങനെ എന്റെ മനസ്സിലും പറ്റിച്ചേർന്ന് കിടക്കുകയാണ്.

റഹ്മാന്റെ പാട്ടുകൾ ഇന്ത്യൻ യുവത്വത്തിന്റെ ബാധയായി

cinestaan.com

മാറിയതിന്റെ ചരിത്രമാണ് കഴിഞ്ഞ ഒന്നര പതിറ്റാണ്ടു കാലത്തെ ഇന്ത്യൻ ചലച്ചിത്രഗാനത്തിന്റെ ചരിത്രം. ആ സംഗീതത്തിൽ നിന്ന് പുതിയ തലമുറയെ വേർപെടുത്തിയെടുക്കുക തികച്ചും അസാധ്യം തന്നെയാണ്. ഒരു കോളേജ് അദ്ധ്യാപകന്റെ വേഷത്തിൽ ഉപജീവനം നടത്തിപ്പോരുന്ന എന്നെ സംബന്ധിച്ച് ഈ അസാധ്യത ഒരു അനുഭവ സത്യം തന്നെയാണ്. റഹ്മാൻ എങ്ങനെയാണ് യുവാക്കളെ, പ്രത്യേകിച്ചും കാമ്പസുകളെ മാറ്റിമറിച്ചത് എന്നറിയാൻ ഓരോ കോളേജിലും വർഷാവർഷം നടക്കുന്ന കലാമേളയോ വാർഷികദിനാചരണമോ പരിശോധിച്ചാൽ മതിയാകും. പാട്ടുകേട്ട് ആടിത്തിമിർക്കുകയോ പാട്ടിന്റെ താളത്തിനൊപ്പിച്ച് നൃത്തം വെയ്ക്കുകയോ ചെയ്യുന്നത് തൊള്ളായിരത്തി തൊണ്ണൂറിനു മുമ്പ് നമുക്ക് അത്രമേൽ പരിചിതമായ കാര്യമായിരുന്നില്ല. ഇളയരാജയുടെ പാട്ടുകൾ താളാത്മകമായിരുന്നെങ്കിലും അതൊരു പാണ്ടിമേളത്തിന്റെ അകമ്പടിയോടെയുള്ള ഒരു നാടൻതുള്ളലിനുമാത്രം പാകത്തിലുള്ളതായിരുന്നു. തിരഞ്ഞെടുപ്പ് വിജയങ്ങൾ ആഘോഷിക്കാൻ വേണ്ടിയുള്ള ഘോഷയാത്രകൾക്കിടയിൽ അല്പം മദ്യത്തിന്റെ ആവേശത്തോടെ തുള്ളിക്കളിക്കാൻ പാകത്തിലുള്ള പാട്ടുകൾ. എന്നാൽ റഹ്മാന്റെ പാട്ടുകളുടെ സ്ഥിതി അതായിരുന്നില്ല. ശരീരത്തിലെ ഓരോ അണുക്കളെയും ഇളക്കിമറിക്കുന്ന അതീവ വശ്യവും ചടുലവുമായ താളമായിരുന്നു അവയ്ക്കുണ്ടായിരുന്നത്. അമേരിക്കൻ പോപ്പ് ഗായകനായ മൈക്കിൾ ജാക്സന്റെ പാട്ടുകൾ സൃഷ്ടിക്കുന്ന ഉന്മാദാത്മകമായ താളാനുഭവമാണ് പലപ്പോഴും റഹ്മാന്റെ പാട്ടുകൾ സൃഷ്ടിക്കുന്നത്. അതുകൊണ്ടുതന്നെ ശാന്തമായ മനസ്സോടെ, അച്ചടക്കം നിറഞ്ഞ ശരീരനിയന്ത്രണത്തോടെ ആ പാട്ടുകൾ ആസ്വദിക്കാനാ

വുകയില്ല. സ്വാഭാവികമായും ഇത്തരം പാട്ടുകളോട് നമ്മുടെ കാമ്പസുകൾ പ്രതികരിച്ചത് നിയന്ത്രണങ്ങളെല്ലാം കൈവിട്ട ആവേശപ്രകടനങ്ങളിലൂടെയായിരുന്നു. അനുസരണയില്ലാത്ത ആടിത്തിമിർപ്പുകളിലൂടെയായിരുന്നു. കാമ്പസുകളെ ആവേശഭരിതമാക്കുന്നതോടൊപ്പം അരാഷ്ട്രീയവത്കരിക്കുന്നതിലും റഹ്മാന്റെ പാട്ടുകൾ വലിയ പങ്കു വഹിച്ചിട്ടുണ്ട് എന്നത് നിഷേധിക്കാനാവാത്ത യാഥാർത്ഥ്യമാണ്.

തൊണ്ണൂറുകളിൽ നമ്മുടെ കാമ്പസുകൾക്കുണ്ടായ മാറ്റങ്ങളിൽ റഹ്മാന്റെ പാട്ടുകളും വലിയ തോതിൽ സ്വാധീനം ചെലുത്തിയിട്ടുണ്ട്. തൊണ്ണൂറുകളുടെ തുടക്കത്തിൽ കേരളത്തിലെ കാമ്പസുകളിൽ ഗാനമേളകൾ ഒരു പ്രധാന ഇനമായിരുന്നില്ല. എന്നാൽ കഴിഞ്ഞ കുറെ വർഷങ്ങളായി ഗാനമേളകളും സിനിമാറ്റിക് ഡാൻസുകളും കോളേജ് ഡേയുടെ അവിഭാജ്യഘടകങ്ങളായിരിക്കുന്നു. ഈ ഗാനമേളകളിൽ പാടപ്പെടേണ്ടത് ഏറ്റവും പുതിയ അടിപൊളിപാട്ടുകൾ തന്നെ ആയിരിക്കണമെന്ന് വിദ്യാർത്ഥികൾക്ക് നിർബന്ധമുണ്ട്. അത് റഹ്മാന്റെയോ അല്ലെങ്കിൽ റഹ്മാന്റെ വാർപ്പുമാതൃകയിൽ തയ്യാറാക്കപ്പെട്ടവയോ ആയിരിക്കുകയും വേണം. ഈ പാട്ടുകൾ സ്വന്തം സീറ്റിലിരുന്ന് കേട്ടു രസിക്കുക അവരുടെ ഉദ്ദേശ്യമേ അല്ല. അരങ്ങിൽ പാട്ടുകൊഴുക്കുമ്പോൾ സദസ്സിൽ എഴുന്നേറ്റുനിന്ന് അവർ ആടിത്തിമിർക്കുന്നു; ഒരുതരം ഭ്രാന്തമായ ആവേശത്തോടെ. തൊണ്ണൂറുകളിൽ ഇങ്ങനെ ആടിത്തിമിർക്കുന്നവരുടെ എണ്ണം വളരെ കുറവായിരുന്നെങ്കിൽ ഇന്ന് അങ്ങനെ അല്ലാത്തവരുടെ എണ്ണമെടുക്കുകയാണ് എളുപ്പം. പണ്ടൊക്കെ ഇത്തരം ആവേശങ്ങളിൽ നിന്ന് പെൺകുട്ടികൾ ഒഴിഞ്ഞുനിന്നിരുന്നുവെങ്കിൽ ഇന്ന് ആൺകുട്ടികളേക്കാൾ ആവേശത്തോടെയും ഉന്മാദത്തോടെയും അതിൽ ഇടപെടുന്നത് പെൺകുട്ടികളാണെന്ന് വന്നിരിക്കുന്നു. ഇങ്ങനെയാണ് വേണ്ടതെന്നും കാമ്പസിലെ വിദ്യാർത്ഥിക്കോ വിദ്യാർത്ഥിനിക്കോ സ്വയം പ്രകാശിപ്പിക്കാൻ ഇതു മാത്രമാണ് വഴിയെന്നും കാമ്പസിലെ ബഹുഭൂരിപക്ഷവും വിശ്വസിക്കുന്നു. സമ്പൂർണ്ണമായ ഉപരിപ്ലവത നമ്മുടെ കാമ്പസുകളെ വിഴുങ്ങിക്കഴിഞ്ഞിരിക്കുന്നു. റഹ്മാന്റെ പാട്ടുകൾ ആ ഉപരിപ്ലവതയുടെ ആഘോഷമായി കാമ്പസുകളിൽ അരങ്ങു തകർത്തുകൊണ്ടിരിക്കുകയാണ്.

ഇത് റഹ്മാന്റെ കുറ്റമാണെന്നല്ല, കഴിവു തന്നെയാണെന്നാണ്

ഞാൻ പറയുക. ഒരു പാട്ടുകാരൻ, ഒരു പാട്ടുസംവിധായകൻ ഒരു രാജ്യത്തെയാകമാനം തന്റെ പാട്ടുകളുടെ മായാവലയത്തിലേക്കു വശീകരിച്ചു വീഴ്ത്തുന്നുവെങ്കിൽ അതിനെ ഒരു മഹാസിദ്ധിയെന്നു തന്നെ വിശേഷപ്പിക്കണം. യാഥാസ്ഥിതികമായ ഉപാധികൾ കൊണ്ടോ ഉപകരണങ്ങൾ കൊണ്ടോ അതിനെ ചെറുക്കാൻ കഴിയില്ല എന്നത് ആ യാഥാസ്ഥിതികതയുടെ പരിമിതി തന്നെയാണ്. റഹ്മാൻ ആ പരിമിതികൾക്ക് മുകളിലൂടെയാണ് പുതിയൊരു സംഗീതബോധത്തിന്റെ റോക്കറ്റ് പായിക്കുന്നത്. ഒരു പക്ഷേ, ഇതൊരു കാലഘട്ടത്തിന്റെ തന്നെ ആവശ്യവുമായിരിക്കാം.

അടിപൊളി സംസ്കാരത്തിന്റെ ഉല്പന്നങ്ങളായ പുതുഞ്ചന്മാരെ മാത്രമല്ല, ഹിന്ദുസ്ഥാനി-കർണ്ണാടക പാരമ്പര്യത്തിൽപ്പെട്ട 'പഴഞ്ചൻ'മാരെയും ആകർഷിക്കാൻ പോന്ന എന്തോ ഒന്ന് റഹ്മാന്റെ സംഗീതത്തിനുണ്ട് എന്നത് സത്യമാണ്. സംഗീതത്തിന്റെ വ്യാകരണം തന്നെ മാറ്റിമറിച്ച ഒരു പുതിയ സംഗീതഭാഷയാണത്. പലതരം മദ്യങ്ങൾ കൂട്ടിച്ചേർത്ത് മദ്യത്തിന്റെ വീര്യം കൂട്ടാമെന്ന് പറയുന്നതുപോലെ പലതരം സംഗീതങ്ങളെ കൂട്ടിച്ചേർത്ത് സംഗീതത്തിന്റെ വീര്യം കൂട്ടുകയാണ് റഹ്മാൻ ചെയ്തത്. അസാധാരണമായ സംഗീതവൈദഗ്ദ്ധ്യം കൊണ്ടോ സംഗീതപാണ്ഡിത്യം കൊണ്ടോ ആണ് റഹ്മാൻ ഇത് സാധിച്ചത്. ഇന്ത്യൻ സംഗീതപാരമ്പര്യങ്ങളായ കർണാടകസംഗീതത്തിലും ഹിന്ദുസ്ഥാനി സംഗീതത്തിലും മാത്രമല്ല പാശ്ചാത്യസംഗീതത്തിന്റെ വിവിധ സമ്പ്രദായങ്ങളിലും അദ്ദേഹത്തിനുള്ള അറിവും വൈഭവവും പലരും ചൂണ്ടിക്കാട്ടിയിട്ടുള്ളതാണ്. അതോടൊപ്പം തന്നെ പ്രാദേശികവും നാടോടിയുമായ സംഗീതപാരമ്പര്യങ്ങളോടുള്ള അടുപ്പവും അദ്ദേഹം വിദഗ്ധമായി ചലച്ചിത്രഗാനങ്ങളിൽ ഉപയോഗിക്കുന്നു. ഇങ്ങനെ പലവക വിഭവങ്ങൾ ഒരു പ്ലെയ്റ്റിൽ ഒന്നിച്ചു വിളമ്പുമ്പോൾ ശ്രോതാവിന് അതിൽനിന്ന് ഇഷ്ടപ്പെട്ട ഏതെങ്കിലുമൊന്ന് കണ്ടെടുക്കാൻ സാധിക്കുന്നു. ഇനി ഓരോന്നോരോന്നായി പിരിച്ചെടുക്കാനായില്ലെങ്കിൽത്തന്നെയും എല്ലാം ചേർന്ന അവിയൽവിഭവം ഒരു മിനിമം ഗാരണ്ടിയെങ്കിലും ശ്രോതാവിന് നൽകാൻ പര്യാപ്തമായിരിക്കും. റഹ്മാന്റെ ഒരു സദ്യയും മോശമായിപ്പോവാത്തത് ഇതുകൊണ്ടാണെന്നു തോന്നുന്നു.

ഇന്ത്യൻ ജനതയെ ഇത്രമേൽ വശീകരിക്കാൻ റഹ്മാന് കഴി

യുന്നതെങ്ങനെയെന്നത് കൂടുതൽ ആലോചനകൾ ആവശ്യപ്പെടുന്ന ഒരു വിഷയമാണ്. ഇത് വിശദീകരിക്കാൻ തക്ക സംഗീതജ്ഞാനം എനിക്കില്ല.എങ്കിലും റഹ്മാന്റെ പാട്ടുകൾ കേൾക്കുമ്പോൾ മനസ്സിലുണരുന്ന സ്വാഭാവിക പ്രതികരണങ്ങളെ മുൻനിർത്തി ഇതു സംബന്ധിച്ച ചില യുക്തികൾ ചൂണ്ടിക്കാണിക്കാൻ സാധിക്കും. ഇന്ത്യൻ ഭാഷകൾ മിക്കതും സഹജമായ സംഗീതാത്മകതകൊണ്ടും താളാത്മകത കൊണ്ടും സമ്പന്നമാണ്. ഇത് ഇന്ത്യക്കാരുടെ പ്രാചീനകാലത്തെ പ്രകൃത്യനുഭവങ്ങളോടും തൊഴിൽ രീതികളോടും ഭാഷാരൂപീകരണങ്ങളോടും മറ്റും ബന്ധപ്പെട്ട് ഉണ്ടായിവന്നിട്ടുള്ളതുമാണ്. ഈ താളാത്മകതയെ വിശേഷിച്ചും നമ്മുടെ ഗോത്രജീവിതാനുഭവങ്ങളുമായാണ് ബന്ധിപ്പിക്കേണ്ടത്. ഗോത്രസംസ്കാരത്തിൽ ഡ്രമ്മുകൾക്കുള്ള സ്വാധീനം നിസ്സാരമല്ല. ഡ്രമ്മുകൾ നമ്മുടെ പ്രാചീനവും വന്യവുമായ വികാരങ്ങളിലേക്കാണ് കടന്നുചെല്ലുന്നത്. പ്രാദേശികമെന്നോ തദ്ദേശീയമെന്നോ വിശേഷിപ്പിക്കാവുന്ന ഇത്തരം തുകൽവാദ്യങ്ങളുടെ ധാരാളിത്തത്തോടുകൂടിയ പ്രയോഗമാണ് ഇളയരാജയുടെയും റഹ്മാന്റെയും പാട്ടുകളുടെ പ്രത്യേകത. ഇളയരാജ തമിഴ്നാടിന്റെ പ്രാദേശിക വാദ്യങ്ങളോടു ചായ്‌വ് പുലർത്തിയെങ്കിൽ റഹ്മാൻ പാശ്ചാത്യമായ ഡ്രമ്മുകളിലാണ് കൂടുതൽ താല്പര്യം കൊണ്ടത്. ഡ്രമ്മുകളിൽ സൃഷ്ടിക്കുന്ന ചടുലമായ താളം കൊണ്ട് ശ്രോതാവിന്റെ ഹൃദയമിടിപ്പിനെപ്പോലും ദ്രുതതരമാക്കുന്ന ഒരു തന്ത്രം റഹ്മാൻ പ്രയോഗിച്ചുപോരുന്നുണ്ട്. ഇവിടെയാണ് ശിവമണിയെന്ന ഡ്രം വാദകന്റെ പ്രസക്തി. റഹ്മാന്റെ പാട്ടുകൾ ഇന്ത്യൻ യുവാക്കളുടെ മനസ്സിനെ ഇളക്കിമറിച്ചിട്ടുണ്ടെങ്കിൽ അതിന് ഒരു പരിധി വരെ കാരണമായത് ശിവമണിയുടെ അത്ഭുതവേഗതയാർന്ന ഡ്രം വാദനമാണ്. ഇത്തരം ഡ്രമ്മുകളുടെ വിചിത്രമായ ഉപയോഗം വഴി നമ്മുടെയുള്ളിൽ ഇപ്പോഴും അവശേഷിക്കുന്ന ഗോത്രജീവിതത്തിന്റെ രഹസ്യ അറകൾ നമ്മളറിയാതെതന്നെ തുറന്നെടുക്കുകയാണ് റഹ്മാൻ ചെയ്യുന്നത്. ആ പാട്ടുകൾക്ക് മുമ്പിൽ നമ്മൾ സ്വയമറിയാതെ ആടിപ്പോവുന്നതിന്റെ കാരണവും മറ്റൊന്നല്ല.

സാഹിത്യത്തിന് സംഗീതരൂപം നൽകുകയെന്നതായിരുന്നു പണ്ട് സംഗീതസംവിധായകരുടെ പണി. മികച്ച രചനകളിൽനിന്ന് മികച്ച പാട്ടുകളുണ്ടാവുക എന്നതായിരുന്നു നമ്മുടെ ആദ്യകാല

indiatoday.in

ശിവമണി

ചലച്ചിത്രസംസ്കാരവും. പി. ഭാസ്കരന്റെയും ഒ.എൻ.വിയുടെയും വയലാറിന്റെയും യൂസഫലി കേച്ചേരിയുടെയും മറ്റും മികച്ച രചനകളിൽ നിന്നുണ്ടായ ഗാനങ്ങൾ ഇന്നും മലയാളികൾ പാടി നടക്കുന്നു. ഇതര ഇന്ത്യൻ ഭാഷകളിലെയും പൂർവ്വകാലസ്ഥിതി ഇപ്രകാരം തന്നെയായിരുന്നു. എന്നാൽ സാഹിത്യരൂപത്തിൽ നിന്ന് സംഗീതരൂപം സൃഷ്ടിക്കുക എന്നതിന്റെ സ്ഥാനത്ത് ഇന്ന് സംഗീതം ആദ്യം ഉണ്ടാവുകയും പിന്നീട് അതിനു പാകത്തിൽ സാഹിത്യം പടച്ചുണ്ടാക്കുകയുമാണ് ചെയ്യുന്നത്. പതിറ്റാണ്ടുകൾക്കു മുമ്പുതന്നെ ഈ സമ്പ്രദായം നിലവിൽ വന്നുകഴിഞ്ഞിരുന്നുവെങ്കിലും സംഗീതവും സാഹിത്യവും ഒന്നുചേർന്നുപോകുന്നതിന് അന്നൊക്കെ ഏറെയൊന്നും തടസ്സം സംഭവിച്ചിരുന്നില്ല. വയലാർ പോലും മുൻകൂട്ടി തയ്യാർ ചെയ്ത സംഗീതത്തിനു പാകത്തിൽ സാഹിത്യം ഉണ്ടാക്കിക്കൊടുത്തിട്ടുണ്ട്. എന്നാൽ റഹ്മാന്റെ പാട്ടുകളിലെത്തുമ്പോഴേക്കും സാഹിത്യരൂപത്തിന് യാതൊരു പ്രാധാന്യവുമില്ലെന്ന് വന്നുകൂടുന്നു. സാഹിത്യരൂപത്തെ തികച്ചും അമർത്തിക്കൊണ്ട് സംഗീതം സർവ്വാധിപത്യം നേടുന്നതാണ് റഹ്മാന്റെ മിക്ക പാട്ടുകളിലും നമ്മൾ കാണുന്നത്. സാഹിത്യത്തിലേക്കു ശ്രദ്ധ ചെന്നെത്താത്ത വിധത്തിൽ ആ സംഗീതം ശ്രോതാവിന്റെ ആസ്വാദനക്ഷമതയെ തടഞ്ഞുവെയ്ക്കുന്നുണ്ട്. അതുകൊണ്ടുതന്നെ റഹ്മാന്റെ പാട്ടുകൾ ആസ്വദിക്കാൻ അതിന് ആധാരമായിരിക്കുന്ന സാഹിത്യരൂപത്തിന്റെ അർത്ഥം അറിയേണ്ട ആവശ്യ

മില്ല. അർത്ഥത്തെ അപ്രസക്തമാക്കിക്കൊണ്ടുള്ള ഒരു സംഗീതാ സ്വാദനത്തെയാണ് റഹ്മാന്റെ പാട്ടുകൾ ആവശ്യപ്പെടുന്നത്. *മുക്കാല... മുക്കാബലാ..* എന്നും *ഒട്ടകത്തെ കെട്ടിക്കോ* എന്നും *ചിക്ക്പുക്ക് ചിക്ക്പുക്ക് റയിലേ* എന്നും ആവേശത്തോടെ പാടിനടക്കുന്നവരും ആടിത്തിമിർക്കുന്നവരും ആ വരികളുടെ അർത്ഥമെന്തെന്ന് ആലോചിക്കുന്നേയില്ല. അർത്ഥം ഉണ്ടായാലും ഇല്ലെങ്കിലും ശ്രോതാക്കളെ സംബന്ധിച്ച് അതൊരു പ്രശ്നമേ ആവുന്നില്ല എന്നതാണ് സത്യം. (ഓസ്കാർ അവാർഡ് കമ്മറ്റിയും അർത്ഥം നോക്കിയല്ലല്ലോ റഹ്മാന്റെ പാട്ടുകളെ മാനിച്ചത്) റഹ്മാന്റെ പാട്ട് എന്നുവച്ചാൽ പാട്ട് എന്നേ അർത്ഥമുള്ളൂ. സാഹിതീയമായ താൽപ്പര്യങ്ങളൊന്നും അതിനെ സ്വാധീനിക്കുന്നില്ല. ശബ്ദമല്ലാതെ അർത്ഥം ആ പാട്ടുകളുടെ ലക്ഷ്യമല്ലെന്നു സാരം. സംഗീതം സംഗീതമായി മാത്രം ആസ്വദിക്കുക എന്നതാണ് റഹ്മാന്റെ ഭൂരിപക്ഷം പാട്ടുകളും മുന്നിൽ വെയ്ക്കുന്ന പ്രമാണം.

വാക്കുകളും വാക്യങ്ങളുമായി അണിനിരക്കുന്ന സാഹിത്യരൂപത്തിൽ നിന്നല്ല റഹ്മാന്റെ സംഗീതം രൂപം കൊള്ളുന്നത്. ഉള്ളിൽ നിന്ന് സ്വയമേവ വികസിച്ചു വരുന്നതല്ല പുറമേ നിന്ന് കുത്തിച്ചെലുത്തുന്നതാണ് റഹ്മാന്റെ പാട്ടുകളിലെ സംഗീതം. അതുകൊണ്ടു തന്നെ കവിയുടെ (പാട്ടെഴുത്തുകാരന്റെ എന്നേ അർത്ഥമാക്കേണ്ടു) രചനയിൽ ഗുപ്തമായിരിക്കുന്ന അർത്ഥങ്ങളിലൊന്നും റഹ്മാന് താൽപ്പര്യമില്ല. ഓരോ വാക്കിനും അതിന്റെ അർത്ഥമനുസരിച്ച് ഒരു സംഗീതാത്മകതയുണ്ട്. വാക്കുകളെ അവയുടെ അർത്ഥത്തിന്റെ അടിസ്ഥാനത്തിൽ സംഗീതമാക്കി മാറ്റുകയാണ് പഴയകാലത്തെ പല സംഗീതസംവിധായകരും ചെയ്തിരിക്കുന്നത്. (കെ. രാഘവൻ മാസ്റ്ററുടെ പാട്ടുകളെ അടിസ്ഥാനമാക്കി ഗായകനായ വി.ടി. മുരളി ഈ ആശയത്തെ സിദ്ധാന്തവൽക്കരിക്കുക തന്നെ ചെയ്തിട്ടുണ്ട്.) 'അരികിൽ നീ ഉണ്ടായിരുന്നെങ്കിൽ എന്നു ഞാൻ' എന്ന പാട്ടിലെ അരികിൽ എന്ന വാക്ക് അതിന്റെ അർത്ഥം അനുഭവിപ്പിക്കുന്ന രീതിയിൽ തന്നെയാണ് ഉപയോഗിച്ചിട്ടുള്ളത്. ഇതുപോലെ ആ പാട്ടിലെ ഓരോ വാക്കിനെയും അർത്ഥത്തിനിണങ്ങുന്ന രീതിയിലാണ് സംഗീതമാക്കി മാറ്റുന്നത്. *തലയ്ക്കുമീതെ ശൂന്യാകാശം, താഴെ മരുഭൂമി* എന്ന പാട്ടിലെ ഓരോ വാക്കും അതിന്റെ സഹജമായ അർത്ഥം കൊണ്ടാണ് സംഗീതത്തിന്റെ നില കൈവരിക്കുന്നത്. ഈ സമ്പ്ര

ദായം തീരെ വശമില്ലാത്ത ഒരാളല്ല എ.ആർ. റഹ്മാൻ. *റോജ* എന്ന ചിത്രത്തിലെ *ചിന്ന ചിന്ന ആശൈ* എന്ന വാക്കിന്റെ പ്രയോഗം അതിന്റെ അർത്ഥത്തിനിണങ്ങുന്ന രീതിയിലാണ് സാധിച്ചിട്ടുള്ളത്. എന്നാൽ പിൽക്കാലത്തെ പാട്ടുകളിൽ റഹ്മാൻ ഈ രീതി മരുന്നിനുപോലും പരീക്ഷിക്കുന്നില്ല. ഇതിന് ഏറ്റവും മികച്ച ഉദാഹരണമാണ് അദ്ദേഹത്തിന്റെ *വന്ദേമാതരം* എന്ന ഗാനം. ഇന്ത്യക്കാരെ മുഴുവൻ ആവേശത്തിന്റെയും ദേശാഭിമാനത്തിന്റെയും കൊടുമുടിയിലെത്തിച്ച ആ പാട്ട് അർത്ഥത്തെക്കവിഞ്ഞ് സംഗീതം തന്നിഷ്ടം പോലെ വളരുന്നതിന് ഉദാഹരണമാവുന്നു. എത്രയോ പതിറ്റാണ്ടുകളായി റേഡിയോ നിലയങ്ങളുടെ പ്രഭാതഭേരിയായി നമ്മൾ കേട്ടുപോരുന്ന ഒരു *വന്ദേമാതര*മുണ്ട്. ആ ആലാപനത്തിൽ 'വന്ദേ' എന്ന വാക്ക് എങ്ങനെയാണ് ഉപയോഗിച്ചിട്ടുള്ളത് എന്ന് ശ്രദ്ധിക്കുക. അമ്മയെയാണ് വന്ദിക്കുന്നത്. ആ വന്ദനത്തിൽ വിനയവും വിധേയത്വവും ആദരവുമാണ് നിറഞ്ഞുനിൽക്കേണ്ടത്. ഈ വിനയവും വിധേയത്വവും നമ്മുടെ പരമ്പരാഗതമായ 'വന്ദേ'യിൽ വേണ്ടുവോളമുണ്ട്. എന്നാൽ റഹ്മാൻ ആ 'വന്ദേ'യെ ഉപയോഗിച്ചത് ആ വാക്ക് സംവഹിക്കേണ്ട, സംവഹിക്കുന്ന അർത്ഥവുമായി യാതൊരു ബന്ധവുമില്ലാത്ത വിധത്തിലാണ്. ഓടിച്ചിട്ട് പിടിച്ച് വന്ദിക്കുന്ന ഒരു മട്ട്. (ഈ വസ്തുത മുമ്പേ തന്നെ പലരും ചൂണ്ടിക്കാണിച്ചു കഴിഞ്ഞിട്ടുള്ളതാണ്.) ഞാൻ പറഞ്ഞുവരുന്നത് സാഹിത്യാംശത്തെ മാനിക്കാതെയാണ് റഹ്മാൻ തന്റെ ഗംഭീരമായ സംഗീതസാമ്രാജ്യം പടുത്തുയർത്തിയിട്ടുള്ളത് എന്നാണ്. കേൾക്കാനിമ്പമുണ്ടെങ്കിലും ആ പാട്ടുകൾ പലതും നമ്മുടെയുള്ളിൽ അർത്ഥപരമായ ഒരു നവോന്മേഷവും സൃഷ്ടിക്കുന്നില്ല എന്നതാണ് യാഥാർത്ഥ്യം. പലപ്പോഴും ഇത്തരം പാട്ടുകൾ പലതും സിനിമകളിൽ ഉൾപ്പെടുത്തപ്പെടുന്നത് കഥാഗതിയുമായി യാതൊരു ബന്ധവുമില്ലാത്ത സന്ദർഭത്തിലും തരത്തിലുമാണ്. വാണിജ്യമൂല്യവുമായി ബന്ധപ്പെട്ട് കൃത്രിമമായി സിനിമയിൽ തിരുകിക്കയറ്റുന്ന പാട്ടുകളാണ് മിക്കതും. സിനിമയുടെ കഥയെ നിയന്ത്രിക്കുകയോ മുന്നോട്ടു കൊണ്ടുപോവുകയോ ചെയ്യുകയെന്ന ദൗത്യമൊന്നും അവയ്ക്കുണ്ടാവുകയില്ല. ഓസ്കാർ അവാർഡ് നേടിയ ജയഹോ എന്ന ഗാനം പോലും സിനിമയ്ക്ക് പുറത്ത് അനുബന്ധമായി ഒട്ടിച്ചുചേർത്ത സാധനമാണ്. സിനിമയുടെ കഥാഗതിക്കുള്ളിൽ കയറിനിൽക്കാൻ യാതൊരു സ്കോപ്പുമില്ലാത്തതുകൊണ്ടാവുമല്ലോ സിനിമയുടെ വാലായി അതിനെ ചേർത്തുവച്ചത്. ഈ

പാട്ടുകൾ സിനിമയിൽ നിന്ന് എടുത്തുകളഞ്ഞാലും സിനിമയ്ക്ക് യാതൊരു കുറവും സംഭവിക്കാനില്ല; സാമ്പത്തികനഷ്ടം ഉണ്ടാവുമെന്നല്ലാതെ. ഇത് എല്ലാ പാട്ടുകളുടെ കാര്യത്തിലും ബാധകമാണെന്ന് ഇവിടെ അർത്ഥമാക്കുന്നില്ല.

ഇത്തരം നെഗറ്റീവ് ആയ പല അഭിപ്രായങ്ങളും റഹ്മാന്റെ പാട്ടുകൾ നമ്മുടെ മനസ്സിൽ ഉണർത്തിയേക്കാം. എന്നാൽ അപ്പോഴും പാട്ടുകൾ എന്ന നിലയ്ക്ക് അവ അസാധാരണമാം വിധം നമ്മെ ആകർഷിക്കുകയും വശീകരിക്കുകയും ചെയ്യുന്നുണ്ട്. നിരുപാധികമായി കേട്ട് ആസ്വദിക്കുക എന്നാണ് റഹ്മാന്റെ പാട്ടുകൾ ശ്രോതാക്കളോട് പറയുന്നത്. നിങ്ങളുടെ കേൾവിയെ ആകർഷിക്കുന്നുണ്ടോ, നിങ്ങൾ കേട്ട് രസിക്കുന്നുണ്ടോ, എങ്കിൽ പാട്ട് എന്ന നിലയ്ക്ക് അവ അവയുടെ ദൗത്യം നിർവ്വഹിക്കുക തന്നെ ചെയ്യുന്നുണ്ട്. തന്റെ ഗാനങ്ങൾ കൊണ്ട് കേവലം നൂറോ ഇരുന്നൂറോ ആളുകളെയല്ല കോടിക്കണക്കിന് ആളുകളെയാണ്, എന്തിന് ഒരു രാജ്യത്തെത്തന്നെയാണ് റഹ്മാൻ മയക്കിക്കളയുന്നത്. ഇത് ഒരു സാധാരണക്കാരനു കഴിയുന്ന കാര്യമല്ല. അസാധാരണമായ പ്രതിഭയുടെയും നിരന്തരമായ അന്വേഷണങ്ങളുടെയും വിട്ടുവീഴ്ചയില്ലാത്ത പരിശ്രമങ്ങളുടെയും സമർപ്പിത ബുദ്ധിയുടെയുമൊക്കെ സമാഹൃതഫലമാണ് റഹ്മാന്റെ സംഗീതസിദ്ധി. ഗോൾഡൻ ഗ്ലോബും ഓസ്കറും പോലുള്ള പുരസ്കാരങ്ങൾ ലഭിച്ചില്ലെങ്കിൽത്തന്നെയും അതൊരു അത്ഭുതസാധനം തന്നെ എന്ന് അംഗീകരിക്കാതിരിക്കാൻ തരമില്ല.

സ്റ്റോറിബോർഡ്
കലയും കൗശലവും

ഒരു കെട്ടിടം നിർമിക്കുന്നതിനു മുമ്പായി അതിന്റെ പ്ലാൻ തയ്യാറാക്കേണ്ടതുണ്ട്. രേഖാരൂപത്തിലല്ലെങ്കിൽ മനസ്സിലെങ്കിലും ഒരു പ്ലാൻ ഇല്ലാതെ ഒരു കെട്ടിടമുണ്ടാക്കുക സാധ്യമല്ല. ആ പ്ലാനിൽ നിർദ്ദേശിക്കപ്പെട്ട ഘടനയ്ക്കും അളവുകൾക്കും അനുസൃതമായാണ് കെട്ടിടനിർമ്മാണം നടക്കുക. സിനിമാനിർമ്മാണത്തെ സംബന്ധിച്ച് ഈ രൂപരേഖയുടെ (ബ്ലൂപ്രിന്റ്) സ്ഥാനമാണ് തിരക്കഥയ്ക്കുള്ളത്. ചില എഞ്ചിനീയർമാർ ഈ രൂപരേഖയെ കുറെക്കൂടി മൂർത്തമാക്കാനായി നിർമ്മിക്കാനുദ്ദേശിക്കുന്ന കെട്ടിടത്തിന്റെ ഒരു ചിത്രരൂപം തന്നെ മുൻകൂർ തയ്യാറാക്കാറുണ്ട്. ഇന്ന് സവിശേഷമായ സോഫ്റ്റ്‌വെയറുകൾ ഉപയോഗിച്ച് കെട്ടിടത്തിന്റെ ദ്വിമാനമോ ത്രിമാനമോ ആയ ചിത്രം കമ്പ്യൂട്ടറിൽ അനായാസം തയ്യാറാക്കാനും കഴിയും. കെട്ടിടത്തിന്റെ മുറികളും എലിവേഷനും മറ്റും എങ്ങനെയിരിക്കുമെന്ന് മുൻകൂട്ടി കണ്ടു മനസ്സിലാക്കാനും ഈ ചിത്രരൂപം അവസരം തരുന്നു. മാത്രമല്ല, കെട്ടിടനിർമ്മാണത്തെ സംശയരഹിതവും അനായാസവുമാക്കാനും ഈ ചിത്രരൂപം സഹായകമാവുന്നു. സിനിമയെ സംബന്ധിച്ചാവുമ്പോൾ തിരക്കഥയെ അടിസ്ഥാനമാക്കി തയ്യാറാക്കുന്ന ഇത്തരം ചിത്രരൂപത്തെ അഥവാ ചിത്രപാഠത്തെ സ്റ്റോറി ബോർഡ് എന്ന് വിളിക്കുന്നു. അഥവാ തിരക്കഥയുടെ ചിത്രരൂപമാണ് സ്റ്റോറി ബോർഡ് എന്നു പറയാം.

ഫീച്ചർ സിനിമാനിർമാണത്തിലെ ഒരു അവശ്യഘടകമാണ് തിരക്കഥ. എന്താണ് ചിത്രീകരിക്കേണ്ടത് എന്ന കൃത്യമായ ധാരണയുണ്ടെങ്കിൽ മാത്രമേ ഒരു കഥാസിനിമയിലെ ഏതു ഷോട്ടും ചിത്രീകരിക്കാനാവൂ. ഈ ധാരണയുടെ രേഖാരൂപമാണ് തിരക്കഥ. സിനിമയ്ക്ക് ഒരു കഥ ആവശ്യമാണെങ്കിലും തിരക്കഥയായി പരി

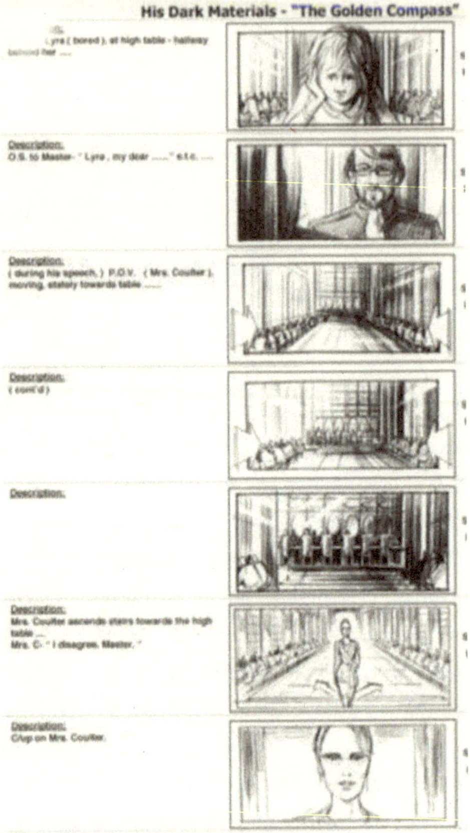

വർത്തിപ്പിക്കാത്തിടത്തോളം അതിന് സിനിമയുമായി യാതൊരു ചാർച്ചയും ഉണ്ടാവുന്നില്ല.

ഒരു കഥ തന്നെ തിരക്കഥയായി വികസിക്കുന്നത് വ്യത്യസ്തഘട്ടങ്ങളിലൂടെയാണ്. കഥയിൽ നിന്ന് നേരെ തിരക്കഥയിലേക്കെത്തുന്ന രീതി അനുകൽപ്പന സിനിമകളുടെ കാര്യത്തിലേ ഇന്ന് നടക്കുന്നുള്ളൂ. അതും അത്ര സാധാരണമല്ല. കഥയെ എങ്ങനെ സിനിമയുടെ ഭാഷയിലേക്ക് മാറ്റിയെടുക്കാം എന്ന ആലോചനയിൽ നിന്ന് ആദ്യം ഉണ്ടാവുന്ന ഉൽപ്പന്നം 'ട്രീറ്റ്മെന്റ്' എന്നറിയപ്പെടുന്നു. സാങ്കേതികമായി വൺലൈൻ എന്നും പറയാറുണ്ട്.

ജീവിതസന്ദർഭങ്ങളുടെ പരമ്പരയാണ് ഇതിവൃത്തത്തിന്റെ ഉള്ളടക്കം. അഥവാ, ഒരു കഥ ഇതിവൃത്തമായി രൂപപ്പെടുന്നത് നിരവധി സന്ദർഭങ്ങളിലൂടെയാണെന്നു പറയാം. സന്ദർഭത്തെ ചലച്ചിത്ര ഭാഷയിൽ 'സീക്വൻസ്' എന്ന് വിളിക്കുന്നു. ഒരു സന്ദർഭം തന്നെ പല സംഭവങ്ങളുടെയോ അനുഭവങ്ങളുടെയോ പ്രവൃത്തികളുടെയോ പ്രതികരണങ്ങളുടെയോ സമാഹാരമാണ്. അവയെ ഉപസന്ദർഭങ്ങളെന്നോ സന്ദർഭഖണ്ഡങ്ങളെന്നോ വിശേഷിപ്പിക്കാം. സിനിമയിൽ ഈ ഉപസന്ദർഭങ്ങളെ 'സീൻ' എന്ന് വിളിക്കുന്നു. ഏതാനും സീനുകൾ ചേർന്നാണ് സാധാരണഗതിയിൽ ഒരു

സീക്വൻസ് ഉണ്ടാവുന്നത്. ഒരു സീനിൽത്തന്നെ ഒരു സീക്വൻസ് (സന്ദർഭം) പൂർത്തിയാവുകയും ആവാം.

ഇതിവൃത്തത്തെ പല സീക്വൻസുകളായും സീക്വൻസുകളെ പല സീനുകളായും സങ്കൽപ്പിക്കുകയാണ് തിരക്കഥാരചനയുടെ ആദ്യഘട്ടം. ഒരു സീക്വൻസ് തന്നെ വിഭാവന ചെയ്യപ്പെടുന്നത് വിവിധ സീനുകളായിട്ട് ആയിരിക്കും. അതുകൊണ്ടുതന്നെ തിരക്കഥാകൃത്ത് മൊത്തം കഥയെ/ഇതിവൃത്തത്തെ അനേകം സീനുകളായി വേർതിരിച്ചാണ് സങ്കൽപ്പിക്കുന്നത്. എന്നിട്ട് ഓരോ സീനിലും എന്തെല്ലാം ഉൾക്കൊള്ളിക്കേണ്ടതുണ്ടെന്ന് ആലോചിക്കുന്നു. അതിന്റെ അടിസ്ഥാനത്തിൽ ഒരു രൂപരേഖ തയ്യാറാക്കുന്നു. ഇങ്ങനെ മൊത്തം കഥയെ സീനുകളായി വിഭജിച്ച് ഓരോ സീനിനെക്കുറിച്ചുമുള്ള സൂചനകളോടെ എഴുതിയുണ്ടാക്കുന്ന പ്രാഥമിക രൂപരേഖയാണ് ട്രീറ്റ്മെന്റ്. ഏതെല്ലാം കഥാപാത്രങ്ങൾ എന്തെല്ലാം ചെയ്യുന്നുവെന്നും ഈ ദൃശ്യത്തിൽ എന്തെല്ലാം ഉൾപ്പെടുത്താമെന്നും ഏതാനും വാക്യങ്ങളിൽ ചുരുക്കിപ്പറയുകയാണ് ഇതിന്റെ രീതി. സംഭാഷണത്തിന്റെ സാധ്യതാസൂചനകളല്ലാതെ സംഭാഷണം പൂർണ്ണരൂപത്തിൽ ഇതിൽ ഉണ്ടാവുകയില്ല.

ഏതെങ്കിലും സന്ദർഭം (സീക്വൻസ്) വിട്ടുപോയിട്ടുണ്ടെങ്കിലോ കൂട്ടിച്ചേർക്കേണ്ടതുണ്ടെങ്കിലോ അത് ഇടയ്ക്ക് തിരുകിക്കയറ്റാൻ 'ട്രീറ്റ്മെന്റ്' അവസരം തരുന്നു. ഇങ്ങനെ ഒരു തിരക്കഥയിൽ ഉണ്ടായിരിക്കേണ്ട സീനുകളെപ്പറ്റി കൃത്യമായ ഒരു ധാരണ ഉണ്ടായിക്കഴിഞ്ഞാൽ തിരക്കഥാരചന ആരംഭിക്കാം. ട്രീറ്റ്മെന്റിൽ സൂചിപ്പിച്ചിട്ടുള്ള കാര്യങ്ങൾ ചിത്രീകരണത്തിന് ആവശ്യമായ വിധത്തിൽ വിപുലീകരിച്ചും വിശദീകരിച്ചും ആണ് തിരക്കഥ രചിക്കുന്നത്. ഓരോ സീനിലും എന്തൊക്കെ ഉണ്ടായിരിക്കണമെന്ന വ്യക്തമായ മുൻപദ്ധതിയോടെയാണ് ഇത് തയ്യാറാക്കപ്പെടുന്നത്. സീനിൽ അവതരിപ്പിക്കപ്പെടുന്ന സംഭവങ്ങളുടെ/ക്രിയകളുടെ കാലം, സ്ഥലം, പശ്ചാത്തലം, കഥാപാത്രങ്ങൾ, സംഭാഷണം, കാമറ ആംഗിൾ, ചലനത്തിന്റെ ദിശ തുടങ്ങിയ കാര്യങ്ങളൊക്കെ മനസ്സിൽ വച്ചുകൊണ്ടുവേണം ഓരോ സീനും വിപുലീകരിക്കാൻ.

ഇങ്ങനെ ട്രീറ്റ്മെന്റിലെ സൂചനകളെ മുഴുവൻ ദൃശ്യാത്മക സാധ്യതകളാക്കി വികസിപ്പിച്ചെടുക്കുമ്പോഴാണ് തിരക്കഥ രൂപം കൊള്ളുന്നത്. ലൊക്കേഷൻ, നടീനടന്മാർ എന്നിവ തെരഞ്ഞെടു

ക്കുന്നതും നിർമ്മാണച്ചെലവ് എത്രയായിരിക്കുമെന്ന് കണക്കാക്കുന്നതും ഷെഡ്യൂളുകൾ ക്രമീകരിക്കപ്പെടുന്നതും ചിത്രീകരണം നിർവ്വഹിക്കപ്പെടുന്നതും മറ്റും ഈ തിരക്കഥയുടെ അടിസ്ഥാനത്തിലാണ്. മാത്രമല്ല, എഡിറ്റിങ്, ഡബ്ബിങ്, ശബ്ദസന്നിവേശം തുടങ്ങിയ പോസ്റ്റ് ഷൂട്ടിങ് ഘട്ടങ്ങളിലും തിരക്കഥ ആവശ്യമാണ്.

നമ്മുടെ നാട്ടിൽ, സാധാരണഗതിയിൽ തിരക്കഥയാണ് സിനിമാനിർമ്മാണത്തിന്റെ പ്രത്യേകിച്ചും ചിത്രീകരണത്തിന്റെ അടിസ്ഥാനവസ്തുവായി പരിഗണിക്കപ്പെട്ടുപോരുന്നത്. എന്നാൽ വിദേശനാടുകളിൽ വിശേഷിച്ചും ഹോളിവുഡ്ഡിൽ സിനിമാനിർമ്മാണത്തിന്റെ അടിസ്ഥാനവസ്തുവായി ഇന്ന് സ്ഥാനം നേടിയിരിക്കുന്നത് തിരക്കഥയുടെ ചിത്രരൂപമായ സ്റ്റോറി ബോർഡ് ആണ്. തിരക്കഥയെ പൂർണ്ണമായും സ്റ്റോറി ബോർഡ് ആയി പരിവർത്തിപ്പിച്ച ശേഷമാണ് അവിടങ്ങളിൽ ഇന്ന് ഷൂട്ടിങ് നിർവ്വഹിക്കപ്പെടുന്നത്.

തിരക്കഥ രചിക്കുമ്പോൾത്തന്നെ ഷോട്ടുകൾ, സീനുകൾ ഇവ കൃത്യമായി സൂചിപ്പിക്കപ്പെട്ടിട്ടുണ്ടാവും. തിരക്കഥാകൃത്ത് എഴുതുന്ന വേളയിൽ താനെഴുതുന്ന ഷോട്ടുകളും സീനുകളും അവയുടെ ദൃശ്യാത്മകസാധ്യതകളോടെ മനസ്സിൽ സങ്കൽപ്പിച്ചിട്ടുണ്ടാകും. കാമറയുടെ ആംഗിൾ, ഷോട്ടിന്റെ ദിശ, ഘടന, പശ്ചാത്തലം, സമയം ഇവയെക്കുറിച്ചുള്ള ഏകദേശധാരണയുടെ അടിസ്ഥാനത്തിലാണ് ഓരോ ഷോട്ടും രചിക്കപ്പെടുന്നത്. അഥവാ, വെള്ളിത്തിരയിൽ കാണാൻ പോവുന്ന സിനിമയുടെ ഏറ്റവും പ്രാഥമികമായ സാങ്കൽപ്പികരൂപം തിരക്കഥാകൃത്തിന്റെ മനസ്സിൽ ഉണ്ടായിരിക്കും എന്നർത്ഥം. സംവിധായകൻ തന്നെയാണ് തിരക്കഥ രചിക്കുന്നതെങ്കിൽ ഈ സങ്കല്പസൃഷ്ടി കുറെക്കൂടി വ്യക്തവും വിശദവുമായിരിക്കും. താൻ മനസ്സിൽ ദർശിച്ച രീതിയിൽ ഷോട്ടുകൾ ചിത്രീകരിക്കപ്പെടണമെന്ന് ആഗ്രഹിക്കുന്ന സംവിധായകൻ ആ സങ്കൽപ്പദൃശ്യത്തെ ചിത്രരൂപത്തിൽ കുറിച്ചിട്ടേക്കാം. ഏതുതരം ഷോട്ടാണോ താൻ വിഭാവന ചെയ്യുന്നത് ആ ഷോട്ടിന്റെ ഒരു നിശ്ചലദൃശ്യം മുൻകൂട്ടി തയ്യാറാക്കുകയാണ് അയാൾ ചെയ്യുന്നത്. ഒരു തിരക്കഥയിലെ ഷോട്ടുകളെ മുഴുവൻ ഇങ്ങനെ ചിത്രരൂപത്തിൽ പരമ്പരയായി വരച്ചുണ്ടാക്കുന്നതിനെയാണ് സ്റ്റോറി ബോർഡ് എന്ന് പറയുന്നത്.

en.m.wikipedia.org

സത്യജിത്റായ്

സംവിധായകൻ തന്നെ തിരക്കഥ രചിക്കുക, അയാൾ ഒരു ചിത്രകാരൻ കൂടിയായിരിക്കുക- ഈ സന്ദർഭത്തിൽ സ്റ്റോറി ബോർഡ് തയ്യാറാക്കുക വളരെ എളുപ്പവും സ്വാഭാവികവുമാണ്. ചിത്രകാരനല്ലെങ്കിൽ കൂടിയും ഷോട്ടുകളുടെ ഒരു ഏകദേശരൂപം - സ്കെച്ച് - തയ്യാറാക്കാൻ സംവിധായകനു കഴിയും. മറ്റൊരാളാണ് തിരക്കഥ എഴുതുന്നതെങ്കിൽ, എഴുതിക്കിട്ടിയ തിരക്കഥയുടെ അടിസ്ഥാനത്തിലും സംവിധായകന് ഇത്തരത്തിൽ ചിത്രരൂപം തയ്യാറാക്കാവുന്നതാണ്. സംവിധായകൻ സ്വയം ഒരു ചിത്രകാരനല്ലെങ്കിൽ ഒരു ഡിസൈനറുടെ സഹായത്തോടെ സ്റ്റോറി ബോർഡ് തയ്യാറാക്കുകയുമാവാം. ഹോളിവുഡ്ഡിലും മറ്റും സിനിമാനിർമ്മാണത്തിൽ സ്റ്റോറി ബോർഡിന് തിരക്കഥയേക്കാൾ സ്ഥാനമുണ്ട്. സ്റ്റോറിബോർഡ് തയ്യാറാക്കുന്നതിൽ വൈദഗ്ധ്യമുള്ള പ്രൊഫഷണലുകളുടെ സഹായത്തോടെയാണ് പല വൻകിട സിനിമാക്കമ്പനികളും സ്റ്റോറി ബോർഡ് തയ്യാറാക്കാറുള്ളത്.

സിനിമ ഇന്ന് ഒരു വൻകിട വാണിജ്യവിഷയമായതുകൊണ്ട് നിർമ്മാണവുമായി ബന്ധപ്പെട്ട പല ഘട്ടങ്ങളിലും സ്റ്റോറി ബോർഡ് അനിവാര്യമായിക്കൊണ്ടിരിക്കുന്നു. സിനിമയുടെ നിർമ്മാണച്ചെലവ്, നിർമ്മാണത്തിനു വേണ്ട തയ്യാറെടുപ്പുകൾ തുടങ്ങിയ കാര്യങ്ങൾ നിർമ്മാതാവിനെ ബോധ്യപ്പെടുത്താൻ സ്റ്റോറി ബോർഡ് സഹായകമാണ്. ചിത്രീകരണവേളയിൽ പ്രൊഡക്ഷൻ ഡിസൈനർ, കലാസംവിധായകൻ, ക്യാമറാമാൻ, കോസ്റ്റ്യൂം ഡിസൈനർ, സാങ്കേതിക വിദഗ്ധർ തുടങ്ങിയവർക്ക് കൃത്യമായ മുൻധാരണ നൽകാനും സ്റ്റോറിബോർഡ് സഹായകമാവുന്നു.

സിനിമ ഉണ്ടാക്കുന്നതിനുമുമ്പേ തന്നെ ഉണ്ടാക്കാൻ പോകുന്ന സിനിമയുടെ ദൃശ്യങ്ങൾ എങ്ങനെയിരിക്കുമെന്ന് കാണാനുള്ള ഒരു വഴിയാണ് സ്റ്റോറി ബോർഡ്. തിരക്കഥയിൽ നിന്ന് നേരിട്ട് ഷൂട്ട് ചെയ്യുമ്പോൾ ഉണ്ടാകാവുന്ന പല പരിമിതികളെയും മറികടക്കാൻ സ്റ്റോറിബോർഡ് സഹായിക്കും. തിരക്കഥയിൽ സൂചിതമായിരിക്കുന്ന ഒരു സീനിന്റെ ചിത്രീകരണം എങ്ങനെ ആയിരിക്കണമെന്നതിന്റെ സൂചന സ്റ്റോറിബോർഡിൽ നിന്ന് കൂടുതൽ വ്യക്തതയോടെ ലഭിക്കുന്നു. "നഗരത്തിലെ ഒരു തെരുവ്, കഥാനായിക തന്റെ ഭർത്താവിനെ തിരക്കി നടക്കുന്നു" എന്നു തിരക്കഥയിൽ എഴുതിയിരിക്കുന്നു എന്ന് സങ്കല്പിക്കുക. ഈ സന്ദർഭം പലതരത്തിൽ സങ്കൽപ്പിക്കാൻ കഴിയും. തെരുവിന്റെ സ്വഭാവം, പശ്ചാത്തലത്തിലെ കെട്ടിടങ്ങളും ഷോപ്പുകളും വാഹനങ്ങളും നായിക നടക്കുന്ന ദിശ ഇവയെല്ലാം പരിഗണിച്ചുകൊണ്ടും ക്യാമറാ ആംഗിളിന്റെ അടിസ്ഥാനത്തിൽ വ്യത്യസ്തസ്ഥാനങ്ങളിൽ നിന്ന് നിരീക്ഷിക്കുന്ന രീതിയിലും ഈ സന്ദർഭം സങ്കല്പിക്കാം. എന്നാൽ സങ്കൽപ്പിക്കുന്ന എല്ലാ രീതികളിലും സിനിമ ചിത്രീകരിക്കാൻ കഴിയുകയില്ല. ചിത്രീകരണ സാധ്യതകളുടെ അടിസ്ഥാനത്തിൽ ഒരു മികച്ച ദൃശ്യം സങ്കൽപ്പിക്കുകയാണ് സംവിധായകന് അവിടെ ചെയ്യാവുന്ന കാര്യം. ചലച്ചിത്രമെന്നാൽ ചലിക്കുന്ന ചിത്രമാണ്. ചലനമില്ലെങ്കിൽ ചലച്ചിത്രമില്ല. അപ്പോൾ തിരക്കഥയിൽ പറയുന്ന ദൃശ്യത്തെ എത്രമേൽ ചലനാത്മകമായി അവതരിപ്പിക്കാമെന്നതും സംവിധായകന്റെ വെല്ലുവിളിയാണ്. ഇങ്ങനെ ചിത്രീകരണസാധ്യതയുടെയും ദൃശ്യമികവിന്റെയും അടിസ്ഥാനത്തിൽ സങ്കൽപ്പിക്കപ്പെടുന്ന ദൃശ്യത്തെ / ഷോട്ടിനെ സംവിധായകനോ അയാളുടെ നിർദ്ദേശമനുസരിച്ച് സ്റ്റോറി ബോർഡ് ഡിസൈനറോ വരച്ചുണ്ടാക്കുന്നു. വരച്ചുണ്ടാക്കുന്ന ചിത്രരൂപത്തിൽ തിരക്കഥയിൽ സൂചിപ്പിച്ചിട്ടുള്ളതോ അല്ലാത്തതോ ആയ കാര്യങ്ങളുടെ തെളിച്ചമുള്ള വിശദീകരണമുണ്ടായിരിക്കും. തിരക്കഥയെ അപേക്ഷിച്ച് കൂടുതൽ വ്യക്തതയുള്ള നിർമ്മാണപദ്ധതി അവതരിപ്പിക്കാൻ സ്റ്റോറി ബോർഡിന് കഴിയും. അത്തരം സന്ദർഭങ്ങളിൽ പ്രധാനപ്പെട്ടവ ഇവിടെ ചൂണ്ടിക്കാണിക്കാം.

1. ക്യാമറ ആംഗിൾ– തിരക്കഥയിൽ ഓരോ ഷോട്ടിന്റെയും ആംഗിൾ കൃത്യമായി സൂചിപ്പിക്കപ്പെട്ടിരിക്കണമെന്നില്ല. എന്നാൽ

സ്റ്റോറി ബോർഡിൽ ഓരോ ഷോട്ടും വരയ്ക്കപ്പെടുന്നതു തന്നെ ചിത്രീകരിക്കാനുദ്ദേശിക്കുന്ന ആംഗിളിന്റെ (ക്യാമറാ സ്ഥാനം) അടിസ്ഥാനത്തിലായിരിക്കും. അഥവാ, ക്യാമറക്കണ്ണിലൂടെ കാണുന്ന രീതിയിലാണ് സ്റ്റോറിബോർഡിലെ ചിത്രങ്ങൾ വരയ്ക്കപ്പെടുക. ലോ ആംഗിൾ, ഹൈ ആംഗിൾ, ഐ ലെവൽ ആംഗിൾ എന്നിങ്ങനെയുള്ള വീക്ഷണസ്ഥാനങ്ങളും ലോങ് ഷോട്ട്, മീഡിയം ഷോട്ട്, ക്ലോസപ്പ് എന്നിങ്ങനെ ഷോട്ടിന്റെ ഘടനയും സ്റ്റോറി ബോർഡിലെ ഓരോ ചിത്രരൂപത്തിൽ നിന്നും ഒറ്റനോട്ടത്തിൽ ഗ്രഹിക്കാനാകുന്നു.

2. കോമ്പോസിഷൻ - ചിത്രീകരിക്കപ്പെടുന്ന ഒരു ദൃശ്യത്തിൽ എന്തൊക്കെ ഉൾക്കൊള്ളിക്കേണ്ടതുണ്ട് എന്നതാണ് കോമ്പോസിഷന്റെ താൽപ്പര്യം. ഓരോ ഷോട്ടിലുമുള്ള ദൃശ്യവസ്തുക്കളുടെ യഥോചിതമായ സന്നിവേശനവും വിന്യസനവുമാണ് അത്.

35 mm, സിനിമാസ്കോപ്പ്, 70 mm എന്നിങ്ങനെ അളവുകളിലുള്ള ഫിലിമുകളിലാണ് ചലച്ചിത്രം ചിത്രീകരിക്കപ്പെടുന്നത്. 35 mm ഫോർമാറ്റ് അനുസരിച്ച് 4:3 അനുപാതത്തിലുള്ള ഒരു ദീർഘചതുരദൃശ്യമാണ് പ്രേക്ഷകൻ കാണുന്നത്. 4 ഭാഗം നീളവും 3 ഭാഗം വീതിയും (സ്ക്രീനിലാവുമ്പോൾ 3 ഭാഗം ഉയരം എന്നും പറയാം) സിനിമാസ്കോപ്പിൽ ഈ അനുപാതം 2.35 : 1 എന്നാണ്. പുതിയ കാലത്തെ ഹൈഡെഫനിഷൻ വൈഡ് സ്ക്രീനുകളിൽ 16 : 9 എന്നാണ് അനുപാതം. ഏത് അളവിലാണ് സിനിമ നിർമ്മിക്കേണ്ടതെന്ന് തീരുമാനിച്ചതിനുശേഷം അതിന്റെ അടിസ്ഥാനത്തിലാണ് സ്റ്റോറി ബോർഡ് തയ്യാറാക്കുന്നത്. അങ്ങനെ നിശ്ചയിക്കപ്പെട്ട അളവിലുള്ള ഒരു ദൃശ്യത്തിൽ എന്തെല്ലാം എങ്ങനെയെല്ലാം ഉൾപ്പെടുത്താം എന്നതാണ് കോമ്പോസിഷന്റെ വിഷയം.

മാസ്, ലൈൻ, ടോൺ, ഡെപ്ത് എന്നീ നാലു ഘടകങ്ങൾ ചേർന്നതാണ് കോമ്പോസിഷൻ. 'മാസ്' ഒരു ഫ്രെയിമിൽ ഉൾപ്പെടുന്ന വസ്തുക്കൾ ആണ്. ലൊക്കേഷനും പശ്ചാത്തലവുമടക്കം അതത് ഷോട്ടിന് ആവശ്യമുള്ള വസ്തുക്കളെല്ലാം

കെട്ടിടങ്ങൾ, വാഹനങ്ങൾ, സമീപപ്രകൃതി, അന്തരീക്ഷസൃഷ്ടിക്കുവേണ്ട വിഭവങ്ങൾ, കഥാപാത്രങ്ങൾ - ഇവയെല്ലാം മാസ്സിൽ ഉൾപ്പെടുന്നു. വസ്തുക്കളുടെ ലംബവും തിരശ്ചീനവുമായ നിരകളാണ് 'ലൈൻ' എന്നതുകൊണ്ട് ഉദ്ദേശിക്കുന്നത്. ഒരു ഫ്രെയിമിൽ തന്നെ വസ്തുക്കൾ ഒരു പ്രത്യേക ചിട്ടയിൽ ക്രമീകരിക്കുമ്പോൾ ഫ്രെയിമിന്റെ ദൃശ്യഗുണം വർധിക്കുന്നു. അതുപോലെ തന്നെയാണ് ഫ്രെയിമിലെ വസ്തുക്കളുടെ ചലനവും. ഏത് ദിശയിലാണ് വസ്തുക്കൾ - കഥാപാത്രങ്ങളും വാഹനങ്ങളും മറ്റും - ചലിക്കുന്നത് എന്നത് ഷോട്ടിന്റെ ദൃശ്യഗുണത്തെ നിർണയിക്കുന്ന ഘടകമാണ്. ഇതും 'ലൈനി'ന്റെ വിഷയമാണ്. വെളിച്ചത്തിന്റെയും വർണങ്ങളുടെയും സവിശേഷമായ വിന്യാസമാണ് ടോൺ. പ്രത്യേകമായ മൂഡ് സൃഷ്ടിക്കാൻ ടോൺ കൊണ്ട് സാധിക്കുന്നു. ഈ വക ഘടകങ്ങളെല്ലാം ചേർന്ന് ദൃശ്യത്തിനുണ്ടാവേണ്ട ആഴമാണ് ഡെപ്ത് എന്നതുകൊണ്ട് ഉദ്ദേശിക്കുന്നത്. സിനിമ ഒരു ദൃശ്യകലയാകയാൽ ഓരോ ഫ്രെയിമും ദൃശ്യസമ്പന്നമായിരിക്കണം. മൊത്തത്തിൽ ഒരു ത്രിമാനപ്രതീതി സൃഷ്ടിക്കുകയാണ് ഇതിന്റെ താൽപ്പര്യം.

ഇങ്ങനെ കോമ്പോസിഷൻ ഏതു പ്രകാരത്തിലായിരിക്കണം എന്ന് സ്റ്റോറി ബോർഡിൽ സൂചിപ്പിക്കാൻ കഴിയും. ഇത് ചിത്രീകരണത്തിന്റെ ആയാസം കുറയ്ക്കുന്നു.

3. പ്രകാശസംവിധാനം - മികച്ച ഓരോ ഫ്രെയിമും ശ്രദ്ധാപൂർവമായ പ്രകാശസംവിധാനത്തിന്റെ ഫലമാണ്. സിനിമയിൽ വെളിച്ചത്തിന്റെ വിനിയോഗം കേവലം യാന്ത്രികമായ ഒരു പ്രക്രിയയല്ല. ദൃശ്യത്തിന് ഡെപ്ത് നൽകുക, സവിശേഷമായ മൂഡ് സൃഷ്ടിക്കുക, പ്രത്യേകദിശയിലേക്ക് ശ്രദ്ധ ക്ഷണിക്കുക, പ്രാധാന്യമുള്ള വസ്തുക്കളെ എടുത്തു കാണിക്കുക, അന്തരീക്ഷസൃഷ്ടി, സ്ഥലകാലസൂചന ഇങ്ങനെ പല ദൗത്യങ്ങളും പ്രകാശസംവിധാനത്തിനുണ്ട്. ഓരോ ഫ്രെയിമിലും പ്രകാശസംവിധാനം എപ്രകാരമായിരിക്കണമെന്ന് സ്റ്റോറി ബോർഡിൽ സൂചിപ്പിച്ചിരിക്കും.

പാശ്ചാത്യനാടുകളിൽ ഷൂട്ടിങ് നടക്കുന്നത് തിരക്കഥയേക്കാൾ

സ്റ്റോറി ബോർഡിനെ ആശ്രയിച്ചാണ്. സ്റ്റോറി ബോർഡ് തയ്യാറാക്കുന്ന പ്രൊഫഷണലുകൾ അവിടെ സിനിമാവ്യവസായത്തിന്റെ ഭാഗമാണ്. പ്രത്യേകമായി തയ്യാറാക്കിയ പാനലുകളോ കാർഡുകളോ ഉപയോഗിച്ചാണ് അവർ സ്റ്റോറി ബോർഡ് തയ്യാറാക്കുക. ഒരു ഫ്രെയിമിന്റെ അളവിന് (ഉദാ: 4 : 3) ആനുപാതികമായ ഒരു ചതുരക്കളമാണ് പാനലിന്റെ മുഖ്യഭാഗം. ഇതിലാണ് ഷോട്ടിന്റെ നിശ്ചല ദൃശ്യം വരച്ചുണ്ടാക്കുന്നത്. അതിനു ചുവട്ടിലോ പാർശ്വങ്ങളിലോ ഉള്ള നിർദ്ദിഷ്ടഭാഗത്ത് ആ ഷോട്ടിൽ ആവശ്യമുള്ള വിവരണങ്ങളും സംഭാഷണങ്ങളും ചേർക്കുന്നു. ചിത്രവും ലിഖിതരൂപവും ചേർന്നുള്ള ഈ പാനലുകൾ വച്ചുകൊണ്ട് ഷൂട്ടിങ് നടത്തുക എളുപ്പമാണ്. ഏത് ഷോട്ടിൽ ഏത് സംഭാഷണമാണ് വരേണ്ടതെന്ന കൃത്യമായ മുൻധാരണ നൽകാൻ ഈ സമ്പ്രദായം സഹായിക്കുന്നു.

സ്റ്റോറി ബോർഡ് - ചരിത്രം

1895-ൽ ലൂമിയർ സഹോദരന്മാർ ചലച്ചിത്രം എന്ന പുതിയൊരു കലാരൂപത്തിന് തുടക്കം കുറിച്ചുവെങ്കിലും തിരക്കഥ എന്ന ഘടകത്തിന്റെ പ്രാധാന്യം തിരിച്ചറിയപ്പെട്ടത് പിന്നീടാണ്. സ്റ്റോറി ബോർഡ് എന്ന സങ്കല്പം രൂപപ്പെടുന്നതാകട്ടെ പിന്നെയും അനേകവർഷങ്ങൾക്കുശേഷവും. 1933-ൽ വാൾട്ട് ഡിസ്നി സ്റ്റുഡിയോ ആണ് സിനിമയ്ക്കുവേണ്ടി ആദ്യമായി സ്റ്റോറിബോർഡ് തയ്യാറാക്കിയത്. ഡിസ്നി നിർമ്മിച്ച 'ത്രീ ലിറ്റിൽ പിഗ്സ്' എന്ന ഹ്രസ്വസിനിമയ്ക്കുവേണ്ടിയായിരുന്നു അത്. ആ സ്റ്റോറിബോർഡിന് മാതൃകയായിരുന്നത് അതിനുമുമ്പേ പ്രചാരത്തിലുണ്ടായിരുന്ന കോമിക് ബുക്കുകളായിരുന്നു. സിനിമയ്ക്ക് മുമ്പേ അതിന്റെ ദൃശ്യരൂപം വരച്ചുണ്ടാക്കാമെന്ന ആശയം ഡിസ്നിക്ക് നൽകിയത് അദ്ദേഹത്തിന്റെ അനിമേറ്റർ ആയിരുന്ന വെബ് സ്മിത്ത് ആയിരുന്നു.

വളരെപ്പെട്ടെന്നുതന്നെ സ്റ്റോറിബോർഡ് സമ്പ്രദായം ഇതര സ്റ്റുഡിയോകളിലേക്കും വ്യാപിച്ചു. തൊള്ളായിരത്തി നാൽപ്പതുകളിൽ എത്തുമ്പോഴേക്കും സിനിമാമേഖലയിൽ സ്റ്റോറി ബോർഡിന്റെ ഉപയോഗം സാർവ്വത്രികമായിക്കഴിഞ്ഞിരുന്നു. വിക്ടർ ഫ്ളെമിങ് സംവിധാനം ചെയ്ത Gone with the wind (1939) ആണ് സമ്പൂർണ്ണമായി സ്റ്റോറി ബോർഡ് ചെയ്തു നിർമ്മിച്ച ആദ്യസിനിമ. വില്യം കാമറോൺ മെൻസിസ് എന്ന പ്രൊഡക്ഷൻ ഡിസൈനർ ചിത്രര

ചനാ സഹായികളുടെ പിന്തുണയോടെ ഓരോ ഷോട്ടും വരച്ചുണ്ടാക്കുകയായിരുന്നു.

സ്റ്റോറി ബോർഡിനെ വൻതോതിൽ ആശ്രയിച്ച ചലച്ചിത്രകാരനായിരുന്നു ഹിച്ച് കോക്ക്. എല്ലാ വിശദാംശങ്ങളോടും കൂടിയ ഒരു സിനിമാനിർമാണ സാമഗ്രിയായാണ് അദ്ദേഹം സ്റ്റോറി ബോർഡിനെ കണ്ടിരുന്നത്. അകിരാ കുറോസോവ തന്റെ പിൽക്കാല സിനിമകൾക്കായി സ്റ്റോറി ബോർഡ് ഉപയോഗിച്ചിരുന്നു. പൂർണ്ണമായും ഇത്തരത്തിൽ തയ്യാറാക്കപ്പെട്ട ചിത്രമാണ് 'റാൻ'. ലോകത്തെമ്പാടുമുള്ള നിരവധി സംവിധായകർ ഇന്ന് സ്റ്റോറി ബോർഡിനെ അവശ്യഘടകമായി കരുതിപ്പോരുന്നുണ്ട്.

ആദ്യകാലത്ത് സ്റ്റോറി ബോർഡ് കൈകൊണ്ട് വരച്ചുണ്ടാക്കുകയാണ് ചെയ്തിരുന്നത്. എന്നാൽ ഇന്ന് സവിശേഷമായ സോഫ്റ്റ്‌വെയറുകൾ ഉപയോഗിച്ച് കമ്പ്യൂട്ടറിൽ വളരെ എളുപ്പത്തിൽ സ്റ്റോറി ബോർഡ് തയ്യാറാക്കാൻ കഴിയും. വസ്തുപ്രകൃതത്തെ സൂചിപ്പിക്കുന്ന ചില മാതൃകാരൂപങ്ങൾ - ഐക്കണുകൾ - ഈ സോഫ്റ്റ്‌വെയറുകളിൽ ഉണ്ട്. കെട്ടിടം, റോഡ്, വാഹനം, ആളുകൾ, മൃഗങ്ങൾ, ഉപകരണങ്ങൾ എന്നിങ്ങനെ. ഇവയെ എടുത്ത് മുൻപറഞ്ഞ ചതുരക്കളത്തിൽ യഥാസ്ഥാനത്ത് വിന്യസിച്ചാൽ ചിത്രരൂപമായി. സ്റ്റോറി ബോർഡ് തയ്യാറാക്കാൻ ചിത്രകാരന്മാരുടെ സഹായ ആവശ്യമില്ലെന്ന സൗകര്യവും ഇതുവഴി ലഭിക്കുന്നു.

സമീപകാലം വരെയും 2 D സ്റ്റോറി ബോർഡ് പ്രോഗ്രാം ഉപയോഗിച്ചാണ് സ്റ്റോറി ബോർഡ് വരച്ചിരുന്നതെങ്കിൽ ഇന്ന് ആ സ്ഥാനത്തേക്ക് 3 D പ്രോഗ്രാമുകൾ കടന്നുവന്നിരിക്കുന്നു. ഇതുപയോഗിച്ച് ചിത്രീകരിക്കാനുദ്ദേശിക്കുന്ന ഷോട്ടുകളുടെ ചലനരൂപങ്ങൾ തന്നെ മുൻകൂട്ടി ഉണ്ടാക്കിയെടുക്കാൻ സാധിക്കും. ഈ അനിമേഷൻ മാതൃകയുടെ അടിസ്ഥാനത്തിൽ പിന്നീട് ചിത്രീകരണം നടത്തുന്നു.

കൈകൊണ്ട് വരയ്ക്കുന്നതിനുപകരം ഓരോ ഷോട്ടിന്റെയും ഏകദേശ സന്ദർഭം ഒരുക്കി ഫോട്ടോകളെടുത്തും സ്റ്റോറി ബോർഡ് തയ്യാറാക്കാറുണ്ട്. ഡ്യൂപ്പുകളെ ഉപയോഗിച്ച് ഓരോ ഷോട്ടിന്റെയും സന്ദർഭം നിശ്ചലദൃശ്യങ്ങളായി ചിത്രീകരിക്കുന്നു. ഇത്തരം ഫോട്ടോഗ്രാഫുകളുടെ പരമ്പരയാണ് സ്റ്റോറി ബോർഡ് ആയി മാറുന്നത്.

സ്റ്റിൽ ഫോട്ടോയ്ക്കുപകരം വീഡിയോ ചിത്രങ്ങൾ വഴി നിർമിക്കാനുദ്ദേശിക്കുന്ന സിനിമയുടെ പൂർവരൂപം തന്നെ തയ്യാറാക്കുന്ന രീതിയും ഇന്ന് പ്രചാരത്തിലുണ്ട്.

സ്റ്റോറിബോർഡ് എന്നാൽ വലിയ ചിത്രങ്ങൾ എന്നോ ഗുണമേന്മയുള്ള ചിത്രങ്ങൾ എന്നോ അർത്ഥമില്ല. വസ്തുക്കളുടെ ഏകദേശരൂപം മാത്രം അവതരിപ്പിക്കുന്ന രേഖാചിത്രങ്ങളുമാവാമത്. ഒരു മനുഷ്യരൂപത്തിന്റെ വിശദാംശങ്ങളോടുകൂടിയ ചിത്രത്തിനുപകരം അതിന്റെ ഒരു ഏകദേശരൂപം സ്ഥാപിച്ചാൽ മതിയാകും. വലിപ്പത്തിന്റെ കാര്യത്തിലുമുണ്ട് ഈ സ്വാതന്ത്ര്യം. ചിലർ A 4 വലിപ്പത്തിലുള്ള ചിത്രങ്ങൾ തയ്യാറാക്കുമ്പോൾ മറ്റ് ചിലർ സ്റ്റാമ്പ് വലിപ്പത്തിലുള്ള ചെറുചിത്രങ്ങളായാണ് സ്റ്റോറി ബോർഡ് തയ്യാറാക്കുക. നഖചിത്രം (Thumbnail) എന്ന ഓമനപ്പേരിലുള്ള ചെറുചിത്രങ്ങൾ തിരക്കഥയുടെ മാർജിനിൽത്തന്നെ വരച്ചിടുന്ന സംവിധായകരുണ്ട്. ഇന്ത്യൻ സംവിധായകനായ സത്യജിത് റേ ഓരോ ഷോട്ടിന്റെയും നഖചിത്രം തിരക്കഥയിൽ തന്നെ വരച്ചിടുമായിരുന്നു. ക്യാമറ ആംഗിളും കോമ്പോസിഷനും മറ്റും പ്ലാൻ ചെയ്യാൻ ഇത്തരം നഖചിത്രങ്ങൾ സഹായകമാവുന്നു.

സിനിമയ്ക്കു വേണ്ടിയാണ് സ്റ്റോറി ബോർഡ് എന്ന ആശയം രൂപപ്പെട്ടതെങ്കിലും പിന്നീട് മറ്റ് പല സന്ദർഭങ്ങളിലും സ്റ്റോറി ബോർഡ് ഉപയോഗിക്കപ്പെട്ടിട്ടുണ്ട്. റഷ്യൻ നാടകസംവിധായകനായ കോൺസ്റ്റാന്റിൻ സ്റ്റാനിസ്ലാവ്സ്കി തന്റെ നാടകങ്ങൾക്ക് വേണ്ടി സ്റ്റോറി ബോർഡ് തയ്യാറാക്കുമായിരുന്നു. ജർമൻ സംവിധായകനായ ബർതോൾഡ് ബ്രഷ്റ്റും ഈ രീതി അവലംബിച്ചിരുന്നു. ഓരോ സന്ദർഭത്തിലെയും ദൃശ്യങ്ങൾ എപ്രകാരമായിരിക്കണമെന്ന മുൻധാരണയ്ക്കുവേണ്ടിയാണ് അവർ സ്റ്റോറി ബോർഡ് ഉപയോഗിച്ചിരുന്നത്. കോമിക് ബുക്കുകൾക്കുവേണ്ടിയും അനിമേഷൻ ചിത്രങ്ങൾക്കുവേണ്ടിയും മറ്റും സ്റ്റോറിബോർഡ് ഉണ്ടാക്കപ്പെടുന്നു. ചില നോവലെഴുത്തുകാർ നോവൽ സന്ദർഭങ്ങളുടെ വ്യക്തതയ്ക്കും വൈശദ്യത്തിനും വേണ്ടി സ്റ്റോറി ബോർഡുകളെ ആശ്രയിക്കാറുണ്ട്.

മലയാളത്തിൽ സ്റ്റോറി ബോർഡിന് ഇന്നും വലിയ പ്രചാരമൊന്നുമില്ലെങ്കിലും ചില സംവിധായകർ സ്റ്റോറി ബോർഡിനു സമാനമായ ചില രേഖാചിത്രങ്ങൾ മുൻകൂർ തയ്യാറാക്കിവയ്ക്കാ

റുണ്ട്. ഭരതൻ, ആർ. സുകുമാരൻ എന്നീ ചലച്ചിത്രകാരൻമാർ തങ്ങൾ നിർമിക്കാൻ പോകുന്ന സിനിമയിലെ ഷോട്ടുകളെല്ലാം ചിത്രരൂപത്തിൽ തയ്യാറാക്കാറുണ്ടായിരുന്നു എന്നു കേട്ടിട്ടുണ്ട്. എന്നാൽ മലയാളത്തെ സംബന്ധിച്ച് സ്റ്റോറി ബോർഡ് സമ്പ്രദായം അതിന്റെ ശൈശവദശയിൽത്തന്നെയാണ് ഇന്നും നിൽക്കുന്നത്.

(2013)

സിനിമ: വിവർത്തനത്തിന്റെ രാഷ്ട്രീയം

ഒരു ഭാഷയിൽ നിർമിക്കപ്പെട്ട സിനിമയെ സാമ്പത്തികമോ വിനോദപരമോ ആയ താൽപ്പര്യങ്ങൾ മുൻനിർത്തി മറ്റൊരു ഭാഷയിലേക്ക്, അല്ലെങ്കിൽ ഭാഷാപ്രവിശ്യയിലേക്ക് ഇറക്കുമതി ചെയ്യുമ്പോൾ നിർവഹിക്കപ്പെടുന്ന ഭാഷാപരമായ സാങ്കേതിക പ്രവൃത്തിയാണ് സിനിമാവിവർത്തനം എന്ന ധാരണ ഇന്നും പ്രബലമായി നിലനിന്നുപോരുകയാണ്. എന്നാൽ ലോകസിനിമയുടെ ചരിത്രത്തിൽ വിവർത്തനം രാഷ്ട്രീയവും സാംസ്കാരികവുമായ നിരവധി താൽപ്പര്യങ്ങളുമായി ബന്ധപ്പെട്ടിരുന്നിട്ടുണ്ട് എന്നു നമ്മൾ തിരിച്ചറിയേണ്ടതുണ്ട്.

ഒരു സാഹിത്യകൃതിയുടെ വിവർത്തനം അതു വായിക്കുന്ന ചെറിയ വിഭാഗം വായനക്കാരെ മാത്രമേ സ്പർശിക്കുന്നുള്ളുവെങ്കിൽ സിനിമയുടെ വിവർത്തനം ലക്ഷക്കണക്കായ പ്രേക്ഷകരെയാണു സ്പർശിക്കുക. ചെറിയ കാലയളവുകൊണ്ടുതന്നെ അനേകലക്ഷം ആളുകളിലേക്കെത്തുമെന്നതിനാൽ സിനിമ ഒരു രാഷ്ട്രീയായുധമെന്ന നിലയിൽ ലോകമെമ്പാടും ഉപയോഗിക്കപ്പെട്ടിട്ടുണ്ട്. സിനിമാവിവർത്തനവും ചിലപ്പോൾ ഇത്തരത്തിലുള്ള രാഷ്ട്രീയവും സാംസ്കാരികവുമായ താൽപ്പര്യങ്ങൾ സാധിച്ചെടുക്കാനുള്ള ഒരായുധമെന്ന നിലയിൽ പ്രയോഗിക്കപ്പെടാറുണ്ട്.

വിവർത്തനം ആവശ്യമായി വരുന്ന ഇതരമേഖലകളിൽ നിന്നും പല നിലയ്ക്കും വ്യത്യസ്തമാണ് സിനിമയിലെ വിവർത്തനം. ശാസ്ത്രം, സാഹിത്യം തുടങ്ങിയ മേഖലകളിൽ ലിഖിതഭാഷയുടെ വിവർത്തനമാണു നടക്കുന്നതെങ്കിൽ സിനിമയിൽ വാമൊഴിഭാഷയുടെ അഥവാ സംഭാഷണത്തിന്റെ വിവർത്തനമാണ് പ്രധാനമായും ആവശ്യമായി വരുന്നത്. എന്നാൽ വാമൊഴിഭാഷയുടെ കേവലമായ വിവർത്തനം മാത്രമല്ല അത്. ഒരു സ്രോതഭാഷയിൽ

(Source Language) നിർമ്മിക്കപ്പെട്ട സിനിമയിലെ സംഭാഷണങ്ങളുടെ സ്ഥാനത്ത് ലക്ഷ്യഭാഷയിലെ (Target Language) സംഭാഷണങ്ങളോ അതിലെ ആശയങ്ങളോ സ്ഥാപിക്കുകയാണ് സിനിമാവിവർത്തനത്തിന്റെ രീതി. കഥാപാത്രങ്ങളുടെ സംഭാഷണമാണ് സിനിമയിലെ വിവർത്തനവിഷയം. സംഭാഷണമാകട്ടെ അഭിനേതാവിന്റെ മൊത്തം പ്രകടനത്തിന്റെ ഭാഗവുമാണ്. അഥവാ, ഒരു അഭിനേതാവിന്റെ അഭിനയം, അംഗചേഷ്ടകൾ, മുഖഭാവം, സംഭാഷണത്തിന്റെ താളം, ചുണ്ടുകളുടെ അനക്കം എന്നിവയെല്ലാം ഒരു സംഭാഷണത്തിന്റെ അവതരണത്തിൽ പ്രധാനമാണ്. ഇവയ്ക്കനുസൃതമായി വേണം സിനിമയിലെ സംഭാഷണങ്ങളുടെ വിവർത്തനം. അതുകൊണ്ടുതന്നെ സിനിമയിലെ വിവർത്തനം നിരവധി ഘട്ടങ്ങൾ ആവശ്യപ്പെടുന്നതും ക്ലേശകരവുമായ ഒരു സവിശേഷ പ്രക്രിയയാണ്.

ഡബ്ബിങ്, സബ് ടൈറ്റിലിങ്, വോയിസ് ഓവർ എന്നിങ്ങനെ മൂന്നുതരം വിവർത്തനരീതികളാണു സിനിമയിൽ പ്രയോഗത്തിലുള്ളത്. "സമയം, വാക്യഘടന, ചുണ്ടുകളുടെ ചലനം എന്നിവയ്ക്കനുസൃതമായി കഥാപാത്രങ്ങളുടെ സംഭാഷണത്തെ മറ്റൊരു രീതിയിലേക്കു മാറ്റിപ്പണിയുക"യെന്നതാണ് ഡബ്ബിങ് എന്നറിയപ്പെടുന്ന സിനിമാ വിവർത്തനത്തിന്റെ രീതി. ഒരു ഭാഷയിൽ നിർമിക്കപ്പെട്ട സിനിമയിലെ സംഭാഷണങ്ങളെ "നടന്റെ വദനചലനത്തിനനുസൃതമായി ഒരു അന്യഭാഷയെ പൊരുത്തപ്പെടുത്തുന്ന പ്രക്രിയ" എന്ന് ഡബ്ബിങ് നിർവചിക്കപ്പെടുന്നു. ഓരോ ദൃശ്യത്തിലെയും സംഭാഷണത്തിന്റെ ആശയം ലക്ഷ്യഭാഷയിലേക്കു വിവർത്തനം ചെയ്ത് അതത് ദൃശ്യത്തിന്റെ അടിയിൽ എഴുതിക്കാണിക്കുകയാണ് സബ് ടൈറ്റിലിങ് എന്ന രീതി. വാമൊഴിയെ അന്യഭാഷയിലേക്കും അതേസമയം തന്നെ ലിഖിതരൂപത്തിലേക്കും മാറ്റുകയാണ് ഇവിടെ ചെയ്യുന്നത്. മൂലഭാഷയിലെ സംഭാഷണങ്ങൾ കേൾക്കാനും അതോടൊപ്പം ലക്ഷ്യഭാഷയിൽ അതിന്റെയർത്ഥം വായിച്ചറിയാനും ഈ രീതി അവസരം തരുന്നു. സിനിമയുടെ വൈദേശികസ്വഭാവം അതേപടി നിലനിർത്തുന്ന സമ്പ്രദായമാണിത്. വൈദേശികമായ സിനിമയെ തദ്ദേശീയമായ ഭാഷയിലേക്കും സാംസ്കാരിക സാഹചര്യത്തിലേക്കും മാറ്റുകയാണ് ഡബ്ബിങിൽ നടക്കുന്നത്. ഇതിനെ തദ്ദേശീയവൽക്കരണം (Domestication)

എന്നു വിശേഷിപ്പിക്കാം. ലക്ഷ്യഭാഷാസംസ്കാരത്തോട് ഏറ്റവും അടുപ്പം പുലർത്തുന്ന വിവർത്തനരീതിയാണിത്. എന്നാൽ സബ്ടൈറ്റിലിങിൽ നടക്കുന്നത് വൈദേശികത്വത്തെ അതേപടി നിലനിർത്തലാണ്. ഇതിനെ വൈദേശികവൽക്കരണം (Foreignisation) എന്നും വിളിക്കുന്നു. ഇതാണ് ഡബ്ബിങ്ങും സബ്ടൈറ്റിലിങ്ങും തമ്മിലുള്ള പ്രധാന വ്യത്യാസം. വൻകിട സിനിമാപ്രവിശ്യകളിൽ നിന്ന് ഇറക്കുമതി ചെയ്യപ്പെടുന്ന സിനിമകളിൽ ഡബ്ബിങ്ങും ചെറുകിട ഭാഷാപ്രവിശ്യകളിൽ നിന്ന് കയറ്റുമതി ചെയ്യപ്പെടുന്ന സിനിമകളിൽ സബ്ടൈറ്റിലിങ്ങും കൂടുതലായി കാണപ്പെടുന്നു. സിനിമയിൽ ഉപയോഗിക്കപ്പെടുന്ന മൂന്നാമത്തെ വിവർത്തനരീതിയാണ് വോയ്സ് ഓവർ. വിദേശസിനിമയുടെ സ്വഭാവത്തെ അൽപ്പം പോലും മാറ്റാതെ ഒരു ആഖ്യാതാവ് സിനിമയിലുടനീളം ലക്ഷ്യഭാഷയിൽ വിവരണം നൽകുകയാണ് ഇതിന്റെ രീതി. സിനിമയിലെ യഥാർത്ഥസംഭാഷണത്തിന്റെയടിയിൽ താരതമ്യേന കുറഞ്ഞ ശബ്ദത്തിലാണ് ഈ വിവരണം കേൾക്കാനാവുക.

സിനിമാവിവർത്തനം: ചരിത്രവും രാഷ്ട്രീയവും

നിശ്ശബ്ദസിനിമയുടെ കാലത്ത് സിനിമാവിവർത്തനം ഒരു പ്രധാന പ്രശ്നമായി കരുതപ്പെട്ടിരുന്നില്ല. സംഭാഷണത്തിന്റെ ലിഖിതരൂപം ഷോട്ടുകൾക്കിടയിൽ പ്രത്യേക സ്ലൈഡായി അവതരിപ്പിക്കുകയായിരുന്നു അക്കാലത്ത് ചെയ്തിരുന്നത്. ഈ സ്ലൈഡിന്റെ സ്ഥാനത്ത് ഏതു ഭാഷയിലുള്ള വിവർത്തനപാഠവും എഴുതിവയ്ക്കാൻ കഴിയുമായിരുന്നു. സിനിമാശരീരത്തിലല്ല വിവർത്തനരൂപം വിന്യസിക്കപ്പെടുന്നതെന്നത് സിനിമാ വിവർത്തനത്തെ സിനിമാബാഹ്യമായി നിർവ്വഹിക്കാവുന്ന കൃത്യമാക്കി മാറ്റുന്നു. ശബ്ദസിനിമയുടെ വരവോടെയാണ് ഡബ്ബിങ്, സബ്ടൈറ്റിലിങ് എന്നിങ്ങനെയുള്ള വിവർത്തനപ്രയോഗങ്ങൾക്കു പ്രസക്തിയുണ്ടാകുന്നത്. 1927 ഒക്ടോബറിൽ അമേരിക്കയിൽ റിലീസ് ചെയ്ത 'ജാസ് സിങ്ങർ' ആണു ലോകത്തിലെ ആദ്യത്തെ ശബ്ദസിനിമ. ഈ സിനിമ 1929 ജനുവരിയിൽ ഫ്രഞ്ച് സബ് ടൈറ്റിലുകളുമായി പാരീസിൽ റിലീസ് ചെയ്യപ്പെട്ടു. സിനിമാവിവർത്തനത്തിന്റെ യഥാർത്ഥ ചരിത്രവും അവിടെനിന്നുമാരംഭിക്കുന്നു. അമേരിക്കയിലും യൂറോപ്പിലും നിർമ്മിക്കപ്പെട്ട നിശ്ശബ്ദസിനിമകൾ അതതുകാലത്തുതന്നെ വിദേശരാജ്യങ്ങളിലേക്ക് എത്തിപ്പെടുകയുണ്ടായി. ഭാഷാപരമായ

boloji.com

അതിർത്തികൾ ഭേദിച്ചുകൊണ്ട് സിനിമകൾ രാജ്യങ്ങളിൽനിന്നു രാജ്യങ്ങളിലേക്ക് സഞ്ചരിച്ചുകൊണ്ടിരിക്കുന്നു. സ്വാഭാവികമായും അവിടെയെല്ലാം വിവർത്തനവും ഒരു അനിവാര്യവിഷയമായി മാറുന്നു. സിനിമയ്ക്ക്, വിശേഷിച്ചും സമ്പന്നരാജ്യങ്ങളിൽ നിർമ്മിക്കപ്പെടുന്ന സിനിമകൾക്ക് ആഗോളതലത്തിൽ കൈവന്ന സ്വീകാര്യത സിനിമാവിവർത്തനത്തെ ഒരു വൻവ്യവസായമായി ത്തന്നെ വികസിപ്പിച്ചിട്ടുണ്ട്.

കല, വിനോദം, വ്യവസായം എന്നീ നിലകളിൽ സിനിമയ്ക്ക് 20-ാം നൂറ്റാണ്ടിന്റെ പൂർവാർധത്തിൽത്തന്നെ ലോകമെങ്ങും സ്വീകാര്യത കൈവരുകയും അമേരിക്കയിലും ബ്രിട്ടനിലും സിനിമയൊരു വൻവ്യവസായമായി വളരുകയും ചെയ്തു. വലിയ സാമ്പത്തികശക്തിയുപയോഗിച്ചു നിർമ്മിക്കുന്ന വമ്പൻ വിനോദോപാധികളായിരുന്നു ഹോളിവുഡ് സിനിമകൾ. ഇത്തരം സിനിമകൾക്കു ലോകമെങ്ങും ആവശ്യക്കാരുണ്ടായിരുന്നു. അങ്ങനെ ഈ സിനിമകൾ ഒട്ടേറെ രാജ്യങ്ങളിൽ ഇറക്കുമതി ചെയ്യപ്പെട്ടു. തദ്ദേശീയരായ പ്രേക്ഷകർക്കുവേണ്ടി ഈ സിനിമകൾ തദ്ദേശീയമായ ഭാഷകളിൽ ഡബ് ചെയ്താണു പ്രദർശിപ്പിച്ചിരുന്നത്. ഒരു കാലത്ത് പല രാജ്യങ്ങളും സ്വന്തം സിനിമകളെക്കാൾ അന്യഭാഷാ സിനിമകളെ ആശ്രയിച്ചിരുന്നുവെന്ന് കണക്കുകൾ വ്യക്തമാക്കുന്നുണ്ട്. 1951-1962 കാലയളവിൽ യൂറോപ്യൻ രാജ്യങ്ങളിലേക്ക് ഇറക്കുമതി ചെയ്യപ്പെട്ട വിദേശസിനിമകളുടെ പട്ടിക 'ദ പവർ ഓഫ് ഫിലിം ട്രാൻസ്ലേഷൻ'[1] എന്ന പഠനത്തിൽ അഗ്നീസ്ക സർക്കോവ്സ്ക അവതരിപ്പിക്കുന്നുണ്ട്. ഇക്കാലത്ത് ഇറ്റലിയിൽ പ്രദർശനത്തിനെത്തിയത് 4406 സിനിമകളാണ്. അതിൽ 2491ഉം വിദേശനിർമിത സിനിമകളായിരു

ന്നു. മൊത്തം സിനിമയിൽ 57 ശതമാനവും വിദേശചിത്രങ്ങൾ (ജർമനിയിൽ 76 ശതമാനം, സ്വീഡനിൽ 92 ശതമാനം, ഡെൻമാർക്കിൽ 96 ശതമാനം, നോർവെയിൽ 97 ശതമാനം എന്നിങ്ങനെ). ഇതിൽ ബഹുഭൂരിപക്ഷവും അമേരിക്കൻ സിനിമകളായിരുന്നുവെന്നതും ശ്രദ്ധേയമാണ്. ഈ രാജ്യങ്ങളിൽ സിനിമാവിവർത്തനം ഒരുകാലത്ത് സിനിമാനിർമ്മാണത്തേക്കാൾ വലിയ വ്യവസായമായിരുന്നുവെന്ന് ഈ കണക്കുകൾ വെളിപ്പെടുത്തുന്നു.

സിനിമയുടെ ഇറക്കുമതി ഈ രാജ്യങ്ങളിലെല്ലാം പ്രോത്സാഹിപ്പിക്കപ്പെട്ടിരുന്നുവെങ്കിലും തദ്ദേശീയ ഭാഷകളിലേക്ക് അവ ഡബ്ബ് ചെയ്യണമെന്ന് മിക്ക രാജ്യങ്ങളും നിഷ്കർഷിച്ചിരുന്നു. അമേരിക്കയിൽ നിന്നുള്ള ഇംഗ്ലീഷ് സിനിമകൾ അതേപടി അവതരിപ്പിക്കാൻ മിക്ക യൂറോപ്യൻ രാജ്യങ്ങളും വിമുഖത പുലർത്തിയിരുന്നു. അമേരിക്കൻ സിനിമകളിലെ ഇംഗ്ലീഷ് ഭാഷയുടെ മാത്രമല്ല, അമേരിക്കൻ ജീവിതശൈലിയുടെയും രാഷ്ട്രീയതാല്പ്പര്യങ്ങളുടെയും അധിനിവേശം ചെറുക്കുകയെന്ന ഉദ്ദേശ്യം കൂടി അമേരിക്കൻ ചിത്രങ്ങൾ യൂറോപ്യൻ ഭാഷകളിലേക്ക് മൊഴിമാറ്റം ചെയ്തതിനു പിന്നിലുണ്ടായിരുന്നു. ഡബ്ബ് ചെയ്യാതെ വിദേശ ഭാഷകളിലുള്ള ചിത്രങ്ങൾ അതേപടി അവതരിപ്പിക്കുന്നതിന് സ്പെയിനിൽ നിരോധനം തന്നെ ഏർപ്പെടുത്തിയിരുന്നു. ഇങ്ങനെ, ഡബ്ബിങ് വഴി തദ്ദേശഭാഷയുടെയും തദ്ദേശീയ സംസ്കാരത്തിന്റെയും ഒരു അന്തരീക്ഷം സൃഷ്ടിച്ചുകൊണ്ടാണു വിദേശഭാഷാചിത്രങ്ങൾ യൂറോപ്യൻ രാജ്യങ്ങളിൽ അവതരിപ്പിക്കപ്പെട്ടത്.

ഒരു സിനിമ, അതു തയ്യാറാക്കപ്പെട്ട ഭാഷയുടെയും ഭാഷാപ്രവിശ്യയുടെയും സാംസ്കാരിക, രാഷ്ട്രീയ താല്പര്യങ്ങളെ ഉള്ളിലടക്കിവയ്ക്കുന്നുണ്ട്. അമേരിക്കയിൽനിന്നുള്ള ചില ഹോളിവുഡ് ചിത്രങ്ങളെത്തന്നെ ഇതിന് ഉദാഹരണമായെടുക്കാം. ഹോളിവുഡിൽ നിന്നിറങ്ങിയിരുന്ന ജെയിംസ് ബോണ്ട് ചിത്രങ്ങളിലെല്ലാം അമേരിക്കയ്ക്കു താൽപ്പര്യമില്ലാത്ത രാജ്യങ്ങൾ പ്രതിനായകസ്ഥാനത്ത് അവരോധിക്കപ്പെട്ടു പോന്നിട്ടുണ്ട്. സോവിയറ്റ് യൂണിയനും വിയറ്റ്നാമുമായിരുന്നു ഒരു കാലത്ത് ഹോളിവുഡ് ആക്ഷൻസിനിമകളുടെ പ്രതിനായകസ്ഥാനത്തു നിന്നിരുന്നത്. പിന്നീട് ആ സ്ഥാനത്തേക്ക് ഇസ്ലാമികരാജ്യങ്ങൾ കടന്നുവന്നു. പുതിയ കാലത്തെ ഹോളിവുഡ് സിനിമകളിൽ സാഹസികനായകൻമാർക്ക് നേരി

ടേണ്ടത് ഇസ്ലാമിക തീവ്രവാദികളെയാണ്. അമേരിക്കയുടെ ആഗോള മേൽക്കോയ്മ സ്ഥാപിച്ചെടുക്കാനുള്ള ഒരായുധമെന്ന നിലയിലാണ് ഇത്തരം സിനിമകൾ പ്രവർത്തിച്ചുപോന്നിട്ടുള്ളത്. ഈ സിനിമകളിലൂടെ ലോകമെങ്ങും പ്രക്ഷേപിക്കപ്പെടുന്നത് അമേരിക്കയുടെ രാഷ്ട്രീയ-സാമ്പത്തിക-സാംസ്കാരിക താൽപ്പര്യങ്ങൾ തന്നെയാണ്. അതുകൊണ്ടുതന്നെ ഈ രാഷ്ട്രീയ മേൽക്കോയ്മ അത്തരം സിനിമകൾ ഇറക്കുമതി ചെയ്യുന്ന രാജ്യങ്ങളെ സംബന്ധിച്ച് വലിയൊരു ബാധ്യതയായി മാറുന്നുമുണ്ട്. സാമ്പത്തിക താൽപ്പര്യം വച്ചുകൊണ്ട് ഹോളിവുഡ് സിനിമകൾ ഇറക്കുമതി ചെയ്യുന്ന മിക്ക രാജ്യങ്ങളും ഈ പ്രതിസന്ധിയെ മറികടക്കുന്നത് സംഭാഷണവിവർത്തനത്തിൽ സ്വീകരിക്കുന്ന സ്വാതന്ത്ര്യം വച്ചുകൊണ്ടാണ്. തദ്ദേശീയ സംസ്കാരത്തിനിണങ്ങാത്തതോ മതവികാരത്തെ വ്രണപ്പെടുത്തുന്നതോ ബഹുജനരോഷം വളർത്തുന്നതോ ആയ സംഭാഷണങ്ങൾ മാറ്റിമറിക്കുന്നതിലൂടെ സിനിമയുടെ രാഷ്ട്രീയ താൽപ്പര്യങ്ങളെത്തന്നെ മാറ്റിമറിക്കാൻ കഴിയും. ഹോളിവുഡിൽ നിന്നുള്ള മിക്ക സിനിമകളും തമിഴിലേക്ക് മൊഴിമാറ്റിയാണ് തമിഴ്നാട്ടിൽ പ്രദർശനത്തിനെത്തുന്നത്. മേൽപ്പറഞ്ഞതരം പരാമർശങ്ങൾ ഒഴിവാക്കിക്കൊണ്ടാണ് പലപ്പോഴും ഈ മൊഴിമാറ്റം നടക്കുന്നത്. നീക്കം ചെയ്ത സംഭാഷണങ്ങൾ ഏതെന്ന് പ്രേക്ഷകൻ മനസ്സിലാക്കുകയില്ലെങ്കിലും തദ്ദേശീയ പ്രേക്ഷകരെ അലോരസപ്പെടുത്താത്ത വിധം ഏത് അമേരിക്കൻ സിനിമയെയും വെളുപ്പിച്ചെടുക്കാൻ ഈ വിവർത്തനം കൊണ്ട് സാധിക്കുന്നുണ്ട്. കേരളത്തിൽ പ്രദർശനത്തിനെത്താത്ത ഹോളിവുഡ് സിനിമകൾപോലും തമിഴ്നാട്ടിൽ പ്രദർശനത്തിനെത്തുന്നത് വിവർത്തനത്തിൽ തമിഴ്സിനിമ സ്വീകരിക്കുന്ന ഈ സ്വാതന്ത്ര്യം കൊണ്ടാണ്.

സിനിമാവിവർത്തനത്തിൽ വേറെയും രാഷ്ട്രീയ താൽപ്പര്യങ്ങൾ പ്രവർത്തിക്കുന്നതായി കാണാം. അന്യഭാഷാസിനിമ ഏതു ഭാഷയിലേക്ക്, ഭാഷാഭേദത്തിലേക്ക് വിവർത്തനം ചെയ്യപ്പെടുന്നു എന്നത് ഒരു പ്രശ്നമാണ്. അന്യഭാഷയിലെ സിനിമയിലും ഒരുപക്ഷേ, ആ ഭാഷാപ്രവിശ്യയിലെ സവിശേഷമായ ഒരു ഭാഷാഭേദമായിരിക്കാം ഉപയോഗിച്ചിട്ടുള്ളത്. ഈ സിനിമ ഡബ്ബ് ചെയ്യുമ്പോൾ മാനകഭാഷ ഉപയോഗിക്കണോ ഏതെങ്കിലും ഭാഷാഭേദം ഉപയോഗിക്കണോ എന്നത് ഒരു വലിയ പ്രശ്നമാണ്. കേരളത്തിൽ തന്നെ

നിരവധി ഭാഷാഭേദങ്ങളും പ്രാദേശിക ഉച്ചാരണരീതികളുമുണ്ട്. ഓരോ ഭാഷാഭേദവും വ്യത്യസ്തമായ വർഗ-ജാതി-മത-ദേശ സ്വത്വ ങ്ങളെ പ്രതിനിധീകരിക്കുകയും ചെയ്യുന്നുണ്ട്. മലയാളസിനിമക ളിലെ സംഭാഷണങ്ങൾ മിക്കതും പൂർണമായോ ഭാഗികമായോ ഈ ഭാഷാഭേദത്തെ പിൻപറ്റുകയും ചെയ്യുന്നു. ഒരു ഹിന്ദി സിനിമ മലയാളത്തിലേക്കു ഡബ് ചെയ്യുമ്പോൾ ഇതിൽ ഏതെങ്കിലുമൊരു ഭാഷാഭേദം സ്വീകരിക്കുന്നത് ഉചിതമാകുമോ എന്നൊരു പ്രശ്നം ഉയർന്നുവരാവുന്നതാണ്. ഈ പ്രശ്നം മറികടക്കാൻ പൊതുവെ സ്വീകരിച്ചുപോരുന്ന ഒരു മാർഗം സിനിമാസംഭാഷണങ്ങൾ മാന കഭാഷയിൽ വിവർത്തനം ചെയ്യുക എന്നതാണ്. ഹോളിവുഡ് സിനി മകളുടെ തമിഴ് വിവർത്തനങ്ങൾ ഇതിനൊരു മികച്ച ഉദാഹരണ മാണ്. പ്രാദേശികമായ ഉച്ചാരണങ്ങൾക്കു പ്രാധാന്യം നൽകുന്ന തമിഴ് സിനിമ പോലും ഹോളിവുഡ് സിനിമകൾ വിവർത്തനം ചെയ്യുമ്പോൾ മാനകഭാഷയെയാണ് ആശ്രയിക്കുന്നത്. സൂര്യ ചാനൽ ഹോളിവുഡ് സിനിമകൾ മലയാളത്തിൽ ഡബ്ബ് ചെയ്ത് അവതരിപ്പിക്കാറുണ്ട്. അത്തരം സിനിമകളിൽ മിക്കപ്പോഴും മാന കഭാഷയുടെ കൃത്രിമമായ ഒരുതരം പ്രയോഗമാണ് കാണപ്പെടു ന്നത്.

ഭാഷാദേശീയതയുടെ സവിശേഷമായൊരു പ്രയോഗത്തിന് ഇവിടെ സിനിമാവിവർത്തനം അവസരമൊരുക്കുന്നുണ്ട്. വ്യത്യസ്ത ഭാഷാഭേദങ്ങളുള്ള, ആ ഭാഷാഭേദത്തെച്ചൊല്ലിയുള്ള അഭിമാനം പരസ്പരമുള്ള ഏറ്റുമുട്ടലിനു കാരണമാകുന്ന നാടുകളിൽ മാനക ഭാഷയിലുള്ള വിവർത്തനം ഒരു രാഷ്ട്രീയായുധമായി മാറുകയാ ണ്. മാനകഭാഷയിലുള്ള വിവർത്തനങ്ങൾ, മാനകഭാഷയുടെ പ്രചാ രത്തിനും അതുവഴി അതിന്റെ മേൽക്കോയ്മയ്ക്കും അവസരമൊ രുക്കുന്നു. ഇറ്റലിയുടെ ചാൻസിലറായിരുന്ന മുസോളിനി സിനിമാ വിവർത്തനത്തിന്റെ ഈ രാഷ്ട്രീയസാധ്യത കൃത്യമായി തിരിച്ച റിഞ്ഞ ഒരു ഭരണാധികാരിയായിരുന്നു. വിദേശഭാഷാ ചിത്രങ്ങൾ ഡബ്ബ് ചെയ്യേണ്ടത് ഇറ്റാലിയൻ മാനകഭാഷയിലായിരിക്കണമെന്ന് മുസോളിനി നിഷ്കർഷിച്ചിരുന്നു. പ്രാദേശികഭാഷാഭേദങ്ങൾ ദേശ പരമായ വിഭാഗീയത സൃഷ്ടിക്കുമെന്നതിനാൽ ഒരു ദേശീയ മാന കഭാഷയ്ക്കു പ്രാമാണ്യം ഉണ്ടാക്കേണ്ടത് ഭരണകൂടത്തിന്റെ തന്നെ ആവശ്യമാണ്. ഇതിനുള്ള വഴിയായി ഇറ്റാലിയൻ ഭരണകൂടം കണ്ടെ

ത്തിയ ഒരു മാർഗം സിനിമാവിവർത്തനമായിരുന്നു. ദേശീയഭാഷ യെന്ന സങ്കൽപ്പത്തെ ഉറപ്പിക്കാനുള്ള ആയുധമായി ഡബ്ബിങ് അങ്ങനെ ഇറ്റാലിയിൽ പ്രയോഗിക്കപ്പെട്ടു.

അമേരിക്കൻ സിനിമകളുടെ മേധാവിത്വം ഇന്നും പ്രകടമാണെങ്കിലും ഇതരമേഖലകളിൽ നിന്നുള്ള സിനിമകൾക്കും ഇന്ന് ആഗോള മാർക്കറ്റിൽ സ്ഥാനമുണ്ട്. ഹോങ്കോങ്ങിൽ നിന്നുള്ള ആക്ഷൻ ചിത്രങ്ങൾക്കു ലഭിക്കുന്ന ആഗോളസ്വീകാര്യത ഇതിനൊരു തെളിവാണ്. വെസ്റ്റ് ഏഷ്യൻ രാജ്യങ്ങളിലും ആഫ്രിക്കൻ രാജ്യങ്ങളിലും ബോളിവുഡ് സിനിമകൾക്കു ലഭിക്കുന്ന സ്വീകാര്യതയും ഇതോടൊപ്പം നിൽക്കുന്നു. ഇത്രത്തോളം വരില്ലെങ്കിലും തമിഴ് സിനിമകൾക്കും സിങ്കപ്പൂർ, ജപ്പാൻ, മലേഷ്യ, ശ്രീലങ്ക തുടങ്ങിയ ഒട്ടേറെ രാജ്യങ്ങളിൽ മാർക്കറ്റുണ്ട്. ഇന്ത്യയിൽത്തന്നെ ഹിന്ദി സിനിമകൾ ആന്ധ്രാപ്രദേശിലും തമിഴ്നാട്ടിലും മറ്റും അതതു പ്രാദേശികഭാഷകളിൽ ഡബ്ബ് ചെയ്താണു പ്രദർശിപ്പിക്കപ്പെടുന്നത്. തെലുങ്ക്, തമിഴ് സിനിമകൾ ഡബ്ബിങ് വഴി ഇതരഭാഷാ മേഖലകളിലും സാമ്പത്തികവിജയം നേടുന്നു. ഒരേ സിനിമതന്നെ ഒരേ സമയം ആറേഴു ഭാഷകളിൽ തയ്യാറാക്കുന്നത് ഇന്ന് അസാധാരണമല്ല. കമലഹാസന്റെ 'ദശാവതാരം', സഞ്ജയ് ലീല ബൻസാലിയുടെ 'പദ്മാവത്', തമിഴ്നടൻ വിക്രം നായകനായ 'ഐ', രാജമൗലിയുടെ 'ബാഹുബലി' എന്നീ ചിത്രങ്ങൾ ഇവയ്ക്കുദാഹരണങ്ങളാണ്. ഒരേ സിനിമ ആറേഴു ഭാഷകളിൽ തയ്യാറാക്കുകയെന്നാൽ ഒരു സിനിമ ആറേഴു ഭാഷകളിൽ ഡബ്ബ് ചെയ്യുക എന്നാണർത്ഥം.

ഭാഷാപരമായ ഉപദേശീയതയെ ഒരു വലിയ രാഷ്ട്രീയപ്രശ്നമായി ഉയർത്തിക്കൊണ്ടുവരാറുള്ള സംസ്ഥാനമാണ് തമിഴ്നാട്. സ്വാതന്ത്ര്യാനന്തരം ഹിന്ദിഭാഷയെ രാഷ്ട്രഭാഷയായി അവരോധിച്ചപ്പോഴും രാജ്യമെങ്ങും ത്രിഭാഷാപാഠ്യപദ്ധതി നടപ്പിലാക്കാൻ ശ്രമിച്ചപ്പോഴും അതിനെ ചെറുത്തുനിന്ന ഭാഷയാണ് തമിഴ്. ഹിന്ദി ഭാഷയേക്കാൾ പ്രാചീനതയും പാരമ്പര്യവുമുള്ള ഭാഷയാണ് തമിഴെന്നും അതിനെ മറ്റൊരു ഭാഷയ്ക്കും കീഴിൽ നിർത്താൻ തങ്ങൾ സമ്മതിക്കുകയില്ലെന്നും തമിഴ് ജനത അസന്നിഗ്ധമായി പ്രഖ്യാപിച്ചുകഴിഞ്ഞതാണ്. ഈ ഭാഷാദേശീയവാദം തന്നെയാണ് തമിഴ് സിനിമയിൽ ഇന്നും തുടർന്നുപോരുന്നത്. ഹിന്ദിയുടെ കടന്നുകയറ്റം ചെറുക്കാനുള്ള ആയുധമായി ഇന്നും തമിഴ്ജനത സിനിമയെ

ഉപയോഗിച്ചുപോരുന്നു. ലോകത്തിലെ വിവിധ രാജ്യങ്ങളിലേക്ക് ഡബ്ബിങ് ചെയ്തും അല്ലാതെയും തമിഴ്സിനിമയും കടന്നുചെല്ലുന്നുണ്ട്. ബോളിവുഡിൽ നിന്നുള്ള കടന്നുകയറ്റത്തെ പ്രതിരോധിക്കുക മാത്രമല്ല, ബോളിവുഡിലേക്ക് ഇടിച്ചുകയറാനും തമിഴ്സിനിമ ശ്രദ്ധിക്കുന്നുണ്ട്. ഒട്ടേറെ തമിഴ് സിനിമകൾ ഹിന്ദിയിലേക്കു ഡബ്ബ് ചെയ്ത് ഇന്ത്യയിലെമ്പാടും കളക്ഷൻ നേടുകയും ചെയ്യുന്നു. രജനികാന്തിന്റെയും കമലഹാസന്റെയും തമിഴ് സിനിമകൾ തമിഴ്നാടിനെ മാത്രമല്ല, ഹിന്ദി മേഖലയാകെത്തന്നെയും ഇന്നു ലക്ഷ്യമിടുന്നുണ്ട്.

ഈ പശ്ചാത്തലത്തിൽ വേണം അന്യഭാഷാസിനിമകളുടെ തമിഴ്ഭാഷയിലേക്കുള്ള മൊഴിമാറ്റത്തെ കാണാൻ. ഇതരഭാഷകളിൽ നിന്നുള്ള മിക്കവാറും സിനിമകൾ തമിഴ് പ്രേക്ഷകരുടെ മുന്നിലെത്തുന്നതു തമിഴ് ഭാഷയിലേക്ക് മൊഴി മാറ്റിക്കൊണ്ടാണ്. പ്രത്യേകിച്ചും ഇന്ത്യൻ ഭാഷകളിൽ നിന്നുള്ള സിനിമകൾ. ഹിന്ദിസിനിമകൾ തമിഴിലേക്കു ഡബ്ബ് ചെയ്തിട്ടാണ് തമിഴ്നാട്ടിൽ റിലീസ് ചെയ്യുന്നത്. ഹിന്ദിഭാഷയുടെയും ഹിന്ദി മേഖലയുടെയും മേൽക്കോയ്മയെ പ്രതിരോധിക്കാനുള്ള ബോധപൂർവ്വമായ ഒരുദ്യമം തന്നെയാണിത്. ഇവിടെ സിനിമാവിവർത്തനമെന്നത് ഭാഷയുമായി ബന്ധപ്പെട്ട ഒരു രാഷ്ട്രീയപ്രവർത്തനം കൂടിയായി മാറുകയാണ്. ദ്രാവിഡരാഷ്ട്രീയവും തമിഴ്സിനിമയും ഇഴപിരിഞ്ഞുകിടക്കുന്നു എന്നത് വിവർത്തനത്തിന്റെ ഒരു പ്രേരകശക്തി കൂടിയായി വർത്തിക്കുന്നുണ്ട്. സിനിമാവിവർത്തനത്തിനു പിന്നിലെ രാഷ്ട്രീയപ്രേരണ കാലാന്തരത്തിൽ തമിഴ് സ്വത്വവാദത്തിന്റെ സ്വഭാവമായി മാറുന്നുണ്ട്. അങ്ങനെയാണ് ഹോളിവുഡ് സിനിമകൾക്ക് തമിഴ്ശബ്ദം കൈവരുന്നത്. ലോകമെങ്ങും പ്രേക്ഷകരുള്ള ഹോളിവുഡ് സിനിമകൾ തമിഴ്നാട്ടിലേക്കു മാത്രമായി തമിഴ് സംസാരിക്കുന്നു. പ്രേക്ഷകർക്ക് എളുപ്പം മനസ്സിലാവുമെന്നും അതുവഴി സിനിമയുടെ കളക്ഷൻ വർധിക്കുമെന്നും ഇതിനൊരു സാമ്പത്തിക കാരണം കണ്ടെത്താവുന്നതാണ്. എങ്കിൽത്തന്നെയും തമിഴ്ഭാഷാ ദേശീയതയുടെ ഇടപെടൽ തന്നെയാണ് ഈ വിവർത്തനങ്ങളിൽ നടക്കുന്നതെന്ന വസ്തുത നിഷേധിക്കാനാവുന്നതല്ല.

ഈ രാഷ്ട്രീയ സാഹചര്യത്തെ വിദഗ്ധമായി ഉപയോഗിക്കാൻ തമിഴ് സിനിമയ്ക്കു കഴിയുന്നു എന്നത് ശ്രദ്ധേയമാണ്. അന്യ

ഭാഷാസിനിമകളെ തമിഴിലേക്കു മൊഴിമാറ്റുന്നതിൽ അസാധാരണമായ കൈയടക്കം തമിഴ് സിനിമയ്ക്കുണ്ട്. ഡബ്ബിങ്ങിൽ വൈദഗ്ധ്യമുള്ള ഒട്ടേറെ പ്രൊഫഷണലുകൾ ഈ രംഗത്തു പ്രവർത്തിക്കുന്നു. ഇതര ദ്രാവിഡഭാഷാ സിനിമകളും ഹിന്ദി സിനിമകളും മാത്രമല്ല, രൂപംകൊണ്ടോ ഭാവം കൊണ്ടോ ഇന്ത്യൻ സിനിമകളുമായി യാതൊരു ചാർച്ചയുമില്ലാത്ത ഹോളിവുഡ് സിനിമകളെക്കൂടിയും തമിഴിൽ നിർമിക്കപ്പെട്ട സിനിമപോലെ സ്വാഭാവികമായി അവതരിപ്പിക്കാൻ ഈ പ്രൊഫഷണലുകൾക്ക് സാധിക്കുന്നു. ഹിന്ദി സിനിമയുടെ തമിഴ് മൊഴിമാറ്റങ്ങൾ പലപ്പോഴും ഒരു ഒറിജിനൽ തമിഴ്സിനിമയുടെ പ്രതീതിയാണ് സൃഷ്ടിക്കുക.

ആഗോളവൽക്കരണം ലോകത്തിലെ ചെറുഭാഷകളുടെ നിലനിൽപ്പിനുതന്നെ ഇന്നു വലിയ ഭീഷണിയാണ്. ഇംഗ്ലീഷ് അടിച്ചേൽപ്പിക്കാനും ചെറുകിട ഭാഷാമേഖലകളിൽ ഇംഗ്ലീഷ് ഭാഷയുടെ അധീശത്വം സ്ഥാപിച്ചെടുക്കാനുമുള്ള ശ്രമം കഴിഞ്ഞ കുറെക്കാലമായി ലോകമെങ്ങും നടന്നുപോരുന്നു. ഇതിനെതിരെ ലോകമെങ്ങുമുള്ള ചെറുഭാഷകൾ അതിശക്തമായ ചെറുത്തുനിൽപ്പുകൾ നടത്തിക്കൊണ്ടിരിക്കുകയാണ്. തദ്ദേശീയമായ ഭാഷകളിൽ ഊന്നിനിന്നുകൊണ്ടാണ് ചെറുകിടഭാഷകളും അവയുടെ സാംസ്കാരിക പ്രവിശ്യകളും ഇംഗ്ലീഷിനെതിരായി ഉണർന്നെണീക്കുന്നത്. ഈ പ്രതിരോധം സിനിമയിലും അനുരണനങ്ങൾ ഉണ്ടാക്കിക്കൊണ്ടിരിക്കുന്നു. വളരെ കുറഞ്ഞ ജനസംഖ്യ മാത്രമുള്ള ഭാഷകളിലും ഇന്ന് സിനിമകൾ നിർമ്മിക്കപ്പെടുന്നുണ്ട്. ബ്യാരി ഭാഷയിൽ നിർമിക്കപ്പെട്ട 'ബ്യാരി' എന്ന സിനിമ ഇതിനൊരുദാഹരണമാണ്.[2] ഇത്തരം സിനിമകളെ ലോകശ്രദ്ധയിൽ കൊണ്ടുവരാനുള്ള ഒരു മാർഗം വിവർത്തനമാണ്. സബ്ടൈറ്റിലിങ് രീതിയാണ് ഇത്തരം സിനിമകളിൽ പലപ്പോഴും സ്വീകരിക്കപ്പെടുക. മിക്കവാറും അതിനുപയോഗിക്കുന്ന ലോകഭാഷ ഇംഗ്ലീഷും ആയിരിക്കും. തദ്ദേശീയഭാഷകളിലുള്ള സിനിമകളെ സ്വാഭാവികത നഷ്ടപ്പെടാതെ ലോകവേദികളിലെത്തിക്കാനുള്ള ഏറ്റവും ഉചിതമായ മാർഗം സബ്ടൈറ്റിലിങ്ങാണ്. ലോകത്തെവിടെയും ഈ രീതിയെ പിൻപറ്റിയാണു ഫിലിം ഫെസ്റ്റിവലുകൾ സാധ്യമാകുന്നത്.

പുതിയ കാലത്തെ ബഹുസംസ്കാരവാദവും സിനിമാവിവർത്തനത്തെ അനിവാര്യമാക്കുന്നുണ്ട്. ഒരേ നാട്ടിൽത്തന്നെ

വ്യത്യസ്ത ഭാഷകളും ഭാഷാഭേദങ്ങളും സംസാരിക്കുന്ന ആളുകളുണ്ടാവാം. ഈ ഭാഷകൾക്കെല്ലാം ഒരേ സിനിമയിൽ സ്ഥാനം ലഭിക്കുകയുമാവാം. ഇത്തരം സിനിമകൾ ബഹുഭാഷാസിനിമകൾ എന്നറിയപ്പെടുന്നു (Multilingual films). ബഹുഭാഷാമേഖലയിലെ ജീവിതവും കുടിയേറ്റവും യുദ്ധവും മറ്റും വിഷയമാവുന്ന സിനിമകളിൽ അനേകം ഭാഷകൾ ഉണ്ടാവുക സ്വാഭാവികമാണ്. ഈ ഭാഷകളെ അവയുടെ തനിമയോടെ അംഗീകരിക്കാനും സിനിമയിൽ അവതരിപ്പിക്കാനുമുള്ള ഒരു തിരിച്ചറിവ് ഇന്ന് സിനിമാമേഖലയിലും പ്രബലമായിക്കഴിഞ്ഞിട്ടുണ്ട്. ഇത്തരം സിനിമകളിൽ ഏതെങ്കിലുമൊരു ഭാഷ മുഖ്യഭാഷയായിരിക്കും. ഇതരഭാഷകളുടെ വിവർത്തനപാഠം ആ മുഖ്യഭാഷയിൽ സബ്ടൈറ്റിൽ രൂപത്തിൽ അവതരിപ്പിക്കുന്നു. ആഗോളതലത്തിൽ സജീവമായി വരുന്ന ഭാഷാദേശീയവാദങ്ങളുടെയും ഭാഷാരാഷ്ട്രീയത്തിന്റെയും കൃത്യമായ ഒരു പ്രയോഗസ്ഥലമായി സിനിമയും സിനിമാവിവർത്തനവും ഇവിടെ മാറിത്തീരുകയാണ്.

സിനിമാവിവർത്തനത്തിലെ സാംസ്കാരികപ്രശ്നങ്ങൾ

സാഹിത്യകൃതിയുടെ വിവർത്തനത്തിൽ സംഭവിക്കുന്ന സാംസ്കാരികപ്രശ്നങ്ങൾ സിനിമാസംഭാഷണങ്ങളുടെ വിവർത്തനത്തിലും ബാധകമാണ്. ഒരു സാംസ്കാരിക സാഹചര്യത്തിൽ രൂപപ്പെട്ട സാഹിത്യകൃതിയെ മറ്റൊരു സാംസ്കാരിക സാഹചര്യത്തിലേക്ക് മാറ്റിപ്പണിയുകയാണ് സാഹിത്യവിവർത്തനത്തിൽ നടക്കുന്നത്. അതുകൊണ്ട് വിവർത്തനത്തെ ഭാഷാന്തരണമെന്നല്ല, സംസ്കാരാന്തരണമെന്നാണു വിശേഷിപ്പിക്കേണ്ടതെന്ന് ചിലർ വാദിക്കാറുണ്ട് (കെ.എ. കോശി).[3] സാഹിത്യകൃതിയുടെ കാര്യത്തിൽ ഈ സംസ്കാരാന്തരണത്തിനുള്ള സാഹചര്യവും സ്വാതന്ത്ര്യവും കൂടുതലാണ്. ഒരു യൂറോപ്യൻ നോവലിലെ ഗാർഹിക ചിത്രീകരണം മലയാളവിവർത്തനത്തിൽ കേരളീയമാക്കുക പ്രയാസമല്ല. ഇംഗ്ലീഷ് നോവലിലെ സ്റ്റീൽ പാത്രത്തിന്റെ സ്ഥാനത്ത് മലയാള പരിഭാഷയിൽ മൺചട്ടി വയ്ക്കുവാൻ അനായാസം സാധിക്കും. എന്നാൽ സിനിമയിൽ ഈ മാറ്റം സാധ്യമല്ല. മൂലകൃതിയുടെ പശ്ചാത്തലത്തിലോ പരിസരത്തിലോ വേഷത്തിലോ ചലനത്തിലോ അലങ്കാരത്തിലോ ദൃശ്യബിംബങ്ങളിലോ യാതൊരു മാറ്റവും അവിടെ സാധ്യമല്ല. കഥാപാത്രങ്ങളുടെ പേരുകൾ, സംഭാ

ഷണങ്ങൾ എന്നിവയിൽ മാത്രമേ സംസ്കാരാന്തരണത്തിനു സാധ്യതയുള്ളൂ. ഫാദർ എന്നത് അച്ഛൻ എന്നോ അപ്പൻ എന്നോ ആക്കാം. അതിനപ്പുറം ദൃശ്യവസ്തുക്കൾക്കു വഴങ്ങാത്ത ഒരു പേരോ പരാമർശമോ ഡബ്ബിങ്ങിൽ സാധ്യമല്ല. നോവലിൽ ന്യൂഡിൽസിനെ കഞ്ഞിയാക്കാം. സിനിമയിൽ ന്യൂഡിൽസ് ന്യൂഡിൽസായിത്തന്നെ നിൽക്കുമെന്നതിനാൽ ആ സന്ദർഭത്തെ കഞ്ഞി എന്ന വാക്കുകൊണ്ട് കേരളീയമാക്കാൻ കഴിയുകയില്ല. അതുകൊണ്ടു സാഹിത്യത്തിൽ സാധ്യമാവുന്നതുപോലെ സിനിമയുടെ വിവർത്തനപാഠത്തെ ലക്ഷ്യഭാഷയുടെ സാംസ്കാരിക സാഹചര്യങ്ങൾക്കനുകൂലമാക്കിയെടുക്കുന്നതിനു പരിമിതിയുണ്ട്.

സബ്ടൈറ്റിൽ വിവർത്തനത്തിന്റെ ഭാഷാമാധ്യമം പലപ്പോഴും ഇംഗ്ലീഷാണ്. ലോകഭാഷ എന്ന നിലയിൽ ഇംഗ്ലീഷിനുള്ള പ്രാമാണിത്തം കൊണ്ട്, ഇംഗ്ലീഷിതര ഭാഷകളിൽനിന്നുള്ള സിനിമകൾ ആഗോളതലത്തിലേക്ക് കടന്നുവരുന്നത് ഇംഗ്ലീഷ് സബ്ടൈറ്റിലിന്റെ ബലത്തിലായിരിക്കും. പലപ്പോഴും വിവർത്തനം അസാധ്യമാകുന്ന സാംസ്കാരിക സൂചനകൾ നിറഞ്ഞ സിനിമകളായിരിക്കും അവ. ഇത്തരം സാംസ്കാരികാംശങ്ങൾ വിവർത്തനത്തിൽ നഷ്ടപ്പെട്ടുപോകാനിടയുള്ളതാവും. ഇന്ത്യയിലെ പല പ്രാദേശികഭാഷാ സിനിമകളും നേരിടുന്ന പ്രശ്നമാണിത്. ലോകത്തിലെ പ്രമുഖ ഫിലിം ഫെസ്റ്റിവലുകളിലേക്ക് പ്രവേശനം കിട്ടാറുള്ള മലയാള സിനിമയും ഈ പ്രശ്നം വലിയൊരളവിൽ നേരിടുന്നുണ്ട്. അടൂർ ഗോപാലകൃഷ്ണന്റെ 'എലിപ്പത്തായം' എന്ന സിനിമതന്നെ ഉദാഹരണമായെടുക്കാം. 'റാറ്റ് ട്രാപ്പ്' എന്നു വിവർത്തനം ചെയ്യുമ്പോൾത്തന്നെ എലിപ്പത്തായത്തിന്റെ സാംസ്കാരികതലങ്ങൾ പലതും ചോർന്നുപോകുന്നുണ്ട്. പത്തായം എന്നതിന് മലയാളത്തിൽ നിരവധി അർത്ഥസാധ്യതകളുണ്ട്. എന്നാൽ തത്തുല്യമായ ഇംഗ്ലീഷ്പദം ഇല്ലാത്തതിനാൽ 'കെണി' എന്നർത്ഥമുള്ള 'ട്രാപ്പ്' എന്ന പദം ഉപയോഗിക്കേണ്ടിവരുന്നു. ഈ സിനിമയിലെ 'കൊച്ചാട്ടാ' എന്ന സംബോധനയുടെ സബ്ടൈറ്റിൽ രൂപം 'ബ്രദർ' എന്നാണ്. 'കൊച്ചാട്ടൻ' എന്ന വിളിയിലടങ്ങുന്ന അടുപ്പം, ഈണം, പ്രാദേശികത എന്നിവയെല്ലാം വിവർത്തനരൂപത്തിൽ നഷ്ടമാകുന്നു. 'ചേച്ചി, ഇത്തിരി വെളിച്ചെണ്ണ ഇങ്ങു കൊണ്ടുവന്നേ' എന്ന സംഭാഷണത്തിന്റെ സബ്ടൈറ്റിൽ രൂപം 'സിസ്റ്റർ, ഗെറ്റ് സം ഓയിൽ' എന്നാണ്. ആശയം ചേരുന്നു

ണ്ടെങ്കിലും മലയാളഭാഷണത്തിലെ സംബോധനയുടെ അടുപ്പം, ബന്ധസൂചന, ഊണം, വെളിച്ചെണ്ണ എന്ന പദത്തിലെ സാംസ്കാരികാർത്ഥങ്ങൾ ഇവയൊന്നും വിവർത്തനരൂപത്തിൽ അനുഭവപ്പെടുന്നില്ല. അവിവർത്തനീയത എന്ന പ്രശ്നമാണ് ഈ സന്ദർഭങ്ങൾ നേരിടുന്നത്. സിനിമാവിവർത്തനത്തിൽ ഈ അവിവർത്തനീയതയുടെ തോത് സാഹിത്യവിവർത്തനത്തെ അപേക്ഷിച്ചു കൂടുതലാണ്.

ആഗോളവൽക്കരണത്തിന്റെയും ഫ്രീ മാർക്കറ്റിന്റെയും ഇന്നത്തെ സാഹചര്യത്തിൽ സിനിമയും കയറ്റുമതിക്കും ഇറക്കുമതിക്കും വേണ്ടിയുള്ള ഒരു വ്യാവസായികോൽപ്പന്നമായി മാറിക്കഴിഞ്ഞിട്ടുണ്ട്. അതേ സമയം തന്നെ പ്രാദേശികസ്വത്വങ്ങൾ അമേരിക്കപോലുള്ള ആഗോള അധീശശക്തികൾക്കെതിരായ ചെറുത്തുനിൽപ്പുകൾക്കു തയ്യാറെടുക്കുന്ന അവസ്ഥയും നിലനിൽക്കുന്നു. ഒരേ സമയം സാമ്രാജ്യത്വശക്തികളെ ആശ്രയിക്കുകയും ചെറുക്കുകയും ചെയ്യേണ്ട അവസ്ഥയാണ് പല രാജ്യങ്ങൾക്കുമുള്ളത്. സവിശേഷമായ രീതിയിൽ ഈ രണ്ടവസ്ഥകളെയും തുലനപ്പെടുത്താനുള്ള ശ്രമം എന്ന നിലയിലാണ് വിവർത്തനം ഇന്ന് സിനിമാമേഖലയിൽ പ്രസക്തി നേടുന്നത്. ഹോളിവുഡ് സിനിമകൾ ഇറക്കുമതി ചെയ്യുക, അങ്ങനെ ഒരു പരിധിവരെ അമേരിക്കൻ താൽപ്പര്യങ്ങൾക്കു വഴങ്ങിക്കൊടുക്കുക. അതേസമയം തന്നെ ആ സിനിമകൾ പ്രാദേശികഭാഷയിലേക്കു ഡബ്ബ് ചെയ്യുക, ആംഗ്ലോ-അമേരിക്കൻ അധീശത്വത്തെ (hegemony) പ്രതിരോധിക്കുക - ഇതാണ് ഇന്നത്തെ സിനിമാവിവർത്തനത്തിന്റെ ഒരു താൽപ്പര്യം.

ഹോളിവുഡിൽ നിന്നുള്ള ഇംഗ്ലീഷ് സിനിമകളും ബോളിവുഡിൽ നിന്നുള്ള ഹിന്ദി സിനിമകളും തമിഴ് ഭാഷയിലാണ് തമിഴ്നാട്ടിൽ പ്രദർശിപ്പിക്കപ്പെടുന്നത്. ഈ ഡബ്ബിങ് സിനിമകൾ തമിഴ് ടെലിവിഷൻ ചാനലുകളിൽ സംപ്രേഷണം ചെയ്യപ്പെടുകയും ചെയ്യുന്നു. പ്രേക്ഷകനു മനസ്സിലാക്കാനുള്ള എളുപ്പത്തിനുവേണ്ടിയാണ് ഇങ്ങനെ ചെയ്യുന്നതെന്നു തോന്നാം. എന്നാൽ അമേരിക്കൻ ഇംഗ്ലീഷിന്റെയും ഉത്തരേന്ത്യൻ ഹിന്ദിയുടെയും മേൽക്കോയ്മ (Supremacy)യെ ചെറുക്കാനുള്ള തമിഴ്ഭാഷയുടെ ജാഗ്രതയും അഭിമാനബോധവും ഈ സിനിമാവിവർത്തനത്തിനു പിന്നിൽ അബോധപൂർവ്വമായെങ്കിലും പ്രവർത്തിക്കുന്നുണ്ട്. ആ വക അന്യദേശീയതകളുടെ സുപ്രീമസിയോട് പ്രായോഗികതലത്തിൽ കാര്യമായ

വിയോജിപ്പൊന്നുമില്ലാത്ത മലയാളികൾക്കാകട്ടെ, ഹോളിവുഡ് സിനിമകളും ഹിന്ദി സിനിമകളും അതേ ഭാഷകളിൽത്തന്നെ ആസ്വദിക്കുന്നതാണ് പഥ്യം.

കുറിപ്പുകൾ

1. Szarkowska Agnieszha, The Power of Film Trasnlation, 2005 http: translation journal.net/journal.
2. ബ്യാരി (സിനിമ), സംവിധായകൻ : സുവീരൻ, 2011. മികച്ച ചിത്രത്തിനുള്ള 2011-ലെ ദേശീയ അവാർഡ് കരസ്ഥമാക്കി.
3. കോശി കെ.എ., ഭാഷയും ഭാഷാന്തരണവും, ഡി.സി. ബുക്സ്, കോട്ടയം, 1997.

www.ingramcontent.com/pod-product-compliance
Lightning Source LLC
LaVergne TN
LVHW100310051026
849517LV00006B/2245
* 9 7 8 9 3 9 3 3 9 7 4 0 9 *